தொலையுணர்வு

தொலையுணர்வு

ஆழ்மனத்தில் புதைந்து கிடக்கும் அதிசய சக்தியை வெளிக்கொண்டு வருவது எப்படி

ஜோசப் மர்ஃபி

தமிழில்: நாகலட்சுமி சண்முகம்

MANJUL

மஞ்சுள் பப்ளிஷிங் ஹவுஸ்

First published in India by

MANJUL

Manjul Publishing House

Corporate and Editorial Office

• 2nd Floor, Usha Preet Complex, 42 Malviya Nagar, Bhopal 462 003 - India

Sales and Marketing Office

• C-16, Sector 3, Noida, Uttar Pradesh 201301 - India

Website: www.manjulindia.com

Distribution Centres

Ahmedabad, Bengaluru, Kochi, Kolkata, Chennai,
Hyderabad, Mumbai, New Delhi, Pune

Tamil translation of *Telepsychics* by *Dr. Joseph Murphy*

This edition first published in 2015
Tenth impression 2026

Translation by Nagalakshmi Shanmugam
Editing and Layout by PSV Kumarasamy

ISBN 978-81-8322-664-6

Printed and bound in India by Manipal Technologies Ltd., Manipal

உள்ளடக்கம்

இப்புத்தகத்தால் நீங்கள் எப்படிப் பயன் பெறலாம்

தொலையுணர்வு சக்தி, அதாவது, உங்கள் மனத்தின் அற்புதமான பல்வேறு ஆற்றல்களுடன் எப்போதும் தொடர்பு கொள்வதற்கான சக்தி நம் ஒவ்வொருவரிடமும் உள்ளது. நான் ஐரோப்பா, ஆசியா, ஆப்பிரிக்கா, ஆஸ்திரேலியா போன்ற கண்டங்களுக்குச் செல்லும்போதும் சரி, அல்லது அமெரிக்காவிலுள்ள பல்வேறு நகரங்களுக்குச் செல்லும்போதும் சரி, தங்கள் மனத்தினுள் குடிகொண்டிருக்கும் அளப்பரிய சக்தியுடன் தாங்கள் தொடர்பு கொண்டு தங்கள் வாழ்க்கையைப் பரிபூரணமாக மாற்றியது பற்றிய கதைகளை மக்கள் என்னிடம் கூறத் தவறுவதில்லை.

நடைமுறைக்கு சாத்தியமான ஒன்றுதான் இந்நூல். இதில் கூறப்பட்டுள்ள விஷயங்கள் மிகவும் எளிமையானவை. தங்கள் மனத்தின் வளங்களைப் பயன்படுத்தித் தங்களுடைய ஆசைகளையும் தேவைகளையும் நிறைவேற்றிக் கொள்ள விரும்புகின்ற மக்கள் அனைவரையும் மனத்தில் வைத்து எழுதப்பட்டுள்ள நூல் இது. உங்கள் ஆழ்மன விதிகளைப் பயன்படுத்துவதன் மூலம் உடனடியான விளைவுகளை இக்கணமே உங்களால் பெற முடியும். நடைமுறையில் செயல்படுத்தத்தக்க எளிய உத்திகளையும் சுலபமான செயல்முறைகளையும் இந்நூலின் ஒவ்வோர் அத்தியாயத்திலும் நீங்கள் காண்பீர்கள். இவற்றை நீங்கள் உங்கள் வாழ்வில் செயல்படுத்தினால், ஒரு முழுமையான, மகிழ்ச்சியான வாழ்க்கையை நீங்கள் வாழ்வீர்கள் என்பது உறுதி.

அன்றாட வாழ்வின் சவால்களையும் இன்னல்களையும் பிரச்சனைகளையும் சோதனைகளையும் எதிர்கொண்டு அவற்றிலிருந்து வெற்றிகரமாக மீள்வது எப்படி என்பதை இந்நூல் உங்களுக்குக் கற்றுக் கொடுக்கும். உங்களுக்குள் இருக்கின்ற அசாதாரணமான சக்திகளை உடனடியாக முடுக்கிவிடுவதற்குத் தேவையான சிறப்பு உத்திகளை இது உங்களுக்கு வழங்கும்.

இந்நூலின் தனித்துவமான அம்சங்கள்

எதிர்கால நிகழ்வுகளை எவ்வாறு மனக்காட்சிப்படுத்த வேண்டும் என்பதை நீங்கள் கற்றுக் கொள்வீர்கள். ஒருவேளை அவை எதிர்மறையானவையாகத் தோன்றினால் ஆழ்மன சக்திகளைப் பயன்படுத்தி அவற்றை எவ்வாறு மாற்றியமைக்க வேண்டும் என்பதை நீங்கள் கற்றுக் கொள்வீர்கள். சுதந்திரத்திற்கும் மனஅமைதிக்கும் இட்டுச் செல்கின்ற பாதையில் உங்களைக் கொண்டு சேர்க்கக்கூடிய உங்கள் உள்ளுணர்வு சக்தியையும் பிற மன சக்திகளையும் எவ்வாறு உருவாக்கிக் கொள்வது என்பதை நீங்கள் கற்றுக் கொள்வீர்கள்.

வாழ்வில் தங்கள் கனவுகளையும் ஆசைகளையும் லட்சியங்களையும் நிறைவேற்ற விரும்புகின்ற விற்பனையாளர்கள், செயலாளர்கள், அஞ்சல்காரர்கள், குடும்பத் தலைவிகள், தொழிலதிபர்கள், கடை ஊழியர்கள், மாணவர்கள், மற்றும் பலரையும் மனத்தில் வைத்துக் கொண்டுதான் இந்நூலின் பல அத்தியாயங்களை நான் எழுதியுள்ளேன். எனவே, உங்கள் ஆழ்மனத்தின் சக்தியைக் கைவசப்படுத்துவதற்கான நடைமுறைச் சாத்தியம் கொண்ட எளிய உத்திகளும், நீங்கள் மேற்கொள்ள வேண்டிய நடவடிக்கைகளும், அவற்றை எவ்வாறு செயல்படுத்த வேண்டும் என்பதற்கான விளக்கங்களும் ஒவ்வோர் அத்தியாயத்திலும் இடம்பெற்றிருப்பதை நீங்கள் காண்பீர்கள். உண்மையான பதில்களைத் தெரிந்து வைத்திருக்கின்ற ஒரு முடிவில்லாப் பேரறிவு உங்கள் ஆழ்மனத்தில் குடிகொண்டுள்ளது என்பதை உணருங்கள்.

இந்நூலில் இடம்பெற்றுள்ள சில குறிப்பிடத்தக்க விஷயங்கள்

தங்களுடைய தொலையுணர்வு சக்தியைக் கொண்டு பயனடைந்துள்ள பலரது உண்மைக் கதைகள் இந்நூலில் குறிப்பிடப்பட்டுள்ளன. அவற்றில் சில பின்வருமாறு:

- தன் படிப்பில் தொடர்ந்து தோல்வியைத் தழுவிக் கொண்டிருந்த ஒரு கல்லூரி மாணவன், முடிவில்லாப் பேரறிவின் உதவியால் எப்படி ஒரு மிகப் பெரிய வெற்றியாளனாக மாறினான் என்பது பற்றிய கதை.

- தான் பயணிக்கவிருந்த விமானம் விண்ணில் வைத்துக் கடத்தப்படுவதுபோலக் கனவு கண்ட ஒரு செவிலி, தன்னுடைய பயணத்தை ரத்து செய்தது பற்றிய கதை. இறுதியில் அந்த விமானம் அவர் கனவு கண்டதுபோலவே கடத்தலுக்கு உள்ளானது.

- ஒரு விற்பனையாளர் ஒரு வெற்றுச் சுவரின் முன்னால் நின்று அதன்மீது ஒருமித்தக் கவனம் செலுத்தியபடி, ஒரு வருடத்தில் தான் அடைய விரும்பிய விற்பனைத் தொகையை அச்சுவரின்மீது கற்பனையாகப் படம்பிடித்துத் தன் விருப்பத்தை அடைந்து அற்புதமான விளைவுகளைப் பெற்றது குறித்தக் கதை.

- தன்னுடைய வீழ்ச்சிக்காகக் காத்துக் கொண்டிருந்ததாகத் தான் நம்பிய நான்கு நபர்கள் பற்றித் தனக்கு இருந்த பயத்தை முடிவில்லாப் பேரறிவுடன் தன்னை இணைத்துக் கொண்டதன் மூலமாகக் களைந்து இப்போது மனஅமைதியுடன் இருக்கின்ற ஒரு பெண்ணின் கதை.

- தனக்கு ஒரு கணவன் கிடைக்க வேண்டும் என்று பிரார்த்தனை செய்து கொண்டிருந்த பல்கலைக்கழக மாணவி ஒருத்தி, தன் எதிர்காலக் கணவன் தன் கைக்கு அடியில் ஒரு புத்தகத்தை வைத்தபடி நின்று கொண்டிருந்ததுபோலக் கனவு கண்டாள். இரண்டு மாதங்களுக்குப் பிறகு, அந்த மாணவி, தன் கனவில் தோன்றிய அதே நபரை சந்தித்து, பிறகு அவனைத் திருமணம் செய்து கொண்டாள். இச்சம்பவம் பற்றிய கதை.

- போதைப் பொருட்களைக் கண்டுபிடிப்பதற்குத் தொலையுணர்வு ஒரு துப்பறிவாளருக்கு எவ்வாறு உதவியது என்பது பற்றிய கதை. அந்த விவகாரம் தொடர்பான அனைத்துத் தகவல்களும் அவருடைய கனவில் அவருக்கு வெளிப்படுத்தப்பட்டன. அந்த போதைப் பொருட்களின் மொத்த மதிப்பு அந்தக் காலகட்டத்திலேயே முப்பது லட்சம் டாலர்கள்.

- ஒரு மனைவி தன்னுடைய தொலையுணர்வுத் திறனைப் பயன்படுத்தித் தன் கணவனின் உயிரைக் காப்பாற்றியது

பற்றிய கதை. யாரோ ஒருவன் அப்பெண்ணின் கணவரின்மீது மூன்று முறை துப்பாக்கியால் சுட்டுவிட்டான். ஆனால் அப்பெண்ணின் பிரார்த்தனையின் விளைவாக அந்த மூன்று குண்டுகளில் ஒன்றுகூட அவரது கணவரைத் தாக்கவில்லை.

- தொலையுணர்வு எவ்வாறு ஒரு கனவின் மூலமாக ஒருவருடைய வாழ்க்கையைக் காப்பாற்றியது என்பது பற்றிய கதை. ஒருவர், ஒரு விபத்தில் 92 நபர்கள் உயிரிழந்தது பற்றிய ஒரு தலைப்புச் செய்தியை ஒரு செய்தித்தாளில் தான் படித்ததுபோலக் கனவு கண்டார். அதையடுத்து, தான் பயணிக்கவிருந்த விமானத்திற்கான பயணச்சீட்டை அவர் ரத்து செய்துவிட்டார். அவர் தன் கனவில் கண்ட விபத்து உண்மையிலேயே நிகழ்ந்தது.
- கேஸ் சிலிண்டரிலிருந்து கசிந்து கொண்டிருந்த வாயுவினால் மெல்ல மெல்ல மூர்ச்சையாகிக் கொண்டிருந்த ஒரு தாயையும் அவரது மகளையும் தொலையுணர்வு எவ்வாறு காப்பாற்றியது என்பது பற்றிய கதை. காலம் சென்ற அப்பெண்ணின் கணவர் அவரது கனவில் தோன்றி, கேஸ் சிலிண்டரை மூடுமாறு கூறி அவரைக் காப்பாற்றினார்.
- தொலைந்து போன ஒரு வைர மோதிரத்தைத் தொலையுணர்வு வெளிப்படுத்திய விதம் பற்றிய கதை. தன்னுடைய வைர மோதிரம் ஒரு காகிதத்திற்குள் பொதியப்பட்டு, தன் வீட்டு வேலைக்காரியின் அறையில் அவளுடைய பழைய 'ஷூ' ஒன்றுக்குள் மறைத்து வைக்கப்பட்டிருந்ததை அப்பெண்மணி தன் கனவில் கண்டார்.
- தொலையுணர்வு கண்ணுக்குப் புலப்படாத ஒரு கூட்டாளியாக இருந்து ஒரு முதலீட்டாளருக்குப் பெரும் லாபம் சம்பாதித்துக் கொடுத்தது பற்றிய கதை. அதன் பிறகு அவருடைய முதலீடுகள் அவருக்கு எப்போதுமே லாபகரமாக இருந்து வந்துள்ளன.
- தொலையுணர்வு பற்றிய ஒரு சிறு விளக்கம் எவ்வாறு ஒருவரது தற்கொலையைத் தடுத்து நிறுத்தியது என்பது பற்றிய கதை.

- தீப்பற்றி எரிந்து கொண்டிருந்த ஒரு விமானத்தினுள் இருந்த ஒருவரை, தொலையுணர்வுத் திறன் பற்றிய அவரது அறிவு எவ்வாறு காப்பாற்றியது என்பது பற்றிய கதை.

- இறந்து போய்விட்டத் தன் தந்தை விட்டுச் சென்ற உயில் காணாமல் போன நிலையில், ஓர் இளம் செயலாளர், தொலையுணர்வின் சக்தியால் எவ்வாறு அதைக் கண்டுபிடித்தார் என்பது பற்றிய கதை.

- ஓர் ஆசிரியரிடம் மறைந்திருந்த திறமைகளை, தொலையுணர்வு எவ்வாறு ஒரு கனவில் அவருக்கு வெளிப்படுத்தியது என்பது பற்றிய கதை. அவர் அத்திறமைகளை முழுமையாக வெளிப்படுத்திப் பெரும் செல்வத்தைக் குவித்தார்.

- ஒரு இளம்பெண்ணுக்கு, இறந்து போன அவளது தந்தை பத்திரமாகப் பாதுகாத்து வைத்திருந்த குடும்பப் பணத்தைத் தொலையுணர்வு எவ்வாறு வெளிப்படுத்தியது என்பது பற்றிய கதை. அவளது தந்தை அவளுடைய கனவில் தோன்றி, பதிமூன்றாயிரம் டாலர்கள் பணம் அடங்கிய ஒரு பெட்டி இருந்த இடத்தை அவளுக்குக் காட்டினார்.

- ஓர் இளைஞர் ஒரு விமானியாவதற்குத் தொலையுணர்வு எவ்வாறு உதவியது என்பது பற்றிய கதை. அப்பதவிக்கு 2,500 பேர் விண்ணப்பித்தனர். அவர்களில் 90 சதவீதம் நபர்கள் இவரைவிட அதிக அனுபவம் வாய்ந்தவர்களாக இருந்தனர். ஆனால் தான் ஒரு விமானியாகப் பணியாற்றிக் கொண்டிருந்ததுபோல அந்த இளைஞர் தன் மனத்தில் காட்சிப்படுத்தினார். இறுதியில் அவருக்கு அந்த வேலை கிடைத்தது.

- ஒரு பழைய மண் ஜாடி இருந்த இடத்தைத் தொலையுணர்வு ஓர் இளம்பெண்ணுக்கு எவ்வாறு தெரியப்படுத்தியது என்பது பற்றிய கதை. அவளது தந்தை அவளுடைய வீட்டின் பின்முற்றத்தில் தோண்டியபோது, 1898களைச் சேர்ந்த விலை மதிப்பிட முடியாத நாணயங்கள் அடங்கிய அந்த ஜாடியைக் கண்டார்.

தொலையுணர்வு என்பது உங்களுடைய ஆழமான விருப்பங்களை நிறைவேற்றுவதற்காக இயங்குகின்ற ஓர் எளிய, நடைமுறைச் சாத்தியம் கொண்ட, அறிவுப்பூர்வமான மற்றும் அறிவியற்பூர்வமான வழிமுறையாகும். இந்நூலில் கொடுக்கப்பட்டுள்ள அறிவுறுத்தல்களை நீங்கள் முறையாகப் பயன்படுத்தினால், மகிழ்ச்சியான, வளமான, வெற்றிகரமான ஒரு வாழ்க்கையை உங்களால் அனுபவிக்க முடியும் என்று என்னால் அறுதியிட்டுக் கூற முடியும். இந்நூலின் வழிகாட்டுதல்களைப் பின்பற்றி, உங்கள் அன்றாட வாழ்வில் அவற்றைச் செயல்படுத்துவதன் மூலம் உங்களுக்கு ஏராளமான அற்புதங்கள் நிகழட்டும்.

- ஜோசப் மர்ஃபி

1

தொலையுணர்வைப் பயன்படுத்தி ஒரு கச்சிதமான வாழ்க்கையை வாழ்வது எப்படி

மாயாஜாலம் என்பது பல்வேறு உத்திகளைப் பயன்படுத்தி உங்களுக்கு விருப்பமான ஒரு விளைவைப் பெறுவது என்று வரையறுக்கப்படுகிறது. இசையின் மாயாஜாலம், வசந்தகாலத்தின் மாயாஜாலம், அழகின் மாயாஜாலம் போன்றவற்றைப் பற்றி மக்கள் பேசுகின்றனர். ஒரு தொப்பிக்குள் இருந்து ஒரு முயலை வெளியே எடுப்பது, ஒரு மனிதனை மாயமாய் மறையச் செய்வது போன்ற வித்தைகளும் மாயாஜாலம் என்று அழைக்கப்படுகின்றன.

உங்களுக்குள் மறைந்திருக்கும் சக்தி

பெரும்பாலான மக்களைப் பொருத்தவரை, மாயாஜாலம் என்பது அறிவுக்கு எட்டாத ஆற்றல்களால் விளைவுகளை உற்பத்தி செய்வதாகும். ஆனால் மாயாஜாலம் என்ற வார்த்தைக்குப் பலர் பல்வேறு விதமாகப் பொருள் கொள்ளக்கூடும். எந்தச் செயல்முறை ஒரு விளைவை உருவாக்கியது என்பது உங்களுக்குத் தெரியும் என்றால், அதற்குப் பெயர் மாயாஜாலம் அல்ல. இன்று உலகில் பல்வேறு ஒதுக்குப்புறமான இடங்களில் வாழ்கின்ற பழங்குடியின மக்களைப் பொருத்தவரை, விமானம், வானொலி, தொலைக்காட்சி, பதிவு இயந்திரங்கள் போன்ற எல்லாமே மாயாஜாலமான பொருட்களாகத்தான் தெரியும். அதேபோல, 150 அல்லது 200 வருடங்களுக்கு முன்பு இந்தக் கண்டுபிடிப்புகள் அனைத்தையும் நாமும் மாயாஜாலமானவையாகவே கருதியிருப்போம்.

இறையியலாளர் எவரும் கடவுளை ஒருபோதும் பார்த்ததில்லை. ஆனால் கடவுளின் இருத்தலையும் சக்தியையும்

நம் வாழ்வின் அனைத்து நிலைகளிலும் நம்மால் பயன்படுத்திக் கொள்ள முடியும். மின்சாரம் என்றால் என்ன என்று நமக்குத் தெரியாது. அது செய்கின்ற சில விஷயங்களைப் பற்றி மட்டுமே நமக்குத் தெரியும். உண்மையில், நாம் எல்லோரும் தினமும் மாயாஜாலங்களைச் செய்து வருகிறோம். நாம் நம் விரலை நிமிர்த்த விரும்புகிறோம் என்று வைத்துக் கொள்ளுங்கள். கண்ணுக்குப் புலப்படாத ஒரு சக்தி நம் விருப்பத்திற்கு ஏற்பச் செயல்விடை அளிக்கிறது. ஆனாலும் நாம் எப்படி நம் விரலை நிமிர்த்துகிறோம் என்று நமக்குத் தெரியாது.

ஒரு விரலை உயர்த்துவதன் மூலம் தொலைதூரத்தில் உள்ள ஒரு நட்சத்திரத்தை நீங்கள் தொந்தரவு செய்கிறீர்கள் என்று சாக்ரடீஸ் கூறுகிறார். நமக்குள் இருக்கும் மாயாஜால சக்தியைப் பற்றிப் போதுமான அளவு நாம் எல்லோருமே அறிந்திருக்கிறோம் என்பதை விரைவில் நீங்கள் உணர்வீர்கள். ஆனால் அந்த சக்தியை நாம் அப்பெயரில் அழைப்பதில்லை.

மாயாஜால சக்தியுடன் உங்களை ஒருங்கிணைத்துக் கொள்ளுதல்

உங்களுக்குள் இருக்கும் முடிவில்லா சக்தியுடன் உங்களை ஒருங்கிணைத்துக் கொண்டு உங்கள் ஒட்டுமொத்த வாழ்க்கையையும் உங்களால் பரிபூரணமாக மாற்ற முடியும். நான் முன்பே குறிப்பிட்டதுபோல, நான் செல்கின்ற இடமெல்லாம், தங்களுக்குள் இருக்கின்ற இந்த சக்தியைப் பயன்படுத்தித் தங்கள் வாழ்க்கையை முற்றிலுமாக மாற்றிக் கொண்டுள்ளதாகப் பலர் என்னிடம் கூறுகின்றனர். தங்களுடைய நண்பர்களும் தங்களுக்குப் பரிச்சயமானவர்களும், “உங்களுக்கு என்னவாயிற்று? நீங்கள் முற்றிலுமாக மாறிப் போயிருக்கிறீர்களே!” என்று வியப்பதாக அவர்களில் பலர் கூறியுள்ளனர்.

இந்நூலில் வரைகோடிட்டுக் காட்டப்பட்டுள்ள உத்திகளையும் செயல்முறைகளையும் நீங்கள் பின்பற்றும்போது, இந்த உள்ளார்ந்த சக்தியால் உங்கள் பிரச்சனைகளைத் தீர்க்க முடியும், உங்களைச் செழிப்புறச் செய்ய முடியும், உங்களுக்குள் ஒளிந்திருக்கும் திறமைகளை வெளிக்கொணர முடியும், உங்களை நோயிலிருந்து குணப்படுத்த முடியும், தோல்வியிலிருந்தும் அனைத்து விதமான குறைபாடுகளிலிருந்தும் மீட்டெடுக்க முடியும் என்பதை நீங்கள் காண்பீர்கள். இந்த சக்தியால் உங்களுக்கு வழிகாட்ட முடியும், உங்களுடைய திறமைகளை

வெளிப்படுத்திக் கொள்வதற்கான பல்வேறு வாய்ப்புக் கதவுகளை உங்களுக்காகத் திறந்துவிட முடியும். நல்லிணக்கம், மகிழ்ச்சி, மனஅமைதி ஆகியவற்றைக் கொண்டுவருகின்ற உத்வேகம், வழிகாட்டுதல், படைப்புத்திறன்மிக்கப் புதிய யோசனைகள் ஆகியவற்றை உங்களால் பெற முடியும்.

தேர்வுகளில் வெற்றி பெறுவதற்கு ஒரு கல்லூரி மாணவன் தன் உள்ளார்ந்த சக்தியுடன் தன்னை ஒருங்கிணைத்துக் கொண்ட விதம்

ஒருசில மாதங்களுக்கு முன்பு, படிப்பில் மிக மோசமாகச் செயல்பட்டுக் கொண்டிருந்த ஒரு கல்லூரி மாணவனுடன் நான் பேசினேன். தேர்வுகளில் தோற்றுப் போகும் அளவுக்குத் தான் மிக மோசமான மதிப்பெண்களைப் பெற்றுக் கொண்டிருந்ததால் தான் மிகவும் மனம் தளர்ந்து போயிருந்ததாக அவன் கூறினான். என்னுடைய இன்னொரு நூலான ‘சீக்ரெட்ஸ் ஆஃப் த ஐ சிங்’ என்ற நூலைத் தான் வாசித்துக் கொண்டிருந்ததாகவும், தான் கேட்ட ஒரு கேள்விக்கு, ‘அந்த மாபெரும் மனிதனைப் போய்ப் பார்’ என்ற பதில் அப்புத்தகத்திலிருந்து தனக்குக் கிடைத்ததாகவும் அவன் என்னிடம் தெரிவித்தான். அந்த பதிலுக்கு ஆழமான அர்த்தங்கள் இருந்தாலும், ஓர் ஆலோசனையாளரையோ அல்லது ஓர் ஆன்மீக அறிவுரையாளரையோ தான் சந்தித்துப் பேச வேண்டும் என்று அவன் அதற்கு அர்த்தம் கற்பித்துக் கொண்டான். அதன் விளைவாகத்தான் அவன் என்னை சந்திக்க வந்தான்.

“நீ ஏன் மோசமான மதிப்பெண்களைப் பெற வேண்டும்? முடிவில்லாப் பேரறிவு உன் ஆழ்மனத்திற்குள் குடிகொண்டுள்ளது. உன்னால் அதைப் பயன்படுத்திக் கொள்ள முடியும்,” என்று நான் கூறினேன்.

“என் பெற்றோர்கள் எப்போதும் என்னை விமர்சித்துக் கொண்டே இருக்கின்றனர். என்னைவிட என் சகோதரி படிப்பில் மிகவும் கெட்டிக்காரியாக இருப்பதாக சமயம் கிடைக்கும்போதெல்லாம் அவர்கள் சுட்டிக்காட்டுகின்றனர். அவள் எல்லாத் தேர்வுகளிலும் சுலபமாகத் தேர்ச்சி பெற்றுவிடுகிறாள்,” என்று அவன் பதிலளித்தான்.

தன் சகோதரியுடன் தன்னை ஒப்பிடுவதை அவன் உடனடியாக நிறுத்த வேண்டும் என்று நான் அந்த இளைஞனுக்கு விளக்கிக் கூறினேன். அனைத்து ஒப்பீடுகளும் வெறுக்கத்தக்கவை

என்பதையும், ஒவ்வொரு நபரும் தனித்துவமானவர் என்பதையும், அவர்கள் வெவ்வேறு திறமைகளுடன் பிறந்திருக்கின்றனர் என்பதையும் நான் அவனுக்குச் சுட்டிக்காட்டினேன்.

"உன்னை மற்றவர்களோடு ஒப்பிடுவதன் மூலம், நீ அடுத்தவரை அரியாசத்தின்மீது ஏற்றி வைக்கிறாய், உன்னைத் தாழ்த்திக் கொள்கிறாய். மேலும், நீ உன் சகோதரியின் நடவடிக்கைகள்மீதும் வெற்றிகள்மீதும் அளவுக்கதிகமான கவனம் செலுத்திவிட்டு, உன்னுடைய படிப்பை உதாசீனப்படுத்துகிறாய், உனக்குள் இருக்கும்

திறமைகளை நீ மறந்துவிடுகிறாய். நீ தொடர்ந்து இதேபோல நடந்து கொண்டால், நீ உன் முயற்சியைக் கைவிட்டுவிடுவாய், உன் ஊக்கத்தைத் தொலைத்துவிடுவாய். இறுதியில் உனக்குள் மனஅழுத்தமும் பதற்றமும்தான் மலைபோலக் குவியும்.

"உனக்கு இருக்கும் ஒரே போட்டி உன் சொந்த மனத்திற்குள்தான் நடைபெற்றுக் கொண்டிருக்கிறது. தோல்வி குறித்த எண்ணத்திற்கும் வெற்றி குறித்த எண்ணத்திற்கும் இடையேயான போட்டிதான் அது. வெற்றி பெறுவதற்கான, அனைத்துப் பிரச்சனைகளிலிருந்தும் மீள்வதற்கான திறனோடு நீ பிறந்திருக்கிறாய். முடிவில்லாப் பேரறிவு நீ தோற்க அனுமதிக்காது. நீ அதனோடு ஐக்கியமாகியிருக்கிறாய்."

என் பரிந்துரையின் பேரில், தினமும் இரவில் படுக்கப் போவதற்கு முன்பு அவன் ஓர் எளிய சுயபிரகடனத்தைக் கூறினான். அந்த சுயபிரகடனம் இதுதான்:

"என் சகோதரியும் என் சக மாணவர்களும் தங்கள் படிப்பில் வெற்றிகளையும் சாதனைகளையும் பெற வேண்டும் என்று நான் மனதார விரும்புகிறேன். முடிவில்லாப் பேரறிவு என்னை என் படிப்பில் வழிநடத்துகிறது, எனக்குத் தெரிந்திருக்க வேண்டிய அனைத்தையும் எனக்கு வெளிப்படுத்துகிறது. என் ஆழ்மனத்திற்கு ஒரு கச்சிதமான நினைவாற்றல் இருக்கிறது என்பதை நான் அறிவேன். என்னுடைய அனைத்துத் தேர்வுகளிலும் அனைத்துக் கேள்விகளுக்குமான விடைகளை அது எனக்கு வெளிப்படுத்துகிறது. நான் என்னுடைய எல்லாத் தேர்வுகளிலும் தெய்வீக ஒழுங்கின்படி வெற்றிகரமாகத் தேர்ச்சி பெறுகிறேன். நான் தினமும் இரவில் மனஅமைதியுடன் தூங்கி மாறுநாள் காலையில் மனமகிழ்ச்சியோடு கண்விழிக்கிறேன்."

அந்த இளைஞன் இவ்வாறு தொடர்ந்து சிந்திக்கவும் செயல்படவும் செய்தான். சமீபத்தில் நான் அவனை சந்தித்தபோது, "நான் இப்போது யாருடனும் போட்டிப் போடவில்லை. நான் நன்றாகப் படித்துக் கொண்டிருக்கிறேன்.

வெற்றி பெறுவதற்குத் தேவையான எல்லாம் என்னிடம் இருக்கிறது என்று இப்போது நான் உறுதியாக நம்புகிறேன்," என்று கூறினான்.

"நம் ஒவ்வொருவருக்கும் வழிகாட்டுதல் உள்ளது. நாம் உன்னிப்பாகக் காதுகொடுத்துக் கேட்டால், சரியான வார்த்தை நம் காதுகளில் விழும்," என்று அமெரிக்கத் தத்துவவியலாளரான ரால்ஃப் வால்டோ எமர்சன் கூறியுள்ளார்.

தொலையுணர்வால் காப்பாற்றப்பட்ட ஓர் இளம் செவிலி

தொலையுணர்வு என்றால் உங்களுக்குள் இருக்கும் ஆன்மாவோடு தொடர்பு கொண்டு, அதனோடு தகவல் பரிமாற்றத்தில் ஈடுபடுவது என்று பொருள். நீங்கள் பிரார்த்தனை செய்யும்போது நீங்கள் உங்கள் ஆன்மாவைத் தொடர்பு கொள்கிறீர்கள். உங்கள் நம்பிக்கைக்கு ஏற்றாற்போல அது உங்களுக்குச் செயல்விடை அளிக்கிறது.

சமீபத்தில், ஓர் இளம் செவிலி ஒரு விமானப் பயணம் மேற்கொள்ளவிருந்தார். ஆனால் தான் பயணிக்க வேண்டிய நாளுக்கு முந்தைய நாள் இரவில் அவர் ஒரு கனவு கண்டார். அக்கனவில், தான் பயணிக்கவிருந்த விமானம் வானில் வைத்துக் கடத்தப்பட்டதை அவர் கண்டார். அப்போது அவருள் இருந்து ஒரு குரல், 'உன் விமானப் பயணத்தை ரத்து செய்,' என்று கூறியது. திடுக்கிட்டுக் கண்விழித்து எழுந்த அவர், தன் உட்குரல் தனக்குக் கொடுத்திருந்த அறிவுறுத்தலின்படி தன் பயணத்தை ரத்து செய்தார். அவர் கனவு கண்டதைப்போலவே, அவர் தேர்ந்தெடுத்திருந்த அந்த விமானம் கடத்தப்பட்டது.

அவருடைய ஆழ்மனத்தின் வழிகாட்டிக்கொள்கை அவரைக் காப்பாற்றுவதற்காக அந்த நிகழ்வை அவர் முன்கூட்டியே பார்க்கும்படி செய்தது. விமானத்தைக் கடத்துவதற்கான திட்டம் ஏற்கனவே பிரபஞ்ச ஆழ்மனத்தில் இருந்தது. ஆனால் வழிகாட்டுதல் வேண்டி அச்செவிலி பிரார்த்தனை செய்தபோது, ஒரு கனவில் அவர் தனக்குரிய பதிலைப் பெற்றார். அந்த பதில் அவருடைய ஆழ்மனத்திலிருந்து வந்தது.

ஒவ்வொரு நாள் இரவும் தூங்கப் போவதற்கு முன்பாக அப்பெண் இவ்வாறு பிரார்த்தனை செய்தார்: "நான் எங்கு சென்றாலும் தெய்வீக அன்பு எனக்கு முன்னால் அந்த இடத்திற்குச் சென்று, என் பாதையை மகிழ்ச்சிகரமானதாகவும் புகழ்மிக்கதாகவும் ஆக்குகிறது. கடவுளின் முடிவில்லா

அன்பெனும் புனித வட்டம் என்னைச் சூழ்ந்துள்ளது. கடவுள் எப்போதும் என்னைக் கண்காணித்துப் பாதுகாக்கிறார். நான் ஓர் அமோகமான வாழ்க்கையை வாழ்ந்து கொண்டிருக்கிறேன்."

மேலே குறிப்பிடப்பட்டுள்ள பிரார்த்தனை, அப்பெண்ணின் ஆழ்மனத்தின் முடிவில்லாப் பேரறிவுடனான உண்மையான தொடர்பாகும். அந்த முடிவில்லாப் பேரறிவு, அனைத்தும் அறிந்தது, அனைத்தையும் பார்க்கும் வல்லமை பெற்றது. இது அப்பெண்ணின் எண்ணத்தின் இயல்பின்படி செயல்விடை அளிக்கிறது. வினையும் எதிர்வினையும் பிரபஞ்சமயமானது, உலகளாவியது. நீங்கள் பிரார்த்தனை செய்யும்போது, உங்களுக்குள் இருக்கும் முடிவில்லாப் பேரறிவுடன் நீங்கள் தொடர்பு கொள்கிறீர்கள். சிலர் இதைக் கடவுள் என்று அழைக்கின்றனர். மற்றவர்கள், பிரம்மா என்றும், அல்லா என்றும், முடிவில்லாப் பேரறிவு என்றும், வாழும் ஆன்மா என்றும், இன்னும் பல பெயர்களிலும் இதை அழைக்கின்றனர். உங்களுக்குள் இருக்கும் சக்திக்குப் பல பெயர்கள் இருக்கின்றன. ஆனால், அந்த சக்திக்குக் காலமோ அல்லது வெளியோ கிடையாது. அதற்கு வயதும் கிடையாது, பெயரும் கிடையாது.

நீங்கள் நினைவில் வைத்துக் கொள்ள வேண்டியது இதுதான்: உங்கள் எண்ணத்தின் விளைவாகத்தான் முடிவில்லா சக்தி செயல்விடை அளிக்கிறது. 'வினையும் எதிர்வினையும்' எனும் விதியை நீங்கள் கையாண்டு கொண்டிருக்கிறீர்கள். நீங்கள் எதை விதைக்கிறீர்களோ அதையே அறுவடை செய்வீர்கள்.

மனக்காட்சிப்படைப்பின் சக்தியை உணர்ந்து கொண்ட ஒரு விற்பனை மேலாளர்

நம்மைப் பற்றி நம் மனத்தில் நாம் எவ்வாறு காட்சிப்படுத்துகிறோமோ நாம் அப்படியே ஆகிறோம் என்று அமெரிக்கத் தத்துவவியலாளரான ஹென்ரி டேவிட் தோரோ பலப்பல ஆண்டுகளுக்கு முன்பு கூறினார்.

ஒவ்வொரு ஞாயிற்றுக்கிழமையும் வில்ஷயர் எபெல் அரங்கில் நான் நிகழ்த்திய சொற்பொழிவுகளில் அடிக்கடிக் கலந்து கொண்ட ஒரு விற்பனை மேலாளர், மனக்காட்சிப்படைப்பின் சக்தியைத் தான் கைவசப்படுத்தும் விதத்தைப் பற்றி என்னிடம் கூறினார். அந்த உத்தி தனக்கு அசாதாரணமான முறையில் பலனளிப்பதாக அவர் கூறுகிறார். அவர் பின்பற்றுகின்ற உத்தி இதுதான்:

அவர் தன்னை ஆசுவாசப்படுத்திக் கொண்டு, பைபிளைப் படிப்பதன் மூலம் தன் மனத்தை அமைதிப்படுத்துகிறார். பிறகு, தன் அலுவலக அறையில் இருக்கும் வெள்ளைச் சுவரை அவர் பார்க்கிறார். அவர் தன் கவனம் முழுவதையும் அந்த வெற்றுச் சுவரின்மீது குவித்தபடி, அந்த ஆண்டு இறுதியில் தான் எட்ட விரும்புகின்ற விற்பனைத் தொகையைத் தன் மனத்தில் காட்சிப்படுத்தி, அந்தத் தொகையை அந்தச் சுவரின்மீது தன் மனத்தால் கற்பனையாக எழுதுகிறார். பிறகு அவர் அந்தத் தொகையை மிகவும் உன்னிப்பாகப் பார்க்கிறார். இப்போது அந்த எண்கள் தன் ஆழ்மனத்திற்குள் பதிவாகிக் கொண்டிருப்பதாக அவர் சுயபிரகடனம் செய்கிறார். இறுதியாக, தன் நிறுவனத்தின் அற்புதமான வளர்ச்சிக்குத் தான் ஆற்றியுள்ள பெரும் பங்களிப்பையும் தன்னுடைய பிரம்மாண்டமான சாதனைகளையும் குறிப்பிட்டுத் தன் நிறுவனத் தலைவர் தன்னை நேரில் பாராட்டிப் பேசுவதுபோல அவர் தன் மனத்தில் காட்சிப்படுத்துகிறார். தான் விரும்பும் விற்பனைத் தொகை தன் ஆழ்மனத்தில் பதிவாகும் நேரத்தில் தான் பெரும் மனஅமைதியை உணர்வதாகவும் அவர் கூறுகிறார்.

தொலையுணர்வு இங்கு உண்மையிலேயே இயக்கத்தில் உள்ளது. அவருடைய மனக்காட்சிப்படைப்பு அவருடைய ஆழ்மனத்திற்குத் தெரிவிக்கப்படுகிறது. பிறகு அவருடைய பிரார்த்தனைக்கு விடையளிக்கப்படுகிறது.

கடந்த நான்கு வருடங்களாக, தான் மனக்காட்சிப்படுத்திய விற்பனைத் தொகையைவிட அதிகமாகவே தான் ஒவ்வோர் ஆண்டும் சாதித்திருந்ததாக அந்த மேலாளர் என்னிடம் கூறினார். இது முற்றிலும் உண்மை. ஏனெனில், உங்கள் ஆழ்மனம், தன்மீது பதியப்படும் அனைத்தையும் பன்மடங்கு பெருக்குகிறது.

உங்கள் ஆழ்மனத்திற்கு சரியான மனக்காட்சியைக் கொடுங்கள்

நீங்கள் உங்கள் மனத்தில் உருவாக்குகின்ற ஒவ்வொரு படமும், குறிப்பாக, அதற்கு உணர்ச்சியூட்டப்படும்போது, அது நிஜமாகிறது. அது அகத்தில் நிஜமாகலாம் அல்லது புறத்தில் நிஜமாகலாம். அது புறவடிவம் பெறுவதை நீங்கள் தடுத்தால், அது உங்கள் அகத்தில் நிஜமாகி, உங்களை மனரீதியாகவோ, உணர்ச்சிரீதியாகவோ, அல்லது உடல்ரீதியாகவோ வெகுவாக பாதிக்கக்கூடும். எனவே, நிஜ வாழ்க்கையில் எது நிகழக்கூடாது

என்று நீங்கள் விரும்புகிறீர்களோ, அதை உங்கள் மனத்தில் ஒருபோதும் காட்சிப்படுத்தாதீர்கள். இதில் நீங்கள் மிகவும் எச்சரிக்கையாக இருக்க வேண்டும்.

சிறிது காலத்திற்கு முன்பு, ஒருவரைக் கொலை செய்த குற்றத்திற்காகச் சிறையில் அடைக்கப்பட்டிருந்த ஒரு குடிகாரனை நான் சந்தித்தேன். சிறையிலிருந்து விடுவிக்கப்பட்டவுடன் இனி தான் ஒருபோதும் மதுவைத் தொடப் போவதில்லை என்று தான் உறுதியாகத் தீர்மானித்திருந்ததாக அவன் என்னிடம் கூறினான். ஆனால் அவன் சிறையிலிருந்து விடுவிக்கப்பட்டபோது, முதல் நாளன்றே அவன் உடனடியாக அதிகமாகக் குடிக்கத் தொடங்கினான். ஏன்? ஏனெனில், சிறையிலிருந்தபோது மதுவைப் பற்றிய காட்சிகளையே அவன் தன் மனத்தில் உருவாக்கிக் கொண்டிருந்தான். எனவே, அவன் வெளியே வந்த மறுகணம் மதுவைத் தேடி ஓடிவிட்டான்.

தனக்குள் இருந்த மாயாஜால சக்தியைக் கண்டுகொண்ட ஓர் எழுத்தாளர்

என் எழுத்தாளர் நண்பர் ஒருவர், தன்னுடைய கதையை அடிப்படையாகக் கொண்டு உருவாக்கப்பட்ட ஒரு நாடகத்தின் தயாரிப்பாளருக்கும் தனக்கும் இடையே ஒரு கருத்து வேறுபாடு ஏற்பட்டிருந்ததாக என்னிடம் கூறினார். அவர்கள் இருவருக்கும் இடையே ஒரு காரசாரமான விவாதம் நடந்திருந்தது. என் நண்பர், 'மிரக்கிள் ஆஃப் மைன்ட் டைனமிக்ஸ்' என்ற என்னுடைய ஒரு நூலைப் படித்துவிட்டு, அதில் கூறப்பட்டிருந்த பிரார்த்தனை உத்திகளில் பலவற்றைப் பயிற்சி செய்திருந்தார். அவர் தன் வீட்டிற்குச் சென்றபோது, அவர் நேராகத் தன் அறைக்குச் சென்று, தன்னை ஆசுவாசப்படுத்திக் கொண்டு, தனக்குள் இருந்த முடிவில்லா சக்தியைப் பற்றி சிந்திக்கத் தொடங்கினார். பிறகு, தன் தயாரிப்பாளருடன் அவர் ஒரு கற்பனையான உரையாடலில் ஈடுபட்டார். அத்தயாரிப்பாளர் தன் முன்னால் நின்று கொண்டிருந்ததுபோல அவர் தன் மனத்தில் காட்சிப்படுத்தினார். தங்களுக்குள் இணக்கமும் சமாதானமும் நல்ல புரிதலும் நிலவியதாக அவர் கற்பனை செய்தார். தன்னுடைய இந்த விலாவாரியான கற்பனையில் என் நண்பர் தன் தயாரிப்பாளருடன் உரையாடியபோது, "தெய்வீக ஒழுங்கின்படி எல்லாம் நடக்க வேண்டும்," என்று குறிப்பிட்டார். பிறகு, "நம் இருவருக்கும் இடையே கச்சிதமான உடன்பாடு நிலவுகிறது. தெய்வீக ஒழுங்கு எல்லாவற்றையும்

பார்த்துக் கொள்ளும்," என்று அத்தயாரிப்பாளர் கூறுவதுபோல அவர் கற்பனை செய்தார்.

இந்த அமைதியான மனநிலையில், தன் பிரச்சனைக்கு ஒரு மகிழ்ச்சியான, இணக்கமான தீர்வு கிடைத்திருந்ததுபோல அவர் கற்பனை செய்தார். தானும் அத்தயாரிப்பாளரும் ஒருவரோடு ஒருவர் கைகுலுக்கிக் கொள்வதுபோலவும் அவர் தன் மனத்தில் காட்சிப்படுத்தினார். பல நாட்களுக்குப் பிறகு என் நண்பர் அத்தயாரிப்பாளரை சந்தித்தார். என் நண்பரைக் கண்டவுடனேயே அத்தயாரிப்பாளர் அவரை அழைத்து, "நான் உங்களுடைய கதையை மீண்டும் படித்தேன். நீங்கள் கூறியது சரி என்பதை நான் ஒப்புக் கொள்கிறேன். உங்கள் விருப்பப்படியே செய்யலாம்," என்று கூறினார்.

என் நண்பர் கற்பனை செய்திருந்தபடியே எல்லாம் கச்சிதமாக நடந்தது. நீங்களும் முயற்சி செய்து பாருங்கள். இது நிச்சயமாகப் பலனளிக்கும்! தன் பயத்திலிருந்தும் கோபத்திலிருந்தும் பகையுணர்விலிருந்தும் விடுபட்டு, தன் முரண்பாடுகளுக்குத் தீர்வு கண்டு, தன் மனத்தைக் கூர்மையாக்கி, ஓர் அற்புதமான வாழ்க்கையை எவரொருவராலும் வாழ முடியும். என் நண்பர் செய்ததுபோல நம் மனப்போக்குகளை மாற்றிக் கொள்வதன் மூலமாக அதை நம்மால் சாதிக்க முடியும். மாபெரும் அமெரிக்க உளவியலாளரான வில்லியம் ஜேம்ஸ், "தங்கள் மனப்போக்குகளை மாற்றிக் கொள்வதன் மூலம் மக்களால் தங்கள் வாழ்க்கையை மாற்றிக் கொள்ள முடியும்," என்று கூறியுள்ளார்.

தொலையுணர்வு சக்தியை எவரொருவராலும் பயன்படுத்த முடியும்

உங்களுக்குள் இருக்கும் முடிவில்லா சக்தியை உங்களால் தொடர்பு கொள்ள முடியும், அதனிடமிருந்து உத்வேகம் பெற முடியும். இது நீங்கள் காற்றை சுவாசிப்பதுபோல சுலபமானது. நீங்கள் எந்தக் கடுமையான முயற்சியுமின்றி சுவாசிக்கிறீர்கள். அதேபோல, தெய்வீகப் பேரறிவை எந்தப் பதற்றமும் இன்றி நம் மனத்திற்குள் நம்மால் அனுமதிக்க முடியும்.

உத்வேகம் பற்றிப் பலர் பல தவறான கருத்துக்களைக் கொண்டுள்ளனர். மாபெரும் ஆன்மீகவாதிகளும் துறவிகளும் மட்டுமே அனுபவிக்கின்ற அல்லது அவர்கள் மற்றவர்களுக்குக் கொடுக்கின்ற ஓர் அசாதாரணமான அனுபவம் அது என்று அவர்கள் நம்புகின்றனர். ஆனால் அது உண்மையல்ல.

ஆன்மீக வாழ்க்கை வாழ்கின்ற நபர்களுக்கு அடிக்கடி தெய்வீக உத்வேகம் கிடைக்கிறது, உள்ளுணர்வுரீதியான யோசனைகள் கிடைக்கின்றன என்பது உண்மைதான் என்றாலும், தனக்குள் இருக்கும் முடிவில்லா சக்தியைத் தொடர்பு கொள்வதன் மூலமாக ஒரு தொழிலதிபராலும் தெய்வீக உத்வேகம் பெற முடியும் என்பதும் அதே அளவு உண்மை. எந்தவொரு பிரச்சனை குறித்தும் தெய்வீக உத்வேகம் அல்லது தெய்வீக வழிகாட்டுதலை உங்களால் பெற முடியும். வேறு வார்த்தைகளில் கூறினால், உங்களுக்குள் இருக்கும் முடிவில்லா சக்தியிடம் அல்லது கடவுளிடம் கேட்பதன் மூலம், நீங்கள் நாடுகின்ற தகவல்களை உங்களால் பெற முடியும், உங்களுக்குத் தேவையான அறிவை உங்களால் கைவசப்படுத்த முடியும், உங்களுடைய வியாபாரப் பிரச்சனைகளைத் தீர்க்க முடியும்.

நீங்கள் ஒரு நாவலாசிரியராக இருக்கலாம். நீங்கள் ஏகப்பட்டப் புத்தகங்களை எழுதியிருக்கலாம். ஆனாலும், ஒரு காகிதத்தையும் ஒரு பேனாவையும் கையிலெடுக்கும்போது உங்களால் எதுவும் எழுத முடியவில்லை, உங்களுக்கு எந்தவொரு யோசனையும் வரவில்லை, கதைக்கான கரு எதுவும் உங்களுக்கு உதிக்கவில்லை. நீங்கள் ஐந்தாறு கோப்பைகள் காபி அருந்தியும்கூட ஒரு பிரயோஜனமும் இல்லை. இப்போது என்ன செய்வது? உங்கள் மனத்தை அமைதிப்படுத்திவிட்டு, கடவுளின் படைப்புத்திறன்மிக்க யோசனைகள் தெய்வீக ஒழுங்கின்படி உங்களுக்குள் மலர்வதாக சுயபிரகடனம் செய்யுங்கள். அப்போது உங்களுக்குத் தேவையான உந்துதலையும் வழிகாட்டுதலையும் படைப்பாற்றலையும் நீங்கள் பெறுவீர்கள். யோசனைகள் தாராளமாகவும் மகிழ்ச்சியாகவும் விரைவாகவும் உங்களை நோக்கிப் பாய்ந்து வரும்.

ஒரு பொறியியலாளர் தனக்குத் தேவைப்பட்டக் குறிப்பிட்டத் தகவலைப் பெற்ற விதம்

ஒருமுறை, தான் கல்லூரியில் படித்துக் கொண்டிருந்த காலத்தில் நிகழ்ந்த ஒரு சம்பவத்தைப் பற்றி ஒரு பொறியியலாளர் என்னிடம் கூறினார். அவருடைய பேராசிரியர் ஒரு முக்கியமான தகவலை அவருக்குக் கொடுத்திருந்தார். ஆனால் அந்தப் பொறியியலாளருக்கு அது மறந்துவிட்டது. பரீட்சையின்போது, அத்தகவலைத் தன் நினைவுக்குக் கொண்டுவருமாறு அவர் தன் ஆழ்மனத்திடம் கூறிவிட்டு, மற்றக் கேள்விகளுக்கு விடையளிக்கத் தொடங்கினார். திடீரென்று, தனக்குத்

தேவையான பதில் தன் ஆழ்மனத்திலிருந்து தன் வெளிமனத்திற்கு வந்ததை அவர் உணர்ந்தார். அவருக்குத் தேவையான பதில் எப்போதும் அவருடைய ஆழ்மனத்தில்தான் இருந்தது. ஆனால் அவர் தன்னை ஆசுவாசப்படுத்திக் கொண்டு, கவலையை விட்டொழித்தபோது, அந்த பதில் அவரது ஆழ்மனத்திலிருந்து வெளிமனத்திற்கு சுலபமாக வந்தது. அவரும் அப்பரீட்சையில் நன்றாகத் தேர்ச்சி பெற்றார். அமைதியான மனத்திற்குத்தான் விடைகள் கிடைக்கும் என்பதை நினைவில் வைத்திருங்கள்.

பணப்பதிவேட்டு இயந்திரத்தைக் கண்டுபிடித்தவர்

சில வருடங்களுக்கு முன்பு, பணப்பதிவேட்டு இயந்திரத்திற்கான யோசனை கிடைக்கப் பெற்ற ஒரு நபரைப் பற்றி ஒரு பத்திரிகையில் ஒரு கட்டுரையை நான் படித்தேன். அந்நபருக்கு அவ்வளவாக 'ஏட்டறிவு' இல்லாவிட்டாலும், அவர் மிகவும் அறிவார்ந்தவர் என்றும், புரிதல் திறன் வாய்க்கப் பெற்றவர் என்றும் அப்பத்திரிகை குறிப்பிட்டிருந்தது.

அவர் ஒரு முறை ஒரு கடற்பயணம் மேற்கொண்டிருந்தபோது, கப்பலின் வேகத்தைப் பதிவு செய்த இயந்திரம் எவ்வாறு வேலை செய்தது என்று அக்கப்பலின் அதிகாரியிடம் அவர் கேட்டார். அந்த இயந்திரத்தின் செயல்பாட்டை அந்த அதிகாரி அவருக்கு விளக்கினார். அப்போது திடீரென்று, பணப்பதிவேட்டு இயந்திரத்திற்கான யோசனை அந்நபருக்கு முளைத்தது.

ஒரு குறிப்பிட்டப் பிரச்சனையைப் பற்றி அவர் நன்றாகத் தெரிந்து வைத்திருந்தார். அதாவது, பல சமயங்களில் அப்பாவிகள்மீது திருட்டுப் பழி சுமத்தப்படுகிறது, உண்மையான திருடர்கள் ஒருபோதும் பிடிபடுவதில்லை. மேலும், கல்லாவில் பணப் பரிவர்த்தனை நிகழும்போது, சில்லறையைத் திருப்பிக் கொடுக்கும்போது ஏராளமான தவறுகள் நிகழக்கூடும். இப்பிரச்சனையைப் பற்றி சிந்தித்துப் பார்த்த அந்நபர், கப்பலின் வேகப்பதிவு இயந்திரத்தின் செயல்பாடுகளை மனத்தில் வைத்துக் கொண்டு இப்பிரச்சனைக்கு ஒரு தீர்வைத் தேடினார். அப்போது தெய்வீக உத்வேகத்தின் ஊடாக அவர் பணப்பதிவேட்டு இயந்திரத்தை உருவாக்கினார்.

இதை உத்வேகம் என்றும், தொலையுணர்வு என்றும் அழைக்கலாம். படைப்பாற்றல்மிக்க யோசனைகளைக் கொடுக்குமாறு நீங்கள் உங்கள் ஆழ்மனத்திடம் கேட்டால், உங்களைக் கோடீஸ்வரராக ஆக்கக்கூடிய சாத்தியமுள்ள யோசனைகள் உங்களுக்குள் ஊற்றெடுக்கும்.

தொலையுணர்வை தினமும் எவ்வாறு பயிற்சி செய்வது

நீங்கள் கேட்கும் எதையும் உங்களுக்குள் இருக்கும் முடிவில்லா சக்தியால் உங்களுக்குக் கொடுக்க முடியும் என்ற நம்பிக்கையுடன் உங்கள் உள்ளார்ந்த சக்தியோடு நீங்கள் உங்களை இசைவுபடுத்திக் கொண்டு, அதனிடம் வழிகாட்டுதலைக் கேட்டால், உங்களுக்கான விடைகள் அனைத்தும் உங்களுக்குக் கிடைக்கும். மின்நிலையத்திலிருந்து வருகின்ற மின்கம்பி உங்கள் வீட்டு அறையில் பொருத்தப்படுகிறது. முக்கிய மின்கம்பி எடிசனுக்குச் சொந்தமானது. உங்கள் வீட்டில் இருக்கும் மின்கம்பிகள் உங்களுக்குச் சொந்தமானவை. ஆனால் சுவிட்சைப் போட்டவுடன் விளக்கு எரிவதற்கு இவ்விரு கம்பிகளுக்கும் இடையே தொடர்பு ஏற்படுத்தப்படுகிறது. இதேபோல, இக்கணத்தில், உங்களுக்குள் இருக்கும் முடிவில்லாக் களஞ்சியத்துடனும் ஞானத்துடனும் உங்கள் வெளிமனத்தால் தொடர்பு கொள்ள முடியும். அனைத்தும் அறிந்த, அனைத்தையும் பார்க்கின்ற, உங்கள் பிரார்த்தனைகளுக்கு பதிலளிக்கின்ற ஓர் அறிவும் ஞானமும் உங்கள் ஆழ்மனத்தில் இருக்கிறது என்பதை நீங்கள் நம்பாதவரை நீங்கள் பிரார்த்தனை செய்ய மாட்டீர்கள்.

சுருக்கமாக . . .

1. தொலையுணர்வு என்றால் அனைத்து ஞானத்தையும் அனைத்து சக்தியையும் உள்ளடக்கியுள்ள உங்கள் ஆழ்மனத்தோடு அல்லது உங்கள் ஆன்மாவோடு தொடர்பு கொள்வது என்று பொருள். நீங்கள் நம்பிக்கையோடு பிரார்த்தனை செய்யும்போது, உங்கள் ஆழ்மனம் உங்கள் பிரார்த்தனைக்கு விடையளிக்கும்.
2. அனைத்தும் அறிந்த, அனைத்தையும் பார்க்கின்ற, கண்களுக்குப் புலப்படாத ஓர் அறிவும் ஞானமும் சக்தியும் உங்கள் ஆழ்மனத்தில் உள்ளன. உங்கள் வெளிமனத்தைக் கொண்டு இந்த சக்தியை உங்களால் தொடர்பு கொள்ள முடியும். இந்த சக்திக்கு நேரமோ அல்லது வெளியோ கிடையாது. இது பெயரற்றது, வயதற்றது, நிரந்தரமானது.
3. உங்கள் பிரச்சனைகளைத் தீர்ப்பதற்கும், எல்லா விதத்திலும் நீங்கள் செழிப்புறுவதற்கும், உங்களுக்குள் ஒளிந்திருக்கும் திறமைகளை வெளிக்கொண்டு

வருவதற்கும், மகிழ்ச்சி, மனஅமைதி, சுதந்திரம் ஆகியவற்றுக்கு இட்டுச் செல்லக்கூடிய பாதையில் உங்களைக் கொண்டுவந்து நிறுத்துவதற்கும் உங்கள் உள்ளார்ந்த சக்திகளை உங்களால் பயன்படுத்திக் கொள்ள முடியும்.

4. மற்றவர்களோடு உங்களை ஒப்பிடுவதை இக்கணமே நிறுத்திவிடுங்கள். நீங்கள் தனித்துவமானவர், மற்ற அனைவரிலிருந்தும் முற்றிலும் வேறுபட்டவர். நீங்கள் உங்களுடைய உள்ளார்ந்த சக்திகளின்மீது கவனம் செலுத்தினால், நீங்கள் தேர்ந்தெடுத்துள்ள துறையில் நீங்கள் மிகவும் வெற்றிகரமாகத் திகழ்வீர்கள். உங்களை ஆசுவாசப்படுத்திக் கொண்டு, உங்கள் மனத்தை அமைதியாக்கி, தினமும் காலையிலும் இரவிலும், “என் ஆழ்மனத்திலுள்ள முடிவில்லாப் பேரறிவு தெய்வீக ஒழுங்கின்படி என்னை வழிநடத்துகிறது,” என்று பிரார்த்தனை செய்யுங்கள்.

5. நீங்கள் பிரார்த்தனை செய்யும்போது, முடிவில்லாப் பேரறிவுடன் அல்லது கடவுளுடன் நீங்கள் தொடர்பு கொள்கிறீர்கள். உங்கள் நம்பிக்கைக்கு ஏற்றவாறு உங்களுக்கு விடையளிக்கப்படுகிறது.

6. உங்கள் மனத்தில் நீங்கள் உருவாக்குகின்ற காட்சிகள் உங்கள் வாழ்வில் புறவடிவம் பெறுகின்றன.

7. தான் மதுவருந்திக் கொண்டிருப்பதுபோலத் தன் மனத்தில் காட்சிப்படுத்துகின்ற ஒரு முன்னாள் குடிகாரன் நிச்சயமாக மீண்டும் குடிக்கத் தூண்டப்படுவான். உங்கள் மனத்தில் நீங்கள் உணர்ச்சிகரமாகக் காட்சிப்படுத்தும் எந்தவொரு விஷயமும் உங்கள் அனுபவத்தில் மெய்ப்படும். எனவே, அழகானவற்றையும் மதிப்பானவற்றையும் மட்டுமே கற்பனை செய்யுங்கள்.

8. உங்களுக்கு ஒருவருடன் ஒரு கருத்து முரண்பாடு ஏற்பட்டிருந்தால், கற்பனையாக அவரோடு உரையாடுங்கள். உங்கள் இருவருக்கும் இடையே இணக்கமும் சமாதானமும் தெய்வீகப் புரிதலும் நிலவுவதாக உங்கள் மனத்தில் காட்சிப்படுத்துங்கள். நீங்கள் உண்மை என்று நினைத்துக் கற்பனை செய்யும் எதுவொன்றும் உங்கள் வாழ்வில் நிஜமாகும்.

2

காலத்தால் அழியாத மாபெரும் ரகசியத்தைத் தொலையுணர்வு எவ்வாறு வெளிப்படுத்துகிறது

பில்லிசூனியம், கொள்ளிக் கண், மந்திரதந்திரம் போன்றவற்றைக் குறித்துப் பலர் இன்று பயப்படுகின்றனர். தங்களுக்குத் தீங்கு விளைவிப்பதற்கான அல்லது தங்கள் மகிழ்ச்சியைச் சீர்குலைப்பதற்கான ஏதோ ஒரு மாய சக்தி சிலரிடம் இருப்பதாக ஒரு பொதுவான பயம் நிலவுகிறது.

மனிதனுக்குள் இருக்கும் மாபெரும் ரகசியம்

அனைத்து உண்மைகளிலும் மிகப் பெரிய உண்மையை நீங்கள் தெரிந்து கொண்டால், ஒரு முழுமையான, மகிழ்ச்சியான வாழ்க்கையை உங்களால் வாழ முடியும். அந்த உண்மை இதுதான்: 'கடவுள் என்ற ஒரே ஒரு சக்தி மட்டுமே உண்டு.'

நாம் சிறு குழந்தைகளாகவும் வெகுசுலபமாக அடுத்தவர்களின் தாக்கத்திற்கு ஆளாகின்றவர்களாகவும் இருந்தபோது, அவ்வளவாக விஷயம் தெரிந்திராத நம் பெற்றோர்கள், தண்டிக்கின்ற ஒரு கடவுளைப் பற்றியும், நம்மை சபலத்திற்கு ஆளாக்குகின்ற ஒரு சாத்தானைப் பற்றியும் நம்மிடம் கூறினர். மேலும், நாம் மோசமாக நடந்து கொண்டால் நாம் நரகத்திற்குச் சென்று என்றென்றைக்கும் அங்கு துன்புற நேரிடும் என்றும் அவர்கள் நம்மை எச்சரித்தனர். குழந்தைகளும் குழந்தைத்தனமான மனம் கொண்டவர்களும் காட்சிரீதியாக மட்டுமே சிந்திக்கின்றனர். எனவே, கடவுளையும் சாத்தானையும் பற்றிய உருவங்களை அவர்கள் தங்கள் மனங்களில் உருவாக்கிக் கொள்கின்றனர். சொர்க்கத்தில் தேவதைகள் புடைசூழ ஒரு பொன் அரியணையில் கடவுள் அமர்ந்திருப்பதுபோலவும், கீழே நரகத்தின் நெருப்பில் சாத்தான் இருப்பதுபோலவும் குழந்தைகள்

காட்சிப்படுத்திக் கொள்கின்றனர். நாம் சிந்திக்கும் விதத்தின் மூலமாகவும், உணரும் விதத்தின் மூலமாகவும், நம்பும் விதத்தின் மூலமாகவும் நம் சொந்த சொர்க்கங்களையும் நரகங்களையும் நமக்கு நாமே உருவாக்கிக் கொள்கிறோம் என்பதை யாரும் உணர்வதில்லை.

பழங்கால மனிதன் இன்பங்களைக் கடவுளுடனும், வேதனைகள், துயரங்கள், மற்றும் இன்னல்களைத் தீய ஆவிகளுடனோ அல்லது தானாக உருவாக்கிக் கொண்ட சாத்தான்களுடனோ தொடர்புபடுத்தினான். கற்கால மனிதன், தன் கட்டுப்பாட்டிற்கு அப்பாற்பட்ட வினோதமான ஆற்றல்கள் தன்னைக் கட்டுப்படுத்திக் கொண்டிருந்ததாக நினைத்தான். பூகம்பங்களும் வெள்ளங்களும் ஏற்பட்டபோது, அதற்கான காரணம் என்னவென்று தெரியாத பூசாரிகள், கடவுள்கள் கோபமுற்றிருந்ததாகக் கூறினர். தாங்கள் உருவாக்கி வைத்திருந்த கடவுள்களை மனங்குளிரச் செய்வதற்காக அவர்கள் பலி கொடுப்பதில் ஈடுபட்டனர். சூரியனால் மனிதனுக்கு வெப்பம் கிடைத்தது, ஆனால் ஒரு நீண்ட வறட்சி ஏற்பட்டபோது, அதே சூரியன் இந்த பூமியைச் சுட்டெரித்தது. நெருப்பானது மனிதனுக்குக் கதகதப்பைக் கொடுத்தது, ஆனால் அது அவனைச் சுடவும் செய்தது. இடி முழக்கங்கள் அவனை அச்சுறுத்தின. மின்னல்கள் அவனை பயத்தில் உறையச் செய்தன. சில சமயங்களில் அளவுக்கதிகமான நீர்ப் பெருக்குகள் அவனுடைய நிலங்களை வெள்ளக்காடாக மாற்றின, அவனுடைய குழந்தைகளையும் கால்நடைகளையும் மூழ்கடித்தன. இந்த இயற்கை ஆற்றல்கள் அனைத்தையும் அவன் பல்வேறு கடவுள்களாகப் பார்த்தான், அவ்வாறே நம்பினான்.

இந்த அறியாமையின் காரணமாக, காற்றும் விண்மீன்களும் மழையும் தன் பிராத்தனைகளுக்கு விடையளிக்கும் என்ற நம்பிக்கையில், கற்கால மனிதன் அவற்றிடம் மன்றாடினான். பிறகு, காற்றுக் கடவுளுக்கும் மழைக் கடவுளுக்கும் அவன் பல்வேறு பொருட்களைப் படைக்கத் தொடங்கினான், பல வகையானவற்றைப் பலி கொடுக்கத் தொடங்கினான்.

கடவுள்களை நன்மை பயக்கின்ற சக்தி என்றும், இயற்கைச் சீற்றங்களைத் தீமை பயக்கின்ற சக்தி என்றும் கற்கால மனிதன் வகை பிரித்தான். எனவே, இவ்விரு சக்திகளின் பொதுமையைக் கோடிக்கணக்கான மக்களின் சமய நம்பிக்கைகள் அனைத்திலும் நீங்கள் காணலாம். இரண்டு சக்திகள் இருக்கின்றன என்ற நம்பிக்கை, இந்தப் பழங்கால மூடநம்பிக்கைகளின் எச்ச சொச்சங்கள்தான்.

உங்கள் வாழ்வில் நல்லதும் தீயதும் உங்கள் எண்ணங்களால்தான் தீர்மானிக்கப்படுகின்றன

இயற்கை ஆற்றல்கள் தீயவை அல்ல. அவற்றை நீங்கள் எப்படிப் பயன்படுத்துகிறீர்கள் என்பதுதான் அவை நல்லவையா அல்லது தீயவையா என்பதைத் தீர்மானிக்கிறது. எந்தவொரு சக்தியையும் இரண்டு வழிகளில் உங்களால் பயன்படுத்த முடியும். காற்றால் ஒரு படகை அடித்துத் தள்ளி ஒரு பாறையின்மீது மோதச் செய்ய முடியும். அதே காற்றால், அப்படகை பத்திரமாகக் கரையோரமாக ஒதுக்கவும் முடியும். ஒரு பெருங்கடலில் ஒரு கப்பலை இயக்குவதற்கு அணுவாற்றலை ஆக்கப்பூர்வமாகப் பயன்படுத்த முடியும். அதே அணுவாற்றலைக் கொண்டு நகரங்களையும் மக்களையும் உங்களால் அழிக்க முடியும். ஒரு குழந்தையை மூழ்கடித்துக் கொல்வதற்குத் தண்ணீரை உங்களால் பயன்படுத்த முடியும். அதே தண்ணீரை கொண்டு அவனுடைய தாகத்தையும் உங்களால் தணிக்க முடியும். நெருப்பைக் கொண்டு ஒருவனுக்குக் கதகதப்பூட்ட முடியும் அல்லது அவனை எரித்துவிடவும் முடியும். இயற்கையின் ஆற்றல்களுக்கு நாம்தான் ஒரு நோக்கத்தைக் கொடுக்கிறோம்.

நல்லதும் தீயதும் ஒரு தனிநபரின் மனத்தில்தான் உள்ளன. அவை வேறு எங்கும் இல்லை. நீங்கள் நல்லதைப் பற்றி நினைத்தால் நல்லது பின்தொடரும், தீயதைப் பற்றி நினைத்தால் தீயது பின்தொடரும்.

மாபெரும் எண்ணத்தின்மீது உங்கள் கவனத்தை ஒருமுகப்படுத்தி வாழ்வில் தொடர்ந்து முன்னேறிச் செல்லுங்கள்

'எடின்பர்க் சொற்பொழிவுகள்' மற்றும் பல நூல்களை எழுதிய நீதிபதி தாமஸ் டுரோவர்டு, 1902ல் இவ்வாறு கூறினார்: "உங்களுக்கு வெளியே ஏதோ ஒரு சக்தி இருக்கிறது என்பதை நீங்கள் ஒப்புக் கொண்டுவிட்டால், அந்த சக்தி நன்மை பயக்கக்கூடியது என்று நீங்கள் எவ்வளவுதான் நம்பினாலும், ஒரு 'பயத்திற்கான' விதையை நீங்கள் உங்களுக்குள் விதைத்துவிட்டீர்கள். அதன் பலனை என்றேனும் நீங்கள் அறுவடை செய்தாகத்தான் வேண்டும். இந்த பயம் உங்கள் ஒட்டுமொத்த வாழ்க்கையையும் அன்பையும் சுதந்திரத்தையும் முற்றிலுமாகச் சீரழித்துவிடும். நமக்கு உள்ளேயும் வெளியேயும்

ஒரே ஒரு சக்திதான் உள்ளது என்ற அடிப்படை உண்மையிலிருந்து நாம் ஒருபோதும் பிறழக்கூடாது.

டுரோவர்டு ஓர் அற்புதமான உண்மையை எடுத்துக் கூறியுள்ளார். இதை ஒவ்வொருவரும் நினைவில் வைத்திருக்க வேண்டும். தாம் முழங்குகின்ற விஷயங்களை உருவாக்குவதற்கான சக்தி மற்றவர்களுடைய தூண்டுதல்களுக்குக் கிடையாது. உண்மையான சக்தி உங்கள் சொந்த எண்ணத்தில்தான் இருக்கிறது. உங்கள் எண்ணங்கள் கடவுளின் எண்ணங்களோடு இசைவாக இருக்கும்போது, கடவுளின் சக்தி உங்களுடைய நல்ல எண்ணங்களில் இருக்கும். எப்போதும் உங்கள் சொந்த எண்ணத்திற்குத்தான் படைப்பாற்றல் இருக்கிறது. எந்தவோர் எதிர்மறைத் தூண்டுதலையும் முழுமையாக நிராகரிப்பதற்கும், உங்களுக்குள் இருக்கும் முடிவில்லாப் பேரறிவுடன் உளரீதியாக ஒன்றிணைவதற்குமான சக்தி உங்களுக்கு இருக்கிறது.

பில்லிசூனியம் என்று கூறப்படுகின்ற விஷயம் வெறுமனே ஓர் எதிர்மறைத் தூண்டுதலே

சில வருடங்களுக்கு முன்பு, தென்னாப்பிரிக்காவிலுள்ள கேப்டவுன் நகருக்கு நான் சென்றிருந்தேன். மனத்தின் அறிவியலைப் பற்றிக் கற்றுக் கொடுப்பதற்காக, காலம் சென்ற டாக்டர் ஹெஸ்டர் பிரான்ட், அங்கு ஒரு பெரிய மையத்தை நடத்திக் கொண்டிருந்தார். அந்த மையத்தில் சொற்பொழிவாற்றுவதற்குத்தான் நான் அங்கு சென்றேன். நான் அந்நகரில் இருந்தபோது, ஜோகானஸ்பர்க் நகரில் அமைந்த ஒரு பெரிய தங்கச் சுரங்கத்திற்கு நான் சென்று வருவதற்கு அவர் எனக்கு ஏற்பாடு செய்து கொடுத்தார்.

அந்தச் சுரங்கத்திலிருந்த ஆங்கிலேய மருத்துவர் ஒருவர் கூறிய ஒரு விஷயம் என்னை ஆச்சரியப்படுத்தியது. சுரங்கத்தில் வேலை செய்கின்ற ஒரு தொழிலாளி அச்சுரங்கத்தின் விதிகளை மீறும்போது, 'நீ இன்று மாலை ஆறு மணிக்கு இறந்துவிடுவாய்' என்ற ஒரு செய்தி, பில்லிசூனியம் வைக்கின்ற ஒருவனிடமிருந்து அத்தொழிலாளிக்கு வரும். அத்தொழிலாளி தான் இருந்த இடத்தில் அமர்ந்தபடி இறந்துவிடுவான். அவனுடைய சடலத்தைப் பரிசோதித்துப் பார்க்கும்போது, அவனுடைய மரணத்திற்கு அதில் எந்தக் காரணமும் புலப்படாது. சுரங்க விதிகளை மீறுகின்ற தொழிலாளிகள் தங்களுக்குத் தாங்களே உருவாக்கிக் கொண்ட பயம்தான் அவர்களுடைய மரணத்திற்கான உண்மையான காரணம் என்று அந்த மருத்துவர் கூறினார்.

தனக்கு எதிராகப் பிரார்த்தனை செய்து கொண்டிருந்தவர்கள் குறித்து பயந்த ஒரு பெண்

ஒருசில வாரங்களுக்கு முன்பு, மிகவும் மனம் தளர்ந்து போயிருந்த ஓர் இளம்பெண்ணுடன் நான் பேசினேன். முன்பு தான் உறுப்பினராக இருந்த ஒரு தேவாலயத்தைச் சேர்ந்த சிலர், தான் அவர்களுடைய குழுவிலிருந்து விலகியதால் தனக்கு எதிராகப் பிரார்த்தனை செய்து கொண்டிருந்ததாக அவர் நினைத்தார். தான் சபிக்கப்பட்டிருந்ததாகவும், அதன் விளைவாகத் தன் வாழ்வில் எல்லாமே தவறாகப் போய்க் கொண்டிருந்ததாகவும் அவர் நம்பினார்.

சாபம் என்று அவர் குறிப்பிட்டது, உண்மையில் அவர் தன்னுடைய ஆழ்மன விதியை எதிர்மறையாகப் பயன்படுத்திக் கொண்டிருந்ததுதான் என்றும், பயத்தின் மூலமாக அவர் அந்த சாபங்களைத் தானே தன்மீது சுமத்திக் கொண்டிருந்ததாகவும் நான் அவருக்கு விளக்கினேன். மற்றவர்களுடைய தூண்டுதல்கள் அவருடைய சிந்தனையில் சில தடுமாற்றங்களை ஏற்படுத்தியிருந்தன. அவருடைய எண்ணங்கள் படைப்பாற்றல் கொண்டவை என்பதால், அவர் தன்னைத் தானே காயப்படுத்திக் கொண்டிருந்தார். தனக்குள் இருந்த சக்தியை அவர் தன் முந்தைய தேவாலய உறுப்பினர்களுக்குத் தாரை வார்த்துக் கொடுத்துக் கொண்டிருந்தார். அவர்களுக்கு எந்த சக்தியும் இல்லை என்பதை அவர் உணரத் தவறிவிட்டார்.

சக்தி அவருக்குள்தான் இருந்தது என்றும், அந்த சக்தியை மற்றவர்களுக்குக் கொடுப்பதை அவர் உடனடியாக நிறுத்த வேண்டும் என்றும் நான் அவரிடம் விளக்கினேன். கடவுள் ஒருவரே, அவரைப் பிரிக்க முடியாது. கடவுள் ஒட்டுமொத்தமாக அசைகிறார். அவரில் எந்தப் பிரிவினைகளும் கிடையாது, சண்டைகளும் கிடையாது. இந்த முடிவில்லாப் பேரறிவுடன் தன்னை இசைவுபடுத்திக் கொண்டு, அதற்குத் தன்னுடைய முழுமையான விசுவாசத்தையும் அர்ப்பணிப்பையும் அப்பெண் கொடுப்பாரேயானால், அவருக்கு எந்தத் தீங்கும் நேராது என்று நான் அவரிடம் கூறினேன்.

நான் மேலும், "உங்களுடைய முந்தைய தேவாலயத்தின் உறுப்பினர்கள் அனைவரும் அறியாமையில் இருக்கின்றனர் என்று நினைத்து அவர்கள் குறித்து மனிதாபிமானம் கொள்ளுங்கள். அவர்கள் தூண்டுதலைப் பயன்படுத்துகின்றனர். தூண்டுதல் ஒரு சக்திதான், ஆனால் அது கடவுளின் சக்தி ஆகிவிடாது. கடவுளின் சக்தியில் இணக்கமும் அழகும் அன்பும் அமைதியும்

நிறைந்திருக்கின்றன. ஒரு தூண்டுதலுக்கு எந்த சக்தியும் கிடையாது. நீங்களாக அதற்கு சக்தியைக் கொடுத்தால்தான் உண்டு. உங்களுக்குள் இருக்கும் முடிவில்லா சக்தியுடன் பிரக்ஞையோடு உங்களை இணைத்துக் கொள்ளுங்கள். **'கடவுளின் அன்பு என்னைச் சூழ்ந்திருக்கிறது, அவரது அன்பு என்னை ஆட்கொண்டிருக்கிறது. நான் ஓர் அற்புதமான வாழ்க்கையை வாழ்ந்து கொண்டிருக்கிறேன். கடவுளின் ஆசி என் ஒட்டுமொத்த இருத்தலையும் ஆட்கொண்டுள்ளது'** என்று பிரார்த்தனை செய்யுங்கள்," என்று கூறினேன்.

மேற்கூறப்பட்ட எளிய உண்மைகளைக் கடைபிடித்ததன் வாயிலாக அவர் மனஅமைதியைப் பெற்றார். தானே தன் எதிராளிகளுக்கு சக்தியைக் கொடுத்ததை நினைத்து அவர் தனக்குத் தானே சிரித்துக் கொண்டார். சுமார் ஒரு வாரத்திற்குப் பிறகு, தனக்கு எதிராகப் பிரார்த்தனை செய்ததாக இவர் நினைத்தப் பெண்களில் ஐந்து பேர் மிகவும் நோய்வாய்ப்பட்டதாகவும், அவர்களில் ஒருவர் காலமாகிவிட்டிருந்ததாகவும் நான் கேள்விப்பட்டேன். அவர்களிடமிருந்து இந்த இளம்பெண்ணுக்கு வந்து கொண்டிருந்த எதிர்மறை அதிர்வுகளும் எண்ணங்களும் நின்றுவிட்டன. அந்த உறுப்பினர்களுடைய தீய எண்ணங்கள் இருமடங்கு சக்தியுடன் அவர்களையே தாக்கின. இதுதான் 'பூமராங் விளைவு.'

தன் தந்தை பில்லிசூனியம் மற்றும் மந்திரதந்திர வேலைகளைச் செய்ததாக நம்பிய பெண்

சில மாதங்களுக்கு முன்பு, ஹானலூலூ நகரைச் சேர்ந்த ஒரு பெண்ணின் கதையை நான் செவிமடுத்தேன். வேற்று மதத்தைச் சேர்ந்த ஒருவரை அவர் திருமணம் செய்திருந்தார். அப்பெண்ணின் தந்தை ஒரு பூசாரி. அப்பூசாரிக்கு மந்திர சக்திகள் இருந்ததால், தன்னுடைய மந்திரத்தின் வாயிலாகத் தன் மகளின் திருமண உறவை முறிப்பதற்கு அவர் உறுதி பூண்டார்.

இப்பெண் ஹவாய் பல்கலைக்கழகத்தில் உளவியலில் பட்டம் பெற்றிருந்தார். ஆனாலும் தன் தந்தையின் சாபம் குறித்த பயத்துடன் அவர் வாழ்ந்து வந்தார். அவரையும் அவரது கணவரையும் உண்மையான அன்பு பிணைத்திருக்குமானால், யாராலும் அல்லது எந்தச் சூழ்நிலையாலும் அவர்களுடைய திருமண உறவை முறிக்க முடியாது என்று நான் அப்பெண்ணிடம் விளக்கினேன். அன்பே கடவுள் என்றும், இரண்டு இதயங்கள் ஒன்றுசேர்ந்து துடிக்கும்போது, அனைத்து சாபங்களும்

மந்திரதந்திரங்களும் தவிடுபொடி ஆகிவிடும் என்றும் நான் அவரிடம் கூறினேன்.

நம் ஆழ்மனத்தில் பதிந்துள்ள விஷயங்கள் நம்மீது ஆதிக்கம் செலுத்துகின்றன. மேலும், தங்கள் கற்பனையை எதிர்மறையாகப் பயன்படுத்தியதன் மூலம் லட்சக்கணக்கான மக்கள் முற்றிலும் செயலிழந்து போயுள்ளனர். மேலே குறிப்பிட்டிருந்த பெண், தன் தந்தையின் மந்திரதந்திரங்கள் ஆற்றல்மிக்கவை என்றும், தன் திருமண உறவை முறிப்பதில் அவர் வெற்றி பெற்றுவிடுவார் என்றும் நம்பினார். அதாவது, இவர் தன் மனத்தை எதிர்மறையாகப் பயன்படுத்தினார்.

பதினேழு நூற்றாண்டுகளுக்கு முன்பு வாழ்ந்த மாபெரும் கிரேக்கத் தத்துவவியலாளரான புளோட்டினஸின் கதையை நான் அப்பெண்ணிடம் கூறினேன். அக்காலகட்டத்தில் புளோட்டினஸ் ஒரு மிகப் பெரிய அறிவாளியாகத் திகழ்ந்தார். ஒருமுறை, அவரை சந்தித்த ஓர் எகிப்தியப் பூசாரி, புளோட்டினஸ் இறந்து போவதற்காக மனரீதியாக ஒரு சாபமிட்டான். புளோட்டினஸ் இதைத் தெரிந்து கொண்டார். தனக்கு சக்தி இருந்ததாக அந்த முட்டாள்தனமான பூசாரி நம்பினான் என்பதையும் அவர் அறிந்து கொண்டார். உலகிலுள்ள அனைத்துப் பூசாரிகளும் உங்களை நோக்கி எந்தவோர் எதிர்மறைத் தூண்டுதலை ஏவினாலும் சரி, நீங்கள் அறியாமையாலும் முட்டாள்தனமாகவும் அதை ஏற்றுக் கொண்டாலொழிய, அந்தத் துண்டுதலுக்கு எந்த சக்தியும் கிடையாது.

அன்பே உருவான கடவுளுடன் தான் ஐக்கியப்பட்டிருந்ததாகப் புளோட்டினஸ் நம்பினார். கடவுள் சர்வவல்லமை கொண்டவர். அவருடன் தன்னை ஐக்கியப்படுத்திக் கொண்ட எவரையும் எதுவும் பாதிப்பதில்லை.

அந்த எகிப்தியப் பூசாரி ஏவிய சாபம் பூமராங்போலத் திரும்பிச் சென்று அவனையே தாக்கியதாக வரலாற்றுப் பதிவுகள் கூறுகின்றன. அவன் புளோட்டினஸின் காலடியில் சுருண்டு விழுந்தான். அப்பூசாரியின் அறியாமையின்மீது இரக்கம் கொண்ட புளோட்டினஸ், அவனுடைய கையைப் பிடித்து அவனைத் தூக்கி நிறுத்தினார். கடவுளின் சக்தியை உணர்ந்து கொண்ட அந்தப் பூசாரி, புளோட்டினஸின் ஒரு விசுவாசமான சீடனாக ஆனான்.

இந்த விளக்கம், ஹவாய் மாநிலத்தைச் சேர்ந்த அந்த இளம்பெண்ணுடைய மனத்தில் இருந்த சுமையைப் பெருமளவு

குறைத்தது. அவர் தன் தந்தையிடம் சென்று, "அப்பா, எனக்கு இனியும் உங்களைப் பற்றி எந்த பயமும் இல்லை. நீங்கள் பரிதாபத்திற்குரியவர். உங்களுக்கு சக்தி இருப்பதாக நீங்கள் நினைத்துக் கொண்டிருக்கிறீர்கள். ஆனால் உண்மையில் நீங்கள் எதிர்மறைத் தூண்டுதல்களைப் பயன்படுத்திக் கொண்டிருக்கிறீர்கள். அடுத்தவருக்கு என்ன நேர வேண்டும் என்று நீங்கள் விரும்புகிறீர்களோ, அதை நீங்கள் உங்கள் சொந்த அனுபவத்தில் உருவாக்கிக் கொண்டிருக்கிறீர்கள். உண்மையான சக்தி எனக்குள் இருக்கிறது. நான் கடவுளுடன் ஐக்கியப்பட்டுள்ளதை நான் அறிவேன். அவருடைய அன்பு என்னையும் என் கணவரையும் சூழ்ந்துள்ளது. அந்த அன்பு எங்களைக் கண்காணித்துப் பாதுகாத்துக் கொண்டிருக்கிறது. நான் உங்களைப் பற்றி நினைக்கும்போதெல்லாம், 'கடவுள் என்னுடன் இருக்கும்போது, யாராலும் எனக்கு எதிராகச் செயல்பட முடியாது. நான் சுதந்திரமானவள்,' என்று பிரார்த்தனை செய்கிறேன்," என்று கூறினார். பிறகு அப்பெண் தன் தந்தையை ஆசீர்வதித்துவிட்டு, தன்மீது அவருக்கு இருந்த சக்தியைத் தளர்த்திவிட்டு, தன் தந்தையைத் தன் மனத்திலிருந்து விடுவித்தார்.

சில நாட்களுக்குப் பிறகு அவர் எனக்கு எழுதிய ஒரு கடிதத்தில், "என் தந்தை தொடர்ந்து என்னையும் என் கணவரையும் வெறுத்து வந்தார். தன்னுடைய மந்திர சக்தி எங்களைக் கொன்றுவிடும் என்று அவர் எனக்கு ஒரு கடிதம் எழுதினார். ஆனால் நான் அது பற்றிக் கவலைப்படவில்லை. ஒரு சில வாரங்களுக்குப் பிறகு, அவர் ஒரு தெருவில் நடந்து சென்று கொண்டிருந்தபோது, திடீரென்று நிலைகுலைந்து விழுந்து இறந்துவிட்டார். அவர் தன் பகையுணர்வால் தன்னைத் தானே கொன்றுவிட்டார்," என்று குறிப்பிட்டிருந்தார். அவர் கூறியது சரிதான். பகையுணர்வும் பொறாமையும் வெறுப்பும் அன்பு, அமைதி, இணக்கம், மகிழ்ச்சி, வலிமை, நல்லியல்பு ஆகியவற்றைக் கொன்றுவிடுகின்றன. அப்பூசாரியின் எதிர்மறையான, அழிவுப்பூர்வமான அனைத்து எண்ணங்களும் இருமடங்கு சக்தியுடன் மீண்டும் அவரையே தாக்கின. இந்த வலிமையான தாக்குதலை அவரால் சமாளிக்க முடியவில்லை. இன்னொருவருக்கு என்ன நேர வேண்டும் என்று நீங்கள் விரும்புகிறீர்களோ, அதை உங்கள் வாழ்வில் நீங்கள் உருவாக்குவீர்கள்.

தெளிவாக சிந்தியுங்கள்

இணக்கம், அழகு, அன்பு, அமைதி, மகிழ்ச்சி, மற்றும் வாழ்வின் அனைத்து ஆசீர்வாதங்களும் ஒரே மூலாதாரத்திலிருந்துதான் வருகின்றன என்பதை நீங்கள் புரிந்து கொள்ள வேண்டியது முற்றிலும் இன்றியமையாதது. அன்பற்ற எந்தவொரு செயலையும் கடவுளால் செய்ய முடியாது. ஏனெனில், அவர் அன்பே உருவானவர். மற்றவர்களுக்கு வேதனை ஏற்படுத்துவதைப் பற்றி அவரால் சிந்திக்க முடியாது. ஏனெனில், முழுமையான அமைதியைக் கொண்டவர் அவர். மற்றவர்களுக்கு வருத்தம் நேர வேண்டும் என்று அவரால் நினைக்க முடியாது. ஏனெனில், முற்றிலும் ஆனந்தமயமானவர் அவர். மரணம் நிகழ வேண்டும் என்று அவரால் சாபமிட முடியாது. ஏனெனில், கடவுள்தான் வாழ்க்கை. அந்த வாழ்க்கைதான் இப்போது உங்களுடைய வாழ்க்கையாக இருக்கிறது.

சாபங்கள், மந்திரதந்திரங்கள், பில்லிசூனிய வேலைகள், ஏவல்கள் என்று அழைக்கப்படுகின்ற அனைத்து விஷயங்களும், அறியாமையின் காரணமாக ஏதோ ஓர் எதிர்மறை ஆற்றலின்மீது வைக்கப்படுகின்ற நம்பிக்கையிலிருந்து உருவாகின்றவையே. ஒரே ஒரு தெய்வீக சக்தி மட்டுமே உள்ளது. வேறு எந்த சக்தியும் கிடையாது. கடவுளுக்கு சவால்விடுகின்ற ஒரு தீய சக்தி இருக்கிறது என்று நம்புவது, முழுக்க முழுக்க மூடநம்பிக்கையை அடிப்படையாகக் கொண்டது.

தெய்வீக சக்தியை மக்கள் ஆக்கப்பூர்வமாகவும் இணக்கத்தோடும் அமைதியோடும் மகிழ்ச்சியோடும் பயன்படுத்தும்போது, அவர்கள் அதைக் கடவுள் என்று அழைக்கின்றனர். மக்கள் அதே சக்தியை அறியாமையோடும் எதிர்மறையாகவும் முட்டாள்தனமாகவும் பயன்படுத்தும்போது, அவர்கள் அதைச் சாத்தான் என்று அழைக்கின்றனர்.

உங்களுக்குள் இருக்கின்ற அந்த தெய்வீக சக்தியின்மீது உங்கள் கவனத்தை ஒருமுகப்படுத்தி, திறந்த மனத்துடன், “இணக்கம், அன்பு, அழகு, அமைதி, மகிழ்ச்சி, அபரிமிதம் ஆகியவற்றின் வடிவில் கடவுளின் இருத்தல் என் ஊடாகப் பாய்ந்தோடிக் கொண்டிருக்கிறது. கடவுள் என்னைக் கண்காணித்துப் பாதுகாக்கிறார். அவருடைய அன்பு வட்டம் எப்போதும் என்னைச் சூழ்ந்துள்ளது,” என்று பிரார்த்தனை செய்து, உங்களுக்குள் இருக்கும் அந்த சக்தியிடம் விசுவாசத்தோடு நீங்கள் முழுமையாக உங்களை அர்ப்பணித்துக் கொண்டால், எதுவொன்றாலும் உங்களை அசைக்க முடியாது.

தனக்குள் இருக்கும் சக்தியின் மேன்மைத்துவத்தையும் தன் சொந்த எண்ணத்தின் சக்தியையும் உணர்ந்து கொள்கின்ற மனிதன், தான் பயணிக்கின்ற பாதைகள் அனைத்தும் இனிமையானவையாகவும் அமைதி நிரம்பியவையாகவும் இருப்பதைக் காண்பான்.

சுருக்கமாக . . .

1. 'கடவுள் ஒருவரே, அவர் பிரிக்கப்பட முடியாதவர். அவர் மட்டுமே ஒரே இருத்தல், அவர் மட்டுமே ஒரே சக்தி,' என்ற உணர்தல்தான் காலத்தால் அழியாத மாபெரும் ரகசியமாகும்.

2. நாம் குழந்தைகளாக இருந்தபோது, நாம் காட்சிரீதியாக சிந்தித்தோம். எனவே, சொர்க்கத்தில் தேவதைகள் புடைசூழ ஒரு பொன் அரியணையில் கடவுள் அமர்ந்திருப்பதுபோலவும், கீழே நரகத்தின் நெருப்பில் சாத்தான் இருப்பதுபோலவும் நாம் காட்சிப்படுத்தினோம். பெரியவர்கள் நம்மீது திணித்த மூடநம்பிக்கைகளின் அடிப்படையில் அமைந்த கற்பனை இது.

3. பழங்கால மனிதன் இன்பங்களைக் கடவுளுடனும், வேதனைகள், துயரங்கள், மற்றும் இன்னல்களைத் தீய ஆவிகளுடனோ அல்லது தானாக உருவாக்கிக் கொண்ட சாத்தான்களுடனோ தொடர்புபடுத்தினான். காற்றும் விண்மீன்களும் மழையும் தன் பிரார்த்தனைகளுக்கு விடையளிக்கும் என்ற நம்பிக்கையில், கற்கால மனிதன் அவற்றிடம் மன்றாடினான். நல்ல சக்தி, தீய சக்தி என்ற இரண்டு சக்திகள் இருக்கின்றன என்ற நம்பிக்கை, இந்தப் பழங்கால மூடநம்பிக்கைகளின் எச்ச சொச்சங்கள்தான்.

4. இயற்கை ஆற்றல்கள் தீயவை அல்ல. அவற்றை நீங்கள் எப்படிப் பயன்படுத்துகிறீர்கள் என்பதுதான் அவை நல்லவையா அல்லது தீயவையா என்பதைத் தீர்மானிக்கிறது. மின்சாரத்தைப் பயன்படுத்தி உங்கள் வீட்டிற்கு ஒளியூட்ட முடியும் அல்லது ஒருவனைக் கொல்லவும் முடியும். நல்லதும் கெட்டதும் மனிதனின் சிந்தனையில்தான் இருக்கின்றன.

5. உங்களுக்கு வெளியே ஏதோ சக்தி இருக்கிறது என்பதை நீங்கள் ஒப்புக் கொண்டுவிட்டால், அந்த சக்தி நன்மை பயக்கக்கூடியது என்று நீங்கள் எவ்வளவுதான்

நம்பினாலும், ஒரு 'பயத்திற்கான' விதையை நீங்கள் உங்களுக்குள் விதைத்துவிட்டீர்கள். அதன் பலனை என்றேனும் நீங்கள் அறுவடை செய்தாகத்தான் வேண்டும். இந்த பயம் உங்கள் ஒட்டுமொத்த வாழ்க்கையையும் அன்பையும் சுதந்திரத்தையும் முற்றிலுமாகச் சீரழித்துவிடும்.

6. கடவுள் சர்வவல்லமை படைத்தவர். நீங்கள் அவருடைய சக்தியுடன் உங்களை இணைத்துக் கொள்ளுங்கள். உங்கள் எண்ணங்கள் கடவுளின் எண்ணங்களோடு இணக்கமாக இருக்கும்போது, கடவுளின் சக்தி உங்கள் நல்ல எண்ணங்களில் நிறைந்திருக்கும். மற்றவர்களுடைய எதிர்மறை எண்ணங்களுக்கு உங்களை அழிப்பதற்கான எந்த சக்தியும் கிடையாது. அவர்களுடைய எதிர்மறைத் தூண்டுதல்களை நீங்கள் ஏற்க மறுக்கும்போது, அவை இருமடங்கு ஆற்றலுடன் தம்மை ஏவியவரிடமே திரும்பிச் சென்று அவரைத் தாக்கும்.

7. கடவுளின் அன்பு ஒரு கணவனையும் மனைவியையும் இணைக்கும்போது, எவரொருவராலும் அந்தப் பிணைப்பை முறிக்க முடியாது. கடவுள் அன்புமயமானவர். உங்கள் திருமண உறவை முறிக்கப் போவதாக ஒருவன் கூறும்போது, அவனை ஆசீர்வதித்துவிட்டு அங்கிருந்து அகன்றுவிடுங்கள். கடவுளைத் தவிர வேறு எந்த சக்திக்கும் இடம் கொடுக்காதீர்கள்.

8. பகைமையும் பொறாமையும் வெறுப்பும் கோபமும் அன்பு, அமைதி, இணக்கம், அழகு, மகிழ்ச்சி, அறிவு ஆகியவற்றைக் கொன்றுவிடுகின்றன. தொடர்ந்து எதிர்மறையான உணர்ச்சிகளையே உற்பத்தி செய்து கொண்டிருப்பது மிகவும் அழிவுப்பூர்வமானதாக அமையும். இறுதியில், அது மரணத்திற்கோ அல்லது பித்துநிலைக்கோ இட்டுச் செல்லும்.

9. ஒரே ஒரு தெய்வீக சக்தி மட்டுமே உள்ளது. அந்த சக்தி உங்களுக்குள் குடிகொண்டிருக்கிறது. நீங்கள் அதனோடு உங்களை இசைவுபடுத்திக் கொள்ளுங்கள். அப்போது, இணக்கம், ஆரோக்கியம், அமைதி, மகிழ்ச்சி, அன்பு ஆகியவற்றின் வடிவில் கடவுளின் இருத்தல் உங்கள் ஊடாகப் பாய்ந்தோடும். உங்கள் பாதைகள் அனைத்தும் இனிமையும் அமைதியும் நிரம்பியிருப்பதை நீங்கள் காண்பீர்கள்.

3

உங்களுக்கு நன்மை பயக்கும் விதத்தில் தொலையுணர்வைப் பயன்படுத்திக் கொள்வது எப்படி

"முடிவுள்ளது மட்டுமே கடுமையாக உழைத்தும் துன்புற்றும் வந்துள்ளது. முடிவில்லாதது புன்னகைத்தபடி இளைப்பாறிக் கொண்டிருக்கிறது," என்று பிரபல அமெரிக்கத் தத்துவவியலாளரான ரால்ஃப் வால்டோ எமர்சன் கூறியுள்ளார். மனவிதி யாரிடமும் பாரபட்சம் காட்டுவதில்லை. நீங்கள் எதை சிந்திக்கிறீர்களோ அதையே நீங்கள் உருவாக்குகிறீர்கள் என்றும், நீங்கள் எதை உணர்கிறீர்களோ அதையே நீங்கள் கவர்ந்திழுக்கிறீர்கள் என்றும், நீங்கள் எதைக் கற்பனை செய்கிறீர்களோ அதுவாகவே நீங்கள் ஆகிறீர்கள் என்றும் அவ்விதி சுட்டிக்காட்டுகிறது. அனைத்து விதிகளுமே எல்லோர் விஷயத்திலும் ஒரே மாதிரியாகவே செயல்படுகின்றன, நபருக்கு நபர் அவை வித்தியாசமாக நடந்து கொள்வதில்லை. உங்கள் சொந்த மனத்திற்கும் இந்த உண்மை பொருந்தும். உங்களுக்குப் புரியாத ஆற்றல்களுடன் குறுக்கிடுவது ஆபத்தானது. எடுத்துக்காட்டாக, மின்சாரத்தின் கடத்தும் ஆற்றல், மின்காப்பு ஆகிய அம்சங்களையும், மின்சாரம் ஓர் உயர்ந்த ஆற்றல் தளத்திலிருந்து ஒரு குறைந்த ஆற்றல் தளத்தை நோக்கிப் பாய்கிறது என்ற கோட்பாட்டையும், இன்னும் பலவற்றையும் உள்ளடக்கிய மின்விதிகளை நீங்கள் கற்றுக் கொள்ளாவிட்டால், நீங்கள் சுலபமாக மின்தாக்குதலுக்கு ஆளாகக்கூடும்.

வினையும் எதிர்வினையும் இயற்கை நெடுகிலும் வியாபித்திருக்கின்ற உலகளாவிய அம்சங்களாகும். இதை வேறு விதமாகக் கூறினால், நீங்கள் உண்மை என்று நம்பி உங்கள் ஆழ்மனத்திற்குள் ஆழமாகப் பதிய வைக்கின்ற எந்தவோர்

எண்ணமும், அது நல்லதாக இருந்தாலும் சரி அல்லது கெட்டதாக இருந்தாலும் சரி, உங்கள் ஆழ்மனத்தால் உங்கள் வாழ்வில் மெய்யாக்கப்படும். இது ஆழ்மன விதியாகும்.

தன் காதலைத் திரும்பப் பெற்ற மனிதன்

தன் மனைவி தனக்கு விசுவாசமாக இருக்கவில்லை என்பதைப் பதினைந்து ஆண்டுகளுக்குப் பிறகு தான் கண்டுபிடித்திருந்ததாக ஒருவர் என்னிடம் குறைபட்டுக் கொண்டார். தன் மனைவி வேறொருவர்மீது காதல் வயப்பட்டிருந்ததாக அவர் கூறினார். “ஆறு மாதங்களுக்கு முன்பு நான் தன் மனைவியின் அலுவலகத்திற்குச் சென்றிருந்தேன். அவளுடைய மேலதிகாரி மிகவும் வசீகரமாக இருந்தான். அவன் ஒரு செல்வந்தனாகவும் இருந்ததை நான் கவனித்தேன். என் மனைவி நிச்சயமாக அவனுடன் ஓடிப் போய்விடுவாள் என்று நான் உறுதியாக நம்பினேன். இந்த பயம் எனக்கு எப்போதும் இருந்தது. ஆனால் நான் இது பற்றி அவளிடம் ஒருபோதும் எதுவும் கூறவில்லை,” என்று அவர் கூறினார். அக்கணத்தில் அவரைப் பொறாமையுணர்வு ஆட்டிப் படைத்துக் கொண்டிருந்தது வெளிப்படையாகத் தெரிந்தது. அவர் எதை நினைத்து பயந்தாரோ, இறுதியில் அது உண்மையாயிற்று.

என்னுடைய புத்தகங்களைப் படித்திருந்த அவர், மனத்தின் விதிகளைப் பற்றி நன்றாகவே தெரிந்து வைத்திருந்தார். அவர் செய்து கொண்டிருந்த விஷயங்களைப் பற்றி நானும் அவரும் தீவிரமாகக் கலந்தாலோசித்தோம், விவாதித்தோம். தன் மனைவி இன்னொருவருடன் நெருங்கிப் பழகியதுபோல இவர் எப்போதும் நினைத்து வந்திருந்தார், தன் மனத்தில் காட்சிப்படுத்தி வந்திருந்தார். இந்த எண்ணங்களும் காட்சிகளும் அவருடைய மனைவியின் ஆழ்மனத்திற்குத் தெரிவிக்கப்பட்டு அங்கு ஆழமாகப் பதிய வைக்கப்பட்டன. அவருடைய மனத்தில் என்ன ஓடிக் கொண்டிருந்தது என்பதைப் பற்றி அவருடைய மனைவிக்கு எதுவும் தெரியாது. உண்மையில், அவருடைய பயங்களும், தன் மனைவி இன்னொருவருடன் ஓடிப் போய்விடுவாள் என்ற அவரது உறுதியான நம்பிக்கையும் அவருடைய மனைவியின் ஆழ்மனத்தால் வசப்படுத்தப்பட்டன. அவர் நம்பியபடியே, அவருடைய எண்ணங்கள் கிட்டத்தட்ட ஒரு யதார்த்தமாக ஆயின.

உண்மையில், அவருடைய மனைவி இவ்வாறு நடந்து கொண்டதற்கு இவர்தான் பொறுப்பு. ஏனெனில், அவருடைய

எண்ணங்களும் மனக்காட்சிகளும் மிகத் தீவிரமாகவும் அதிக சக்திவாய்ந்தவையாகவும் இருந்தன. இதன் மூலம் அவர் தன்னுடைய திருமண உறவைத் தானே சீர்குலைத்துக் கொண்டார். இப்போது அவர் தன் தவறை உணர்ந்தார். அவர் தன் மனவிதியை எதிர்மறையான ஒரு வழியில் பயன்படுத்தியிருந்தார். அதன் விளைவாக, அதற்கேற்ற விளைவுகளை அவர் அனுபவித்தார். பிறகு என்னுடைய பரிந்துரையின் பேரில், அவர் தன் மனைவியிடம் இது பற்றி மிகப் பணிவோடு பேசினார். தன் மனத்தைத் தான் தவறாகப் பயன்படுத்தி வந்திருந்ததைப் பற்றியும் அவர் தன் மனைவியிடம் கூறினார். இதைக் கேட்டு உணர்ச்சிவசப்பட்ட அவருடைய மனைவி, தனக்கும் தன் மேலதிகாரிக்கும் இடையே ஓர் ஆழமான நட்பு உருவாகிக் கொண்டிருந்ததை வருத்தத்தோடு ஒப்புக் கொண்டார். பிறகு தன் மேலதிகாரியுடனான தொடர்பை அவர் முறித்துக் கொண்டு வேறொரு வேலையைத் தேடிக் கொண்டார். மன்னிக்கும் குணமும் தெய்வீக அன்பும் மீண்டும் அவர்கள் இருவரையும் ஒன்றுசேர்த்தது.

பின்வரும் பிரார்த்தனையை தினமும் கூறியதன் வாயிலாக, அந்நபர் தன் பயங்களையும் பொறாமையையும் முற்றிலுமாகக் களைந்தார்:

“என்னுடைய ஆக்கப்பூர்வமான எண்ணங்கள் மற்றும் மனக்காட்சிகளுக்கு ஏற்றபடி என் மனைவி நடந்து கொள்கிறாள். என் மனைவியின் மனத்தில் அமைதி குடிகொண்டுள்ளது. கடவுள் அவளை வழிநடத்திக் கொண்டிருக்கிறார். சரியான தெய்வீக நடவடிக்கை அவளைக் கட்டுப்படுத்தி இயக்கிக் கொண்டிருக்கிறது. எங்கள் இருவருக்கும் இடையே இணக்கமும் அன்பும் சமாதானமும் புரிதலும் இருக்கின்றன. நான் அவளைப் பற்றி சிந்திக்கும்போதெல்லாம், உடனடியாக, ‘கடவுள் உன்னை நேசிக்கிறார், அவர் உன்மீது அக்கறை கொண்டிருக்கிறார்,’ என்று நான் கூறுவேன்.”

அவர் இப்பிரார்த்தனையை ஒரு வழக்கமாக்கிக் கொண்டார். இப்போது அவர் தன் பயத்திலிருந்தும் பொறாமையிலிருந்தும் விடுபட்டு ஒரு சுதந்திர மனிதராக இருக்கிறார். அவருக்கும் அவருடைய மனைவிக்கும் இடையேயான உறவு மேன்மேலும் சிறப்பாக வளர்ந்து கொண்டிருக்கிறது. நீங்கள் எதைக் குறித்து அதிகமாக பயப்படுகிறீர்களோ, அது உங்கள் வாழ்வில் கண்டிப்பாக நடந்தேறும். அதேபோல, நீங்கள் எதை அதிகமாக நேசிக்கிறீர்களோ அல்லது விரும்புகிறீர்களோ, அதுவும் உங்கள் வாழ்வில் கண்டிப்பாக மலரும்.

முடிவில்லா சக்தி இப்பெண்ணின் விஷயத்தில் அற்புதங்களை நிகழ்த்தியது

தெற்குக் கலிபோர்னியா பல்கலைக்கழகத்தைச் சேர்ந்த ஓர் இளம் மாணவி என்னிடம் இவ்வாறு கூறினாள்: "எனக்கு இருபத்தோரு வயது ஆகிறது. நான் திருமணம் செய்து கொள்ளத் தீர்மானித்திருக்கிறேன். சுமார் ஒரு வாரத்திற்கு முன்பு, எனக்குள் இருக்கும் முடிவில்லா தெய்வீக சக்தியுடன் நான் பேசினேன். **'உனக்கு எல்லாம் தெரியும். என்னுடன் இணக்கமாக இருக்கக்கூடிய, எனக்குப் பொருத்தமான ஒருவனை என் வாழ்விற்குள் கொண்டு வா. நான் இப்போது அமைதியாகத் தூங்கப் போகிறேன்,'** என்று நான் கூறினேன்."

அவளுடைய பிரார்த்தனை எளிமையானதாக இருந்தது. அவள் தன்னுடைய கனவில் ஓர் ஆண்மகனைப் பார்த்தாள். அவனுக்குக் கிட்டத்தட்ட இவளுடைய வயதுதான் இருந்தது. அவன் உயரமாகவும் வசீகரமாகவும் இருந்தான். அவன் தன் கைக்கு அடியில் ஒரு புத்தகத்தை வைத்திருந்தான். தான் திருமணம் செய்து கொள்ளவிருந்த நபர் இவன்தான் என்று அப்பெண்ணுக்கு உடனடியாகத் தெரிந்தது. ஆனால் அவன் எங்கு இருந்தான், அவனைத் தான் எவ்வாறு சந்திப்போம் என்பது பற்றி அவளுக்கு எந்த யோசனையும் இருக்கவில்லை என்றாலும், அவள் அது குறித்துப் பதற்றம் கொள்ளவில்லை. மாறாக, அவள் மனஅமைதியோடு இருந்தாள். உண்மையில், ஒரு வாழ்க்கைத்துணைவர் குறித்து மேலும் பிரார்த்தனை செய்வதற்கு அவள் விரும்பவில்லை.

அவள் இவ்வாறு கனவு கண்ட இரண்டு மாதங்களுக்குப் பிறகு, அவள் தன் தேவாலயத்தில் ஒரு பிரசங்கத்தைக் கேட்கச் சென்றாள். அவளுடைய இருக்கைக்குப் பக்கத்து இருக்கையில், அவளுடைய கனவில் தோன்றிய அதே ஆண்மகன் உட்கார்ந்திருந்தான். அவன் தன் கைக்கு அடியில் ஒரு புத்தகத்தை வைத்திருந்தான். அது ஒரு பைபிள். சுமார் ஒரு மாதத்திற்குப் பிறகு அவர்கள் இருவரும் திருமணம் செய்து கொண்டனர்.

ஓர் எதிர்காலக் கணவனையோ அல்லது மனைவியையோ எதிர்கொள்வதை உள்ளடக்கிய இதுபோன்ற கனவுகள் பரவலானவையே. இந்த இளம் மாணவி தன் மனவிதிகளைப் பற்றி அறிந்திருந்தாள். தூங்கப் போவதற்கு முன்பு சிந்திக்கப்படுகின்ற எந்தவொரு விஷயமும் ஆழ்மனத்திற்குள்

ஆழமாகப் பதியப்படும் என்பதையும், அந்த விஷயம் எவ்வாறு மெய்ப்பட வேண்டும் என்பதைத் தன் ஆழ்மனம் தீர்மானித்துக் கொள்ளும் என்பதையும் அவள் அறிந்திருந்தாள். சில சமயங்களில், நாம் ஆழ்ந்து உறங்கும்போது, வெளிமனமும் ஆழ்மனமும் படைப்புத்திறனுடன் இணைந்து ஓர் அனுபவத்தை பிரம்மாண்டமானதாக ஆக்குகின்றன.

தன் வெற்றிக்கு எதிராக யாரோ செயல்பட்டுக் கொண்டிருந்ததாக நம்பியவன்

சமீபத்தில் நான் அயர்லாந்துக்குச் சென்றிருந்தபோது, கில்லார்னீ நகருக்கு அருகே வசித்த என்னுடைய உறவினர் ஒருவரை சந்தித்தேன். இரவில் நாங்கள் இருவரும் உணவருந்திக் கொண்டிருந்தபோது, தன்னை ஏதோ ஒரு 'சாபம்' பின்தொடர்ந்து வந்து கொண்டிருந்ததுபோலத் தனக்குத் தோன்றியதாக அவர் தொடர்ந்து கூறிக் கொண்டே இருந்தார். அவருக்கு எதிராகத் தீய சக்திகள் செயல்பட்டுக் கொண்டிருந்ததாக ஏதோ ஒரு ஜோசியன் அவரிடம் கூறியிருந்தான். இது என் உறவினரை மேலும் கலவரப்படுத்தியது. அவரை ஏதோ ஆட்டுவித்துக் கொண்டிருந்ததுபோல எனக்குத் தோன்றியது. இத்தனைக்கும், அவர் கல்வியறிவு பெற்றவர். அவர் ஒரு வேளாண்மைப் பட்டதாரி.

கல்லூரியில் படித்துக் கொண்டிருந்த காலத்தில் எமர்சனின் எழுத்துப் படைப்புகளைத் தான் படித்திருந்ததாகவும், ஆனால் 'தலைவிதி' பற்றிய அவருடைய வரையறையைத் தான் ஒருபோதும் படித்ததில்லை என்றும் அவர் கூறினார். இதுதான் அந்த வரையறை: "தன் தலைவிதிக்கும் தன் சிந்தனைக்கும் எந்தத் தொடர்பும் இல்லை என்று மனிதன் நினைக்கிறான். ஆனால் இவ்விரண்டுக்கும் இடையே ஒரு மறைவான தொடர்பு இருக்கிறது. நடக்க வேண்டிய நிகழ்வுகள் அனைத்தும் ஆழ்மனத்தில் உள்ளடங்கியுள்ளன. ஏனெனில், எண்ணங்கள்தான் நிகழ்வுகளாகப் பரிணமிக்கின்றன. நாம் எது குறித்துப் பிரார்த்தனை செய்கிறோமோ, அது நமக்கு எப்போதும் கொடுக்கப்படுகிறது."

வேளாண்மை விதிகள் எந்த அளவு உண்மையானவையோ, எமர்சனின் வரையறையும் அந்த அளவு உண்மையானது என்று நான் என் உறவினருக்கு விளக்கினேன். அவருடைய வளர்ப்பும், அவர் வளர்ந்து வந்த காலத்தில் அவருக்குக்

கூறப்பட்ட விஷயங்களும், சமய நம்பிக்கைகளும், அவருடைய எண்ணங்களும் உணர்வுகளும்தான் அவருடைய வாழ்வில் ஏற்படுகின்ற அனைத்துச் சூழ்நிலைகளையும் அனுபவங்களையும் நிகழ்வுகளையும் தீர்மானிக்கின்றன என்பது உண்மை. வேறு வார்த்தைகளில் கூறினால், இச்சூழ்நிலைகளுக்கும் அனுபவங்களுக்கும் நிகழ்வுகளுக்குமான காரணம் அவருடைய சிந்தனையில்தான் இருக்கிறதே தவிர, வெளியே அல்ல என்று நான் அவரிடம் கூறினேன். தன்னுடைய தொடர்ச்சியான சிந்தனைகளுக்கும் நம்பிக்கைகளுக்கும் ஏற்றாற்போலவே தன் ஆழ்மனம் செயல்விடை அளிக்கிறது என்ற உண்மையை அவர் ஏற்றுக் கொள்ளத் தொடங்கினார். தான் சந்தித்த ஜோசியக்காரனின் எதிர்மறையான தூண்டுதல்களைத் தான் ஏற்றுக் கொண்டால், அது தன் சிந்தனையில் கலந்து, அந்த எதிர்மறைத் தூண்டுதல்களுக்குப் பொருத்தமான எதிர்மறையான விளைவுகளைத் தன் வாழ்வில் ஏற்படுத்தும் என்பதையும் அவர் உணர்ந்து கொண்டார்.

அந்த ஜோசியக்காரன் கூறியதை நிராகரித்து ஒதுக்கித் தள்ளுவதற்கும், தன் சொந்தச் சிந்தனையின் மூலமாகவே தன் எதிர்காலத்தைத் தான் உருவாக்குகிறோம் என்பதை அறிந்து கொள்வதற்கும் நம்புவதற்குமான சக்தி அவருக்கு இருந்தது. நாள் முழுவதும் ஒருவன் எதைப் பற்றி சிந்தித்துக் கொண்டிருக்கிறானோ, அவன் அதுவாகவே ஆகிறான் என்ற பழங்காலக் கூற்றின் அடிப்படையில் அமைந்த உண்மை இது.

அந்த ஜோசியக்காரனுக்கு எந்த சக்தியும் இல்லை என்றும், அவனால் இவருடைய வாழ்க்கையைக் கட்டுப்படுத்த முடியாது என்றும் நான் அவருக்கு விளக்கினேன். ஆன்மீகச் சிந்தனையில் ஈடுபடுவதன் மூலமாகவும், காலத்தால் அழியாத உண்மைகளைத் தெரிந்து கொள்வதன் மூலமாகவும், தன்னுடைய ஆழ்மனத்தில் இருந்த பதிவுகளை மாற்றிக் கொள்வதற்கான சக்தி அவருக்கு இருந்தது என்றும் நான் அவரிடம் கூறினேன்.

உண்மையில், அனைத்து ஏமாற்றங்களும் பின்னடைவுகளும் இவர் தனக்குத் தானே உருவாக்கிக் கொண்டவைதான். அவர் தன்னுடைய மனப்போக்கை மாற்றிக் கொண்டார். அவர் தினமும் காலையிலும் இரவிலும் பிரார்த்தனை செய்வதற்காக நான் அவருக்கு ஒரு பிரார்த்தனையை எழுதிக் கொடுத்தேன். தான் செய்கின்ற பிரார்த்தனையில் கூறப்படும் விஷயத்திற்கு நேர்மாறாக அவர் எதையும் சிந்திக்கக்கூடாது என்று நான் அவரை எச்சரித்தேன். அந்தப் பிரார்த்தனை இதுதான்:

"இன்று கடவுளின் நாள். நான் மகிழ்ச்சியையும் வெற்றியையும் செழிப்பையும் மனஅமைதியையும் தேர்ந்தெடுக்கிறேன். நாள் முழுவதும் தெய்வீகமான முறையில் நான் வழிநடத்தப்படுகிறேன். நான் மேற்கொள்ளும் எதுவொன்றும் செழிப்புறுகிறது. வெற்றி, மனஅமைதி, செழிப்பு ஆகியவை குறித்த என் எண்ணங்களிலிருந்து என் கவனம் சிதறும்போதெல்லாம், நான் உடனடியாகக் கடவுளைப் பற்றியும் அவருடைய அன்பைப் பற்றியும் சிந்திப்பேன். அவர் என்மீது அக்கறை கொண்டிருக்கிறார் என்பதை நான் அறிவேன்.

"நான் ஓர் ஆன்மீகரீதியான காந்தம் போன்றவன். என் சேவைகளை விரும்புகின்ற வாடிக்கையாளர்களை நான் என்னிடம் கவர்ந்திழுக்கிறேன். நான் தினமும் சிறப்பான சேவைகளை வழங்குகிறேன். நான் மேற்கொள்ளும் அனைத்து முயற்சிகளிலும் நான் வெற்றிகரமாகத் திகழ்கிறேன். என் கடைக்குள்ளும் என் வாழ்க்கைக்குள்ளும் அடியெடுத்து வைக்கின்ற அனைவரையும் நான் மனதார ஆசீர்வதிக்கிறேன், அவர்களைச் செழிப்புறச் செய்கிறேன். இந்த எண்ணங்கள் அனைத்தும் இப்போது என் ஆழ்மனத்திற்குள் பதிவாகிக் கொண்டிருக்கின்றன. அபரிமிதம், பாதுகாப்பு, மனஅமைதி ஆகியவற்றின் வடிவில் அவை என் வாழ்வில் மெய்ப்படுகின்றன. நான் மிகவும் அற்புதமாக உணர்கிறேன்!"

அவர் சுவீகரித்துக் கொண்ட இப்புதிய மனப்போக்கும், மேற்கூறப்பட்ட உண்மைகளை அவர் புரிந்து கொண்டதும் அவருடைய ஒட்டுமொத்த வாழ்க்கையையும் பரிபூரணமாக மாற்றின.

'இது என்னுடைய ஏழாவது விவாகரத்து. நான் என்ன தவறு செய்து கொண்டிருக்கிறேன்?' என்று கேட்டப் பெண்மணி

மிகவும் உணர்ச்சிவசப்பட்டும் மனக்கொந்தளிப்புடனும் இருந்த ஒரு நடுத்தர வயதுப் பெண்மணி, தன்னுடைய முந்தைய திருமணங்கள் அனைத்தும் விவாகரத்தில் முடிந்திருந்ததாகக் கூறி, அதற்கான காரணங்களை விளக்குமாறு என்னிடம் கேட்டார். என்னைப் பொருத்தவரை, அவர் ஒரே நபரைத்தான் மீண்டும் மீண்டும் திருமணம் செய்து கொண்டிருந்தார், ஆனால் ஒவ்வொரு முறையும் அவருடைய கணவனின் பெயர் மட்டும் மாறியிருந்தது. அவருடைய ஒவ்வொரு திருமணமும் முந்தைய திருமணங்களைவிட மோசமாகச் சென்று கொண்டிருந்தது.

வாழ்வில் தான் விரும்புகின்ற விஷயங்களை ஒருவர் பெறுவதில்லை, மாறாக, எதைப் பற்றி அவர் சிந்திக்கிறாரோ

அதுவே அவருக்குக் கிடைக்கிறது என்பதை அப்பெண்ணுக்கு விளக்கிய நான், தான் விரும்பும் ஒன்றைப் பெறுவதற்கு அது குறித்த எண்ணத்தை அவர் தன் ஆழ்மனத்தில் முன்கூட்டியே பதிவு செய்ய வேண்டியது இன்றியமையாதது என்று வலியுறுத்தினேன்.

அவருடைய முதல் கணவன் அவரிடம் பொய் கூறியிருந்தான், அவருடைய பணத்தையும் நகைகளையும் திருடிக் கொண்டு ஓடிவிட்டிருந்தான். எனவே இப்பெண்மணி அவன்மீது கடுங்கோபத்தில் இருந்தார். அவர் அவனைத் தன் மனத்திலிருந்து முற்றிலுமாக விடுவிக்கத் தவறியிருந்தார். அவனால் ஏற்பட்ட வேதனை இன்னும் அவருடைய ஆழ்மனத்தை அரித்துக் கொண்டிருந்தது. இதனால்தான் அவர் தன் இரண்டாவது கணவனையும் மூன்றாவது கணவனையும் இன்னும் பல வாழ்க்கைத்துணைவர்களையும் தன்னை நோக்கி ஈர்த்துக் கொண்டிருந்தார். ஒவ்வொரு கணவன்மீதும் அவர் மேன்மேலும் கோபத்தையும் வெறுப்பையும் வளர்த்துக் கொண்டிருந்தார். அவருடைய எண்ணங்கள் இந்த உணர்ச்சிகளை அவருடைய ஆழ்மனத்தில் பூதாகரமாக்கின. தன் மனத்தில் ஆதிக்கம் செலுத்திக் கொண்டிருந்த எதிர்மறையான எண்ணங்களுக்கும் காட்சிகளுக்கும் ஏற்றாற்போன்ற நபர்களை அவர் தன் வாழ்விற்குள் கவர்ந்திழுத்துக் கொண்டிருந்தார். நாம் கவனம் செலுத்தும் விஷயம் நல்லதாக இருந்தாலும் சரி அல்லது மோசமானதாக இருந்தாலும் சரி, நம் ஆழ்மனம் அதை எப்போதும் பூதாகரமாக்குகிறது, பன்மடங்காக ஆக்குகிறது.

ஓர் ஆப்பிள் பழ விதையிலிருந்து ஓர் ஆப்பிள் மரம்தான் முளைக்கும் என்பது இயற்கை விதி. அதேபோல, நம் மனத்தில் விதைக்கப்படும் எண்ணங்களின்படியே நம் வாழ்க்கை நிகழ்வுகள் அமையும் என்பதுதான் வாழ்க்கை விதி என்பதை நான் அப்பெண்ணுக்கு விளக்கினேன். அகம் எவ்வாறோ, புறம் அவ்வாறே.

அவருடைய சிந்தனைகளும் உணர்ச்சிகளும் செயல்பட்ட விதம் குறித்து அவருக்குத் தெளிவுபடுத்தியதன் மூலமாக அவருடைய மனத்திலிருந்த குழப்பங்களை நான் களைந்தேன். நாம் எதுவொன்றைக் குறித்து சிந்திக்கிறோமோ, எதை நம்புகிறோமோ, எதைக் குறித்து நாம் பயப்படுகிறோமோ, எதை எதிர்பார்க்கிறோமோ, அதற்கு நேரெதிரான அனுபவத்தை நம் வாழ்வில் பெற முடியாது என்பதை அவர் புரிந்து கொள்ளத்

துவங்கினார். உங்கள் வாழ்வில் உங்களுக்குக் கிடைக்கும் அனுபவங்கள் அனைத்தும் உங்களுடைய உள்ளார்ந்த மனப்போக்குகளுக்கும் நம்பிக்கைகளுக்கும் ஏற்றவாறே அமைகின்றன.

"என் கணவர்கள் குறித்து நான் கொண்டிருந்த கோபமும் வெறுப்பும், அவர்களை நான் மன்னிக்க மறுத்ததும்தான் அதேபோன்ற ஆண்களை நான் என் வாழ்விற்குள் கவர்ந்து இழுப்பதற்குக் காரணமாக இருந்திருக்கின்றன என்பதை இப்போது என்னால் பார்க்க முடிகிறது. நான் என்னை மாற்றிக் கொண்டாக வேண்டும். என்னுடைய தற்போதைய கணவர் ஒரு குடிகாரராகவும் ஒரு சூதாடியாகவும் இருந்தாலும், நான் அவர்மீது பொய்யாகக் குற்றம் சாட்டிக் கொண்டிருக்கிறேன் என்பதை நான் அறிவேன். அவர் வேறு பெண்களுடன் சுற்றிக் கொண்டிருப்பதும், என்னை வேவு பார்ப்பதும், என்மீது குற்றம் சாட்டுவதும் என்னுடைய சொந்த பயம், குற்றவுணர்வு, பாதுகாப்பின்மை உணர்வு ஆகியவற்றால் என் சொந்த எண்ணங்களின் மூலம் நானாக உருவாக்கிக் கொண்டவைதான் என்பதை நான் உணர்கிறேன்," என்று அப்பெண் கூறினார்.

அவரையும் அவருடைய கணவரையும் நான் அழைத்துப் பேசியபோது, இருவரும் தங்கள் திருமண உறவை மேம்படுத்த முயற்சிக்கப் போவதாக உறுதியளித்தனர். இப்போது விவாகரத்து செய்து கொண்டாலும் மீண்டும் இதேபோன்ற ஒரு மோசமான திருமணம்தான் தனக்கு அமையும் என்பதை அப்பெண் உணர்ந்து கொண்டார். அவருடைய கணவரும் தன்னுடைய குடிப்பழக்கத்தையும் சூதாட்டப் பழக்கத்தையும் கைவிட்டுவிடுவதாகத் தீர்மானித்தார். பரஸ்பரம் அடுத்தவரிடம் இருந்த தெய்வீகத்தை மதிக்க இருவரும் ஒப்புக் கொண்டனர். ஒருவன் ஒரு பெண்ணை நேசிக்கிறான் என்றால், அன்பற்றக் காரியங்கள் எதையும் அவன் அவளுக்குச் செய்ய மாட்டான் என்பதை அக்கணவர் உணர்ந்தார். வெற்றிகரமான ஆண்கள் ஒவ்வொருவருக்குப் பின்னாலும் ஒரு பெண் இருக்கிறாள் என்பதை அப்பெண்ணும் உணர்ந்தார்.

தினமும் காலையிலும் இரவிலும் இருவருமாகச் சேர்ந்து பிரார்த்திப்பதென்று அவர்கள் தீர்மானித்தனர். நாம் யாருக்காகப் பிரார்த்தனை செய்கிறோமோ, அவரை வெறுப்பதும், அவர்மீது கோபம் கொள்வதும், அவருக்குத் தீங்கு நேர வேண்டும் என்று நினைப்பதும் சாத்தியமில்லை என்பதை அவர்கள் உணர்ந்தனர். அவர்கள் இருவருமாகச் சேர்ந்து செய்த பிரார்த்தனை இதுதான்:

"அன்பான எண்ணங்களும் கோப எண்ணங்களும் ஒரே சமயத்தில் ஓரிடத்தில் நிலை கொள்ள முடியாது என்பதை நாங்கள் அறிவோம். எங்கள் மனங்களால் ஒரே நேரத்தில் இரண்டு விஷயங்களை சிந்திக்க முடியாது. நாங்கள் பரஸ்பரம் அடுத்தவரைப் பற்றி நினைக்கும்போது, 'கடவுள் அவருடைய ஆன்மாவை நிரப்புகிறார்,' என்று கூறிக் கொள்வோம். நாங்கள் ஒருவருக்கொருவர் அன்பையும் சமாதானத்தையும் மகிழ்ச்சியையும் நல்லெண்ணத்தையும் வெளிப்படுத்திக் கொள்கிறோம். எங்களுடைய எல்லா முயற்சிகளிலும் தெய்வீகமான வழியில் நாங்கள் வழிநடத்தப்படுகிறோம். எங்கள் திருமணம் ஓர் ஆன்மீக சங்கமம். அடுத்தவரைப் பற்றி மோசமாக நினைத்ததற்காகவும், அவர்மீது கோபம் கொண்டதற்காகவும், அவரைப் பற்றி எதிர்மறையான எண்ணங்களைக் கொண்டிருந்ததற்காகவும் எங்களை நாங்களே மன்னித்துக் கொள்கிறோம். நாங்கள் இனிமேல் இதுபோன்ற நடவடிக்கைகளில் ஈடுபட மாட்டோம் என்று உறுதியெடுத்துக் கொள்கிறோம்."

இப்பிரார்த்தனையைச் செய்ததன் வாயிலாக அவர்களுடைய வாழ்வில் ஓர் ஆன்மீகரீதியான மாற்றம் ஏற்பட்டது. அன்பு எல்லா எதிர்மறைகளையும் கரைத்துவிடும் என்பதை அவர்கள் கண்டறிந்தனர். தான் யாரையும் மாற்ற வேண்டியதில்லை, மாறாக, தான்தான் மாற வேண்டும் என்பதை அவர்கள் தனித்தனியாக உணர்ந்து கொண்டனர்.

கடவுளைப் பற்றிய உண்மைகள் குறித்து சிந்திப்பதன் மூலமும், அன்பையும் நல்லெண்ணத்தையும் வெளிப்படுத்துவதன் மூலமும், உங்களுடைய ஒட்டுமொத்த வாழ்க்கையும் உங்களுடைய சிந்தனைக்கு ஏற்றபடி மாயாஜாலமாக மாறும். உங்கள் பாலைவனத்தில் பூக்கள் மலர்ந்து உங்கள் வாழ்வைச் சோலையாக்கும். தெய்வீக சக்தி உங்கள் வாழ்வில் அற்புதங்களை நிகழ்த்துவதற்கான பாதையை நீங்கள் இதன் மூலம் திறந்துவிடுகிறீர்கள்.

சுருக்கமாக . . .

1. மனவிதி யாரிடமும் பாரபட்சம் காட்டுவதில்லை. நீங்கள் எதை சிந்திக்கிறீர்களோ அதையே நீங்கள் உருவாக்குகிறீர்கள் என்றும், நீங்கள் எதை உணர்கிறீர்களோ அதையே நீங்கள் கவர்ந்திழுக்கிறீர்கள் என்றும், நீங்கள் எதைக் கற்பனை செய்கிறீர்களோ அதுவாகவே நீங்கள் ஆகிறீர்கள் என்றும் அவ்விதி சுட்டிக்காட்டுகிறது.

2. வினையும் எதிர்வினையும் இயற்கை நெடுகிலும் வியாபித்திருக்கின்ற உலகளாவிய அம்சங்களாகும். தூண்டப்படக்கூடிய நிலையில் இருக்கும் ஒரு நடவடிக்கைதான் உங்கள் எண்ணம். இந்த எண்ணத்திற்கு ஏற்றச் செயல்விடை உங்கள் ஆழ்மனத்தில் இருக்கிறது.

3. தன் மனைவி தனக்குத் துரோகம் இழைத்துவிட்டு இன்னொருவருடன் ஓடிவிடுவாள் என்று ஒருவன் தொடர்ந்து நம்பிக் கொண்டும், தன் மனத்தில் காட்சிப்படுத்திக் கொண்டும், பயந்து கொண்டும் இருந்தால், அவனுடைய எண்ணங்களும் காட்சிகளும் அவளுடைய ஆழ்மனத்திற்குத் தெரிவிக்கப்படும். அவன் எதைக் குறித்து பயப்படுகிறானோ, எதை நம்புகிறானோ, அவள் துல்லியமாக அதையே செய்வாள். குறிப்பாக, மனவிதிகளைப் பற்றி அவளுக்குத் தெரியாவிட்டால், இது நிச்சயமாக நடந்தே தீரும்.

4. உங்களுக்குள்ளும் அடுத்தவருக்குள்ளும் இருக்கின்ற கடவுளை உணர்ந்து கொள்வதன் மூலமும், அடுத்தவருக்கு வாழ்வின் அனைத்து ஆசீர்வாதங்களும் கிடைக்க வேண்டும் என்று விரும்புவதன் மூலமும், உங்களுக்கான ஆசீர்வாதங்கள் அனைத்தும் தாமாக உங்களை வந்தடையும் என்பதை உணர்ந்து கொள்வதன் மூலமும் உங்கள் பயங்களிலிருந்தும் பொறாமையிலிருந்தும் உங்களால் விடுபட முடியும். அடுத்தவருடைய வெற்றிதான் உங்களுடைய வெற்றி. அடுத்தவருடைய அதிர்ஷ்டம்தான் உங்கள் அதிர்ஷ்டம். அன்புதான் ஆரோக்கியத்திற்கும் மகிழ்ச்சிக்கும் மனஅமைதிக்குமான திறவுகோல்.

5. உங்கள் எதிர்காலக் கணவரையோ அல்லது மனைவியையோ உங்கள் கனவில் பார்க்க முடிவது சாத்தியம்தான். உங்கள் ஆழ்மனம் அவரை உங்களுக்கு வெளிப்படுத்தும். அவரை நீங்கள் உண்மையிலேயே சந்திக்கும்போது, உங்கள் பிரார்த்தனைக்கு விடையளிக்கப்பட்டுவிட்ட ஓர் உள்ளுணர்வு உங்களுக்குத் தோன்றும். உங்கள் எதிர்காலக் கணவரோ அல்லது மனைவியோ உங்கள் கனவில் எப்படித் தோற்றமளித்தாரோ, நீங்கள் நேரில் காணும் நபர் துல்லியமாக அக்காட்சிக்கு ஏற்றபடி இருப்பதை நீங்கள் காண்பீர்கள்.

6. தனக்கெதிராகத் தீய செயல்கள் முடுக்கிவிடப்பட்டு இருப்பதாக ஒருவர் நம்பினால், ஒரு ஜோசியக்காரனின் எதிர்மறையான கணிப்புகளை அவர் ஏற்றுக் கொண்டால், அவருடைய ஆழ்மனம் அவரது நம்பிக்கையின் இயல்புக்கு ஏற்றவாறு செயல்விடை அளிக்கும். எதிர்மறைத் தூண்டுதல்கள் அனைத்தையும் நிராகரித்து ஒதுக்கித் தள்ளுவதற்கான சக்தி அவருக்கு இருக்கிறது. கடவுள் தன்னுடைய கூட்டாளி என்றும், அவர் தன்னை வழிநடத்தி இயக்கிக் கொண்டிருக்கிறார் என்றும், எல்லா விதங்களிலும் தன்னைச் செழிப்புறச் செய்து கொண்டிருக்கிறார் என்றும் அவரால் கருத முடியும். நல்லதை நினைத்தால் நல்லதே நடக்கும்.

7. ஒரு பெண் தன்னுடைய முன்னாள் கணவன்மீது இன்னும் தீராக் கோபத்தோடும் வெறுப்போடும் கெடுநோக்கோடும் இருந்தால், அவளுடைய இந்த மனப்போக்கு, அடுத்து அவள் மணமுடிக்கின்ற நபரும் அவளுடைய முன்னாள் கணவனின் குணநலன்களைக் கொண்டவனாகவே அமைவதை உறுதி செய்யும். எனவே, மனத்தளவில் அவனை மன்னித்து, வாழ்வின் அனைத்து ஆசீர்வாதங்களும் அவனுக்கு வாய்க்க வேண்டும் என்று பிரார்த்தனை செய்து, அவனை அவள் தன் வாழ்விலிருந்து முற்றிலுமாக விடுவிப்பது இன்றியமையாதது. இவ்வாறு செய்வதன் மூலம் அவளால் மனஅமைதியைப் பெற முடியும். பிறகு, தனக்குப் பொருத்தமான ஒருவன் வாய்க்க வேண்டும் என்று அவள் தனக்குள் இருக்கும் தெய்வீக சக்தியிடம் பிரார்த்தனை செய்ய வேண்டும். அப்போது அவளுடைய ஆழ்மனம் அதற்கு ஏற்றபடி செயல்விடை அளிக்கும்.

8. ஒரு திருமண உறவு தழைப்பதற்கு இரண்டு மனங்களும் ஒத்திசைவாக இயங்க வேண்டும். பரஸ்பரம் அடுத்தவரிடம் இருக்கும் தெய்வீகத்தை இருவரும் மதிக்கும்போது, அவர்களுடைய திருமண உறவு மேன்மேலும் தழைத்தோங்கும்.

4

வருங்காலத்தைப் பார்க்கத் தொலையுணர்வு எவ்வாறு உதவுகிறது

நிதியுலகை உன்னிப்பாக கவனித்து வரும் மக்கள், பங்குச் சந்தைகளில் பங்குகளின் விலை உயர்வதையும் குறைவதையும் முன்கூட்டியே கணித்துவிடுவதற்கான திறனைப் பெற்றுள்ளனர். இதற்கான காரணம் எளியது. நீங்கள் எந்த விஷயத்தின்மீது உங்கள் கவனத்தை ஒன்றுகுவிக்கிறீர்களோ, அதைப் பற்றிய உள்ளுணர்வையோ அல்லது உள்ளார்ந்த தூண்டுதல்களையோ நீங்கள் எப்போதும் பெறுவீர்கள். எந்த எண்ணத்தின்மீது உங்கள் கவனம் நிலைகொண்டுள்ளதோ, அந்த எண்ணத்தின் இயல்பிற்கு ஏற்றபடியே உங்கள் ஆழ்மனம் எப்போதும் செயல்விடை அளிக்கிறது.

தொலையுணர்வைப் பயன்படுத்தி செல்வந்தரான ஓர் இளைஞர்

சமீபத்தில், மருந்தியலாளர் ஒருவருடன் நான் ஓர் உரையாடலில் ஈடுபட்டேன். ஒரு சில வருடங்களுக்கு முன்பு, ஆப்பிரிக்கா, மெக்சிகோ, கனடா, அமெரிக்கா ஆகிய நாடுகளில் தங்கத்திற்கான பங்குச் சந்தைகளைப் பற்றிய ஓர் ஆய்வைத் தான் மேற்கொண்டிருந்ததாக அவர் கூறினார். குறிப்பிட்ட ஐந்து பங்குகளின்மீது அவர் தன் கவனத்தைக் குவித்தார். அந்த நேரத்தில் பங்குச் சந்தையில் அப்பங்குகளின் விலை மிகவும் குறைவாக இருந்தது. அவர் தன் தொலையுணர்வை இவ்வாறு பயன்படுத்தினார்:

தினமும் இரவில் தூங்குவதற்கு முன்பு, அவர் தனக்குத் தானே இவ்வாறு சுயபிரகடனம் செய்தார்:

"தங்கத்திற்கான பங்குச் சந்தையில் எது சிறந்த முதலீடோ அது எனக்குத் தெளிவாக வெளிப்படுத்தப்படும். அது பற்றிய விடைகள் தெளிவாக எனக்குத் தெரியவரும். அவ்விடைகள் என் வெளிமனத்திற்குள் வந்து சேரும். அவை என் கவனத்திலிருந்து ஒருபோதும் தப்பாது."

இந்த சுயபிரகடனத்தோடு கூடவே, தான் விரும்பிய அந்தக் குறிப்பிட்டப் பங்குகளைப் பற்றிய பொருளாதாரப் பின்புலத்தையும் அவற்றின் வெற்றி வாய்ப்புகளையும் அவர் தொடர்ந்து ஆய்வு செய்தார். ஒருநாள் இரவில், ஒரு நபர் அவருடைய கனவில் தோன்றினார். ஒரு திரையில் சில குறிப்பிட்டப் பங்குகளின் பெயர்களையும், அவற்றின் தற்போதைய விலையையும், எதிர்காலத்தில் அவை எட்டவிருந்த விலையையும் அவர் அந்த மருந்தியலாளருக்குச் சுட்டிக்காட்டினார். மறுநாள் காலையில் அந்த மருந்தியலாளர் உடனடியாக அந்தப் பங்குகளை வாங்கினார். சில நாட்களில், அப்பங்குகளின் விலை, அவர் தன் கனவில் பார்த்திருந்தபடியே அதிகரித்தது. பிறகு அவர் அப்பங்குகளை நல்ல விலைக்கு விற்று ஓரளவுக்கு செல்வந்தரானார். வெறுமனே ஒரு மருந்தியலாளராக மட்டுமே வேலை செய்து தன்னால் இவ்வளவு பணம் சம்பாதித்திருக்க முடியாது என்று அவர் கூறினார்.

அவருடைய ஆழ்மனம்தான் ஒரு மனிதனின் வடிவில் அவருடைய கனவில் தோன்றி, அவருடைய கேள்விக்கான விடையைத் தெளிவாக அவருக்கு வெளிப்படுத்தியது.

தொலையுணர்வு எவ்வாறு ஒரு செயலாளரின் பிரச்சனையைத் தீர்த்தது

சில மாதங்களுக்கு முன்பு, சமீபத்தில் தன் தந்தையைப் பறி கொடுத்திருந்த ஓர் இளம்பெண்ணை நான் சந்தித்தேன். அவர் குழந்தையாக இருந்தபோதே அவருடைய தாயார் இறந்துவிட்டிருந்தார். அவருக்கு சகோதர சகோதரிகள் யாரும் கிடையாது. அவருக்கு எட்டு வயதாக இருந்தபோது, அவருடைய தந்தை அவரை ஹவாய் மாநிலத்திற்கு அழைத்துச் சென்று, அனைத்துத் தீவுகளையும் சுற்றிக் காட்டிவிட்டு, "ஹவாய் தீவுகளில் நான் மூன்று மனைகளை வாங்கியுள்ளேன். என்றேனும் ஒருநாள் நீ அதை சுவீகரிப்பாய். அந்த மனைகள் உனக்குச் சொந்தமாகும்," என்று தன் மகளிடம் கூறினார். ஆனால் அவர் இறந்த பிறகு, அந்த மனைகள் தொடர்பான

ஆவணங்கள் அல்லது பத்திரங்கள் எதையும் அப்பெண்ணால் கண்டுபிடிக்க முடியவில்லை. அவருடைய தந்தை அவ்விஷயம் பற்றிப் பிறகு ஒருபோதும் பேசவே இல்லை என்பதால், எந்தத் தீவில் அவர் அந்த மனைகளை வாங்கியிருந்தார் என்பதையும் அப்பெண்ணால் கண்டுபிடிக்க முடியவில்லை.

அப்பெண் என்னை சந்தித்தபோது, அன்றிரவு தன்னை முழுமையாக ஆசுவாசப்படுத்திக் கொண்டு, மனத்தை அமைதிப்படுத்துமாறு நான் அவரிடம் கூறினேன். தனக்குள் இருக்கும் முடிவில்லா சக்தியோடு அவர் பேச வேண்டும் என்று அவரிடம் வலியுறுத்திய நான், இச்செயல்முறைக்குத் தொலையுணர்வு என்று பெயர் என்றும், இதன் மூலம் அவருக்கு ஒரு திட்டவட்டமான பதில் கிடைக்கும் என்றும் அவரிடம் கூறினேன்.

என் பரிந்துரையின்படி, அன்றிரவு அவர் தன் உள்ளார்ந்த சக்தியுடன் ஒரு கற்பனையான உரையாடலில் ஈடுபட்டார். **"என் தந்தை இறந்துவிட்டார். அவர் வாங்கிய மனைகள் பற்றிய விபரங்கள் எங்கேயோ இருக்கின்றன. உனக்கு எல்லாம் தெரியும் என்பதை நான் அறிவேன். நீ கொடுக்கின்ற விடையை நான் ஏற்றுக் கொள்கிறேன். அதற்காக நான் உனக்கு நன்றி கூறுகிறேன்,"** என்று அவர் கூறினார். பிறகு அவர் ஆழ்ந்து தூங்கிவிட்டார்.

தினமும் இரவில் நீங்கள் தூங்கப் போகும்போது உங்கள் மனத்தில் தோன்றுகின்ற கடைசி எண்ணம் உங்கள் ஆழ்மனத்தில் பதியப்படுகிறது. போதுமான அளவு உணர்ச்சியும் நம்பிக்கையும் விசுவாசமும் அந்த எண்ணத்துடன் ஒன்றுகலக்கும்போது, உங்களுக்கான விடை எப்படி வெளிப்படுத்தப்பட வேண்டும் என்பதை உங்கள் ஆழ்மனம் தீர்மானிக்கும். ஏனெனில், அதற்குத் தெரிந்ததெல்லாம் விடைகள் மட்டும்தான்.

அப்பெண் சுமார் இரண்டு வாரங்களாக தினமும் அவ்வாறு சுயபிரகடனம் செய்தார். இரண்டு வாரங்களின் முடிவில் தன் தந்தை தன் கனவில் தோன்றி, ஒரு புன்னகையுடன், "உன் பிரச்சனையை நான் முடிச்சவிழ்க்கப் போகிறேன். மனைகளுக்கான பத்திரமும் விற்பனை ஒப்பந்தமும் உன் பாட்டி வழக்கமாக வாசித்து வந்த நம்முடைய பைபிளில் இருக்கின்றன. 150வது பக்கத்தைப் பார். அதில் ஒரு சிறிய உறை இருக்கும். நான் இப்போது இங்கிருந்து போயாக வேண்டும். ஆனால் நான் மீண்டும் உன்னைப் பார்ப்பேன். நான் உன் தந்தை. இது வெறும் கனவு என்று நினைத்துவிடாதே," என்று கூறியதாக அப்பெண் என்னிடம் கூறினார்.

இக்கனவிற்குப் பிறகு நடுக்கத்தோடு கண்விழித்த அவர், வேகமாக ஓடிச் சென்று தன் பைபிளைத் திறந்தார். அதில் அவர் தேடிக் கொண்டிருந்த அனைத்துக் காகிதங்களும் இருந்தன. வரி ரசீதுகள், விற்பனை ஆவணங்கள், மனைப் பத்திரம் ஆகியவை அதில் இருந்தன. இவ்வாறு அவருடைய கனவு அவருக்கு நேரத்தையும் செலவையும் மிச்சப்படுத்திக் கொடுத்தது.

நம்முடைய பிரார்த்தனைக்கு விடையளிப்பதற்கு நம் ஆழ்மனம் எந்த வழியைத் தேர்ந்தெடுக்கும் என்று யாருக்கும் தெரியாது. இப்பெண்ணின் விஷயத்தில், மனைகளுக்கான பத்திரம் இருந்த இடத்தை அவருடைய தந்தை அவருடைய கனவில் தோன்றி வெளிப்படுத்தும் விதமாக அவருடைய ஆழ்மனம் செயல்பட்டது.

உண்மையில் அவருடைய தந்தையின் ஆன்மாதான் அவருடைய கனவில் தோன்றியதாகக் கூறினால், இந்த நம்பிக்கையைப் பலரும் ஏற்றுக் கொள்வர். அப்பெண்ணும் அவ்வாறே நம்பினார். நம் நேசத்திற்குரியவர்களுடன் நாம் தினமும் நம் மனத்தின் வழியாகத் தொலைதூரக் கருத்துப் பரிமாற்றத்தில் ஈடுபடுகிறோம் என்பதை நாம் நினைவில் கொள்ள வேண்டும். மரணம் என்று எதுவும் கிடையாது. நம் அன்புக்குரியவர்கள் அனைவரும் நம்மைச் சுற்றித்தான் இருக்கின்றனர். நாம் அனைவரும் வெவ்வேறு அலைவரிசைகளில் இருக்கிறோம், அவ்வளவுதான். ஆன்மாக்களுக்கும் நம்மைப்போலவே அகவுணர்வுடன்கூடிய ஒரு மனம் இருக்கிறது. மூடப்பட்டுள்ள கதவுகளை ஊடுருவுவதற்கும், நேரத்தையும் வெளியையும் தவிடுபொடியாக்குவதற்குமான திறனைக் கொண்ட பிரத்யேகமான உடல்களை அவை பெற்றுள்ளன.

உங்கள் தாயாலோ அல்லது தந்தையாலோ இன்னொரு பரிமாணத்திலிருந்து உங்களுக்குத் தங்கள் மனங்களின் மூலமாக ஒரு செய்தியை அனுப்ப முடியாது என்று கூறுவது, வேறோர் ஊரிலிருந்து உங்களைத் தொலைபேசியில் அழைத்து அவரால் பேச முடியாது அல்லது உங்களுக்கு ஒரு செய்தியைத் தந்தியாக அனுப்ப முடியாது என்று கூறுவதைப் போன்றது.

மனத்திற்கும் ஆன்மாவிற்கும் மரணம் கிடையாது. கடவுளே வாழ்க்கை. அந்த வாழ்க்கை இப்போது நமக்கு வாய்த்திருக்கிறது. கடவுளே ஆன்மா. அந்த ஆன்மா நமக்குள் இப்போது குடிகொண்டுள்ளது, நம்முடன் பேசுகிறது, நம்முடன் நடந்து வருகிறது. ஆயிரக்கணக்கான ஆண்டுகளுக்கு முன்பு இந்துத் துறவிகள் இவ்வாறு கூறினர்: “நீங்கள் (ஆன்மா) ஒருபோதும்

பிறக்கவில்லை; நீங்கள் (ஆன்மா) ஒருபோதும் இறக்க மாட்டீர்கள். நீர் உங்களை நனைக்காது; நெருப்பு உங்களைச் சுட்டெரிக்காது; வாள்கள் உங்களைத் துளைக்காது; காற்று உங்களை ஊதித் தள்ளாது."

அடிக்கடிக் கேட்கப்படும் ஒரு கேள்வி

"உடலைவிட்டுப் பிரிந்துவிட்ட, இன்னொரு தளத்தில் இருக்கின்ற ஆன்மாக்களால் இப்புவியில் வாழ்ந்து கொண்டிருப்பவர்களுடன் பேச முடியுமா?"

உடலைவிட்டுப் பிரிந்துவிட்ட ஆன்மாக்களுக்கும் வாழும் மனிதர்களுக்கும் இடையே மனரீதியான தொலைதூர உரையாடல்கள் நிகழ்ந்து கொண்டுதான் இருக்கின்றன என்று பரிசோதனைகளின் மூலமாக டாக்டர் ரைனும் இன்னும் பல அறிவியலறிஞர்களும் தெள்ளத்தெளிவாக நிரூபித்திருக்கின்றனர். அந்த ஆன்மாக்கள் வேறொரு தளத்தில் இருந்தாலும்கூட, உங்களைப்போலவே அவையும் உயிர்த்துடிப்புடன்தான் இருக்கின்றன.

தொலையுணர்வு எவ்வாறு ஒரே நாளில் ஒரு லட்சம் டாலர்களைப் பெற்றுக் கொடுத்தது

சில மாதங்களுக்கு முன்பு, நெவாடா மாநிலத்தின் லாஸ் வேகஸ் நகரில் அமைந்த 'சர்ச் ஆஃப் ரிலிஜியஸ் சயன்ஸ்' தேவாலயத்தில், அதன் பாதிரியாரான டாக்டர் டேவிட் ஹோாவேயின் வேண்டுகோளுக்கு இணங்கி நான் உரையாற்றினேன். அச்சொற்பொழிவைக் கேட்க வந்திருந்தவர்களில் ஒருவர் நான் தங்கியிருந்த ஹோட்டலுக்கு வந்து என்னை சந்தித்து, தன்னுடைய தனிப்பட்ட ஒரு பிரச்சனை குறித்து என்னிடம் ஆலோசனை கேட்டார்.

குதிரைப் பந்தயப் பணயத் தொழிலில் தான் ஈடுபட்டிருந்ததாகவும், தான் அதிக அளவில் பணத்தைக் கையாண்டதாகவும் அவர் என்னிடம் கூறினார். தன்னுடைய ஆழ்மனத்தை தினமும் ஒழுங்காகப் பயன்படுத்துவதன் மூலம் பெரிய இழப்புகளிலிருந்து தான் தன்னைப் பாதுகாத்துக் கொண்டதாகவும் அவர் கூறினார். தினமும் இரவில், மறுநாள் நடைபெறவிருக்கும் குதிரைப் பந்தயம் குறித்த விபரங்களை அவர் ஆய்வு செய்துவிட்டு, தனக்குப் பிடித்தமான ஓரிரு குதிரைகளைக் குறித்துக் கொள்கிறார். பிறகு அவர் தன் ஆழ்மனத்திடம், "நான்

உன்னிடம் இந்த விண்ணப்பத்தை முன்வைக்கிறேன். முதலாவது போட்டியிலும் மூன்றாவது போட்டியிலும் (அல்லது தனக்குப் பிடித்தமான ஏதோ இரண்டு போட்டிகள்) எந்தக் குதிரைகள் வெற்றி பெறும் என்பதை எனக்குக் காட்டு," என்று கூறிவிட்டு, 'வெற்றி, வெற்றி, வெற்றி' என்ற வார்த்தைகளை மனத்தில் நினைத்தபடியே தூங்கிவிடுகிறார்.

தூக்கத்தில் அவருடைய வெளிமனம் படைப்புத்திறனுடன் ஆழ்மனத்துடன் இணைகிறது. தூங்குவதற்கு முன்பு அவருடைய வெளிமனத்தில் என்ன எண்ணம் நிலவியதோ, அந்த எண்ணத்தை அவருடைய ஆழ்மனம் ஏற்றுக் கொண்டு, தன் சொந்த வழியில் அதற்கு விடையளிப்பதில் அது மும்முரமாகிவிடுகிறது. தூக்கத்தில் தன் கனவில் அவர் அந்தப் போட்டிகளைப் பார்க்கிறார். எந்தக் குதிரைகள் வெற்றி பெறுகின்றன என்பதும் அவருடைய கனவில் தெளிவாக அவருக்கு வெளிப்படுத்தப்படுகிறது. ஆனால் சில சமயங்களில், காலையில் அவர் கண்விழிக்கும்போது தன்னுடைய கனவு அவருக்கு மறந்துவிடுகிறது.

அவருடைய இந்தக் கனவு, எதிர்கால நிகழ்வுகளைக் கணிப்பதற்கான திறன் கொண்ட ஒன்றாக இருந்ததை நீங்கள் கவனித்திருக்கக்கூடும். அதாவது, அடுத்த நாள் நடைபெறவிருக்கும் குதிரைப் பந்தயத்தின் முடிவுகளை 24 மணிநேரத்திற்கு முன்பே இவர் தன் கனவில் பார்த்துவிடுகிறார். உங்கள் ஆழ்மனம் பாரபட்சமற்றது. அது யாரையும் வேறுபடுத்திப் பார்ப்பதில்லை. ஒரு வங்கியாளருக்குப் பணம் தொடர்பான உள்ளுணர்வையும், ஒரு மருத்துவருக்கு குணப்படுத்துதல் தொடர்பான உள்ளுணர்வையும், ஒரு வேதியியலாளருக்கு வேதியியல் சூத்திரங்கள் தொடர்பான உள்ளுணர்வையும், ஒரு பங்குத் தரகருக்கு முதலீடுகள் தொடர்பான உள்ளுணர்வையும், ஒரு கண்டுபிடிப்பாளருக்கு ஒரு புதிய கண்டுபிடிப்புத் தொடர்பான ஒட்டுமொத்த வரைபடத்தையும் அது கொடுக்கக்கூடும். எனவே, இந்தக் குதிரைப் பந்தயப் பணயக்காரருக்கு, வெற்றி பெறவிருக்கின்ற குதிரைகள் தொடர்பான உள்ளுணர்வை அது கொடுக்கிறது. நீங்கள் எதன்மீது ஒருமித்தக் கவனத்தைக் குவித்துள்ளீர்களோ, எதன்மீது தீவிர ஆர்வத்துடன் இருக்கிறீர்களோ, அதற்கு ஏற்றத் தூண்டுதல்களையும் யோசனைகளையும் விடைகளையும் உள்ளுணர்வுகளையும் உங்கள் ஆழ்மனம் உங்களுக்குக் கொடுக்கும்.

இந்தப் பணயக்காரரைப் பொருத்தவரை, தன் கனவில் தான் பார்த்த வெற்றிக் குதிரைகள் எவை என்பதை அவர் மறந்துவிட்டால், அதை எவ்வாறு தனக்குத் தானே நினைவுபடுத்திக் கொள்வது என்பதை நான் அவருக்கு விளக்கினேன். தினமும் காலையில் கண்விழிக்கும்போது, 'எனக்கு நினைவிருக்கிறது,' என்ற வார்த்தைகளைத்தான் அவர் முதலில் கூற வேண்டும் என்றும், அப்போது அந்தக் கனவு மீண்டும் முழுமையாக அவருக்குத் தோன்றும் என்றும் நான் அவருக்கு விளக்கினேன். அவர் அதை முயற்சித்துப் பார்த்துள்ளார், அது சிறப்பாகப் பலனளிக்கிறது என்பதை உணர்ந்துள்ளார்.

கல்வி உதவித் தொகையையும் ஒரு புதிய காரையும் பெறுவதற்குத் தொலையுணர்வு ஓர் இளைஞருக்கு உதவிய விதம்

பத்தொன்பது வயது நிரம்பிய ராபர்ட் ரைட், ஒவ்வொரு சனிக்கிழமைக் காலையிலும் நான் வழங்கிய வானொலி நிகழ்ச்சியை, என் வீட்டில் ஒலி புக முடியாத ஓர் அறையில் ஒலிப்பதிவு செய்வதற்கு எப்போதும் உதவி செய்கிறார். அவர் தினமும் இரவில் படுக்கச் செல்வதற்கு முன்பாக, பின்வரும் சுயபிரகடனத்தைக் கூறுவதன் மூலம் தன் மனவிதியைப் பயிற்சி செய்து வந்துள்ளார்:

"என் ஆழ்மனத்திலுள்ள முடிவில்லாப் பேரறிவு என் கல்லூரிப் படிப்பில் என்னை வழிநடத்துகிறது, அனைத்து விடைகளையும் எனக்கு வெளிப்படுத்துகிறது. நான் எப்போதும் ஆசுவாசமாகவும் மனஅமைதியோடும் இருக்கிறேன். அதனால்தான் என் தேர்வுகள் அனைத்திலும் தெய்வீக ஒழுங்கின்படி நான் தேர்ச்சி பெறுகிறேன். ஒரு கார் குறித்த யோசனை பிரபஞ்ச மனத்தில் இருக்கிறது என்பதை நான் அறிவேன். ஒரு புதிய கார் வேண்டும் என்று நான் விரும்புகிறேன். அது தெய்வீக ஒழுங்கின்படி என்னிடம் வந்து சேரும் என்பதை நான் அறிவேன். என் பிரார்த்தனைக்கு விடையளிக்கப்பட்டுள்ளதற்காக நான் நன்றி கூறுகிறேன். என் கோரிக்கைகளுக்கு விடையளிப்பதுதான் என் ஆழ்மனத்தின் இயல்பு என்பதையும், நான் என் கோரிக்கையை மீண்டும் மீண்டும் நம்பிக்கையோடு கூறி வந்தால் அது என் ஆழ்மனத்தில் ஆழமாகப் பதிவு செய்யப்பட்டு என் வாழ்வில் மெய்ப்பிக்கப்படும் என்பதையும் நான் அறிவேன்."

இதன் பிறகு நடந்த விஷயம் சுவாரசியமானது. ஒரு குறிப்பிட்டத் தேர்வுக்கு ஒரு வாரத்திற்கு முன்பு, அத்தேர்வில்

வரவிருந்த அனைத்துக் கேள்விகளும் ஒரு கனவில் அவருக்குத் தெரிந்தது. இதையடுத்து, அவர் அத்தேர்வில் அற்புதமாகத் தேர்ச்சி பெற்றார். இதன் விளைவாக, கணிசமான கல்வி உதவித் தொகையும் அவருக்குக் கிடைத்தது. கல்லூரிக்கு அவர் ஓட்டிச் சென்று கொண்டிருந்த காரி திடீரென்று நடுவழியில் நின்றுவிட்டது. அதே நாள், ஒரு புதிய கார் அவருக்குப் பரிசாகக் கிடைத்தது.

தன்னுடைய கார் இவ்வாறு திடீரென்று பழுதாகி நின்றபோது, அவர் துணிச்சலாக, "இந்த சம்பவத்திலிருந்து நல்லது மட்டுமே வெளிவரும்," என்று சுயபிரகடனம் செய்தார். அவர் நினைத்ததுபோலவே நல்லது மட்டுமே வெளிவந்தது. கடவுளின் நல்லியல்பில் களித்திருப்பதுதான் ஒரு முழுமையான, மகிழ்ச்சியான வாழ்க்கைக்கான திறவுகோலாகும்.

சுருக்கமாக . . .

1. நீங்கள் எதன்மீது உங்கள் கவனத்தைக் குவிக்கிறீர்களோ, அதன் அடிப்படையில் உங்கள் ஆழ்மனத்திடமிருந்து நீங்கள் எப்போதும் உள்ளுணர்வைப் பெறுவீர்கள். உங்களுக்குத் தெரியாத பல வழிகளில் உங்கள் ஆழ்மனம் உங்களுக்கான விடையை வெளிப்படுத்தும். அந்த விடையைக் கைவசப்படுத்துவதற்கு நீங்கள் எப்போதும் விழிப்புடன் இருக்க வேண்டும்.
2. தொலைந்து போன அல்லது நீங்கள் தவறுதலாக எங்கோ வைத்துவிட்ட ஏதோ ஒரு பொருளை நீங்கள் தேடிக் கொண்டிருந்தால், உங்கள் ஆழ்மனத்திடம் உங்கள் கோரிக்கையை முன்வையுங்கள். உங்கள் ஆழ்மனத்திலுள்ள முடிவில்லாப் பேரறிவுக்கு அதற்கான விடை தெரியும். அது அந்த விடையை உங்களுக்கு வெளிப்படுத்தும்.
3. புலனுக்கு அப்பாற்பட்டவற்றைப் பார்ப்பது, புலனுக்கு அப்பாற்பட்டவற்றைக் கேட்பது போன்ற திறன்கள் உங்கள் ஆழ்மனத்திற்கு இருக்கிறது. நம்பிக்கையோடும் விசுவாசத்தோடும் உங்கள் கோரிக்கைகளை அதனிடம் முன்வைத்து, விடைகளை எதிர்பார்த்திருங்கள். காலையில் சூரியன் உதிப்பது எவ்வளவு நிச்சயமோ, அதேபோல உங்கள் விருப்பம் உயிர்பெற்று வருவதும் நிச்சயம்.

4. மனத்தையும் ஆன்மாவையும் உள்ளடக்கிய நீங்கள் அழிவற்றவர். ஆன்மா ஒருபோதும் பிறப்பதுமில்லை, அது ஒருபோதும் அழிவதுமில்லை. உங்கள் பயணம் கடவுளை நோக்கி மட்டுமே அமைந்துள்ளது.

5. இறந்துவிட்ட நம்முடைய அன்புக்குரியவர்களுடன் நம்மால் மனரீதியாகத் தொடர்பு கொண்டு பேச முடியும். உங்களுக்குள் இருக்கின்ற அதே ஆன்மாவும் மனமும்தான் அவர்களுக்குள்ளும் இருக்கின்றன.

6. "நான் கனவு காண்பதில்லை," அல்லது "என் கனவுகளை என்னால் நினைவுகூர முடிவதில்லை," என்று நீங்கள் கூறினால், தினமும் காலையில் கண்விழிக்கும்போது, முதல் வேலையாக, "எனக்கு நினைவிருக்கிறது!" என்று உங்களுக்கு நீங்களே கூறிக் கொள்ளுங்கள். அப்போது உங்கள் கனவு ஒட்டுமொத்தமாக உங்கள் வெளிமனத்தில் தெளிவாகத் தோன்றும்.

5

தொலையுணர்வு எவ்வாறு கனவுகளிலும் தீர்க்கதரிசனத்திலும் விடைகளை வெளிப்படுத்துகிறது

சில வாரங்களுக்கு முன்பு என்னிடம் ஆலோசனை பெற வந்த ஒருவர், "கனவுகள் என்றால் என்ன? கனவு காண்பதற்கு எது என்னைத் தூண்டுகிறது?" என்று கேட்டார். அது ஒரு நல்ல கேள்வி. இக்கேள்விக்கு யாராலும் ஓர் எளிய விடையைக் கொடுக்க முடியாது என்று நான் நினைக்கிறேன். கனவுகள் உலகளாவியவை என்பதால் அவற்றைப் பற்றி அனைத்து மதங்களிலும், அனைத்து இனங்களிலும், அனைத்து நாடுகளிலும் விவாதிக்கப்பட்டுள்ளன, அவற்றுக்குப் பல்வேறு விளக்கங்கள் கொடுக்கப்பட்டுள்ளன.

கனவுகள் என்பவை மனிதனின் ஆழ்மனத்தின் மிகைப்படுத்துதல்களே. எனவே இவை தனிப்பட்டவை. மனிதர்கள் மட்டுமன்றி, விலங்குகளும்கூடக் கனவு காண்கின்றன. உங்கள் வாழ்வில் மூன்றில் ஒரு பகுதியை நீங்கள் தூக்கத்தில் செலவிடுகிறீர்கள். நீங்கள் தூங்கிக் கொண்டிருக்கும்போது, உங்கள் கனவு வாழ்க்கை மிகவும் துடிப்பாக இருக்கிறது. தூக்கத்தையும் கனவுகளையும் பற்றிப் பல அறிவியல் ஆய்வுக்கூடங்களும் கல்வி ஆய்வுக்கூடங்களும் ஏராளமாக ஆய்வு செய்து வந்துள்ளன. அவற்றிலிருந்து கிடைக்கும் முடிவுகள் பெரும்பாலும் அற்புதமானவையாக இருக்கின்றன.

பல வருடங்களுக்கு முன்பு, நியூயார்க்கில், பெர்லின் நகரைச் சேர்ந்த ஓர் உளவியலாளர் தன் வீட்டில் வைத்து சில மாணவர்களை மனவசியத்திற்கு உட்படுத்தியதை நான் நேரில் பார்த்தேன். அப்படி உட்படுத்தப்பட்ட மாணவர்களில் ஒருவர் தன் திருமணத்தைப் பற்றியும், தேவாலயத்தில் ஒரு சிறப்புப் பூசையைப் பற்றியும், தன்னுடைய தேனிலவைப்

பற்றியும் கனவு காண்பார் என்றும், இன்னொரு மாணவர் இந்தியாவைப் பற்றியும் அதன் புனிதமான கோவில்களைப் பற்றியும் கனவு காண்பார் என்றும், இன்னொருவர் தான் ஒரு கோடீஸ்வரராக இருப்பதுபோலக் கனவு காண்பார் என்றும் அந்த உளவியலாளர் அம்மாணவர்களிடம் கூறினார். இதுபோல ஒவ்வொரு மாணவரிடமும் ஒவ்வொரு விதமாகக் கூறப்பட்டது. மனவசியத்திலிருந்து வெளிவந்த பிறகு அவர்கள் அனைவராலும் தங்கள் கனவுகளை நினைவுகூர முடியும் என்றும், ஆனால் மனவசிய நிலையில் அவர்களிடம் கூறப்பட்ட விஷயம் பற்றிய எந்தப் பிரக்ஞையும் அவர்களுக்கு இருக்காது என்றும் அவர்களிடம் அவர் கூறினார். இவை அனைத்தும் அவர்கள் மனவசிய நிலையில் இருந்தபோது கூறப்பட்ட விஷயங்கள்.

சுமார் பத்து நிமிடங்களுக்குப் பிறகு அவர்கள் அனைவரும் மனவசிய நிலையிலிருந்து விடுவிக்கப்பட்டபோது, அவர்கள் ஒவ்வொருவராலும் தங்கள் கனவை நினைவுகூர முடிந்தது. அவர்களிடம் என்ன கூறப்பட்டிருந்ததோ, அதையே அவர்கள் கனவு கண்டனர். இதற்குக் காரணம், ஆழ்மனம் தூண்டுதல்களுக்கு உட்பட்டது என்பதுதான். தன்னிடம் பிரகடனம் செய்யப்படும் விஷயங்களின் இயல்புக்கு ஏற்றபடியே அது எதிர்வினையாற்றும்.

உங்களுடைய கனவுகளில் பெரும்பாலானவை அன்றைய நாள் முழுவதும் நீங்கள் சிந்தித்து வந்துள்ள விஷயங்களையும், அன்று நிகழ்ந்த சம்பவங்களை நீங்கள் எப்படி எதிர்கொண்டீர்கள் என்பதையும் அடிப்படையாகக் கொண்டே அமைகின்றன. ஏனெனில், இவை அனைத்தும் உங்கள் ஆழ்மனத்தில் பதிவு செய்யப்படுகின்றன. ஆழ்மனம் தன்மீது பதியப்படும் விஷயங்களை விரிவுபடுத்துகிறது, முடுக்கிவிடுகிறது, பூதாகரப்படுத்துகிறது. உங்களுடைய பல பிரச்சனைகளுக்கான தீர்வு ஒரு தெளிவான, திட்டவட்டமான விடையாக உங்கள் கனவில் வெளிப்படும்.

ஒரு கனவின் மூலமாக ஓர் ஆசிரியை தன் பிரச்சனைகளைத் தீர்த்த விதம்

நான் ஓர் ஆசிரியையிடம் பேசிக் கொண்டிருந்தபோது, கற்பித்தல் தொழிலில் தனக்கு உண்மையிலேயே விருப்பம் இல்லை என்றும், தன்னுடைய பெற்றோரின் கட்டாயத்திற்கு உட்பட்டுத்தான் தான் அந்தத் தொழிலுக்குள் நுழைந்திருந்ததாகவும், தன் வேலை தனக்கு விரக்தியளித்தது என்றும் என்னிடம் கூறினார்.

அவருக்குள் ஒளிந்திருந்த திறமைகள் அனைத்தும் அவருடைய ஆழ்மனத்திற்கு நன்றாகத் தெரியும் என்றும், தன் ஆழ்மனத்தில் இருக்கும் முடிவில்லாப் பேரறிவை அவர் தொடர்பு கொண்டால் அவருக்கு ஒரு விடை கிடைக்கும் என்றும் நான் அவருக்கு விளக்கினேன். என் பரிந்துரையின்படி, அன்றிரவு தான் தூங்கப் போவதற்கு முன்பாக, பின்வரும் சுயபிரகடனத்தை அவர் கூறினார்:

"முடிவில்லாப் பேரறிவு என் வாழ்வில் என்னுடைய உண்மையான இடத்தை எனக்கு வெளிப்படுத்துகிறது. அத்துறையில் நான் என் திறமைகளை வெற்றிகரமாகப் பயன்படுத்திக் கொண்டிருக்கிறேன். என் நாணயத்திற்கும் நேர்மைக்கும் ஏற்ற விதத்தில் எனக்கு ஓர் அற்புதமான வருவாய் அமைந்துள்ளது. எனக்குக் கொடுக்கப்படும் விடையை நான் ஏற்றுக் கொள்கிறேன். இப்போது நான் மனஅமைதியுடன் தூங்குகிறேன்."

அன்றிரவு அவர் ஒரு விரிவான கனவு கண்டார். அக்கனவில் அவர் ஒரு பெரிய கட்டடத்தில் இருந்தார். அங்கிருந்த ஒரு மனிதர் ஒரு குறிப்பிட்டக் கதவை இவருக்குச் சுட்டிக்காட்டி, அதன் வழியாகப் போகுமாறு இவரிடம் கூறினார். இந்த ஆசிரியை அக்கதவின் வழியாக இன்னோர் அறைக்குள் நுழைந்தபோது, அந்த அறையின் சுவர்கள் அழகான ஓவியங்களால் அலங்கரிக்கப்பட்டிருந்ததைக் கண்டார். அவர் அந்த ஓவியங்களைப் பார்த்துக் கொண்டிருந்தபோது, அவர் தன்னை முற்றிலுமாக மறந்து போனார். தான் ஒரு மாய உலகில் சஞ்சரித்திருந்ததுபோல அவருக்குத் தோன்றியது. 'இதுதான் நான் தேடிக் கொண்டிருந்த பதில்,' என்று அக்கனவில் அவர் தனக்குத் தானே கூறிக் கொண்டார். அதாவது, வாழ்வில் தன்னுடைய உண்மையான இடத்தை அவர் கண்டுபிடித்திருந்தார்.

மறுநாள் அவர் என்னைத் தொலைபேசியில் அழைத்து, தான் ஓர் ஓவியராக ஆவதற்குப் பயிற்சி மேற்கொள்ளவிருந்ததாகவும், தன் ஆசிரியைத் தொழிலை ராஜினாமா செய்யவிருந்ததாகவும் என்னிடம் கூறினார். அவர் அவ்வாறே செய்தார். ஓவியம் வரையத் தொடங்கிய சில நாட்களிலேயே அவர் அதில் லயித்துப் போனார். அவரிடம் ஒளிந்திருந்த ஓவியத் திறமை அவருக்கு வெளிப்படுத்தப்பட்டது. இப்போது அவர் ஒரு வெற்றிகரமான ஓவியராக இருக்கிறார். சமீபத்தில் நான் அவருடைய ஓவியங்களில் ஒன்றை இருநூறு டாலர்களுக்கு வாங்கினேன். அவர் தன் நண்பர்களுக்காகவும் முன்னாள் சக ஆசிரியர்களுக்காகவும் முதன்முறையாகத் தன் வீட்டில் ஓர்

ஓவியக் கண்காட்சி நடத்தியபோது, அவருடைய ஓவியங்கள் அவருக்கு 2,500 டாலர்களைப் பெற்றுக் கொடுத்தன.

நீங்களாக உங்கள் வெளிமனத்தில் சுமத்திக் கொள்ளும் தடைகள், இன்னல்கள், தாமதங்கள், அல்லது முட்டுக்கட்டைகளைத் தவிர, உங்கள் இதயத்தின் விருப்பம் மெய்யாவதற்கு வேறு எந்தத் தடையும் கிடையாது.

இந்த இளம் ஆசிரியையின் ஓவியங்களில் தன் மனத்தைப் பறி கொடுத்த அவருடைய முன்னாள் பேராசிரியர்களில் ஒருவர் இறுதியில் இவரைத் திருமணம் செய்து கொண்டார். ஆழ்மனம் நிகழ்த்தும் அற்புதங்களுக்கு அளவே இல்லை.

தொலையுணர்வு ஒரு பெண்ணின் சுமையைக் களைந்த விதம்

என்னுடைய வானொலி நிகழ்ச்சிகளைத் தவறாமல் கேட்டு வந்த ஒரு பெண் சமீபத்தில் என்னைத் தொலைபேசியில் அழைத்து, சுமார் ஒரு வாரத்திற்கு முன்பு தன் தந்தை காலமாகியிருந்ததாகக் கூறினார். தன் தந்தை எப்போதும் தங்கள் வீட்டில் ஏராளமான பணத்தை வைத்திருந்தது தனக்குத் தெரியும் என்றும், ஏனெனில் மாதத்திற்கு இருமுறை லாஸ் வேகஸ் நகருக்குச் சென்று வார இறுதி நாட்களை ஏதேனும் ஒரு சூதாட்ட விடுதியில் சூதாட்டத்தில் செலவிடுவது அவரது வழக்கமாக இருந்ததாகவும் அப்பெண் விளக்கினார். சூதாட்டத்தில் தன் தந்தை மாபெரும் அதிர்ஷ்டசாலியாக இருந்ததாகவும் அவர் கூறினார். சூதாட்டத்தின்போது ஒரு குறிப்பிட்டச் சுற்றில் தான் வெற்றி பெறுவோம் என்ற ஒரு தீவிரமான உந்துதல் தனக்கு ஏற்பட்டால்தான் அச்சுற்றில் தான் விளையாடியதாகவும், அந்தத் தூண்டுதல் மறையும்போது தான் உடனடியாகத் தன் விளையாட்டை நிறுத்திவிடுவதாகவும் அவரது தந்தை அவரிடம் கூறியிருந்தார்.

அப்பெண்ணின் தந்தை திடீரென்று தன் தூக்கத்தில் இறந்து போய்விட்டார். எனவே, பணத்தைத் தன் தந்தை எங்கே வைத்திருந்தார் என்பதை இப்பெண்ணால் கண்டுபிடிக்க முடியவில்லை. எங்கு தேடியும் அது அவருக்குக் கிடைக்கவில்லை.

அவர் தன் ஆழ்மனத்திடம் பேசினால் அதற்கான விடை அவருக்குக் கிடைக்கும் என்று நான் அவருக்குப் பரிந்துரைத்தேன். அவர் தன் வெளிமனத்தை அமைதிப்படுத்திவிட்டு ஆசுவாசம் கொள்ளும்போது, அவரது ஆழ்மனத்தின் அறிவு மேலெழுந்து வந்து அவருக்கு விடையளிக்கும் என்று நான் விளக்கினேன்.

அன்றிரவு சுமார் பத்து நிமிடங்களுக்கு அவர் தன் பைபிளைப் படித்துவிட்டு, பிறகு தன் கண்களை மூடியபடி தன்னை ஆசுவாசப்படுத்திக் கொண்டு, தன் தந்தையின் பணம் இருந்த இடத்தைத் தன் ஆழ்மனம் தனக்கு வெளிப்படுத்தும் என்று தனக்குத் தானே கூறிக் கொண்டு, நாற்காலியில் அமர்ந்தபடியே தூங்கிவிட்டார். திடீரென்று தன் தந்தை தன் நாற்காலிக்குப் பக்கத்தில் தோன்றித் தன்னைப் பார்த்துப் புன்னகைத்ததாகவும், அவர் மீண்டும் உயிரோடு வந்திருந்ததுபோலத் தனக்குத் தோன்றியதாகவும் அவர் என்னிடம் கூறினார். அவருடைய தந்தை அவரிடம், "எலிசபெத், என் பணம் முழுவதும், ஒயின் பாட்டில்கள் அடுக்கி வைக்கப்பட்டிருக்கின்ற அறையில் ஸ்பானர் போன்ற கருவிகள் அடங்கிய ஒரு பெட்டிக்குப் பின்னால் ஒரு ஸ்டீல் டப்பாவில் இருக்கிறது. அந்த டப்பாவிற்கான சாவி என்னுடைய மேசை டிராயருக்குள் இருக்கிறது," என்று கூறினார்.

அப்பெண் உடனடியாகக் கண்விழித்துத் தன் தந்தை கூறிய இடத்தில் தேடியபோது, சுமார் பதிமூன்றாயிரம் டாலர்கள் பணம் அதில் இருந்ததைக் கண்டு ஆச்சரியமும் ஆனந்தமும் கொண்டார். பணத்தைக் கண்டுபிடித்த மகிழ்ச்சி ஒருபுறம் இருக்க, தன் தந்தை தன்னை இன்னும் கவனித்துக் கொண்டிருந்தார் என்ற உள்ளார்ந்த நம்பிக்கையும் தனக்கு ஏற்பட்டதில் அவர் இரட்டிப்பு மகிழ்ச்சி கொண்டார்.

ஆன்மாவிற்கு அழிவில்லை என்பதை யாராலும் மறுத்துரைக்க முடியாது.

உங்களுக்குத் தேவையான விடையைத் தொலையுணர்வின் மூலமாகப் பெறுவது எப்படி

யோசனைகள், விடைகள், உத்வேகம் ஆகியவற்றைப் பெறுவதற்காக உங்கள் ஆழ்மனத்தின் அறிவைக் கைவசப்படுத்துவதற்கு மிகவும் உகந்த நேரம் நீங்கள் தூங்கப் போவதற்கு முந்தைய நேரம்தான். இதற்கு ஒரு காரணம் இருக்கிறது. தூங்கப் போகும் நேரத்தில்தான் நீங்கள் அதிக ஆசுவாசமாக இருக்கிறீர்கள், ஆழமான தூக்கத்திற்குத் தயாராக இருக்கிறீர்கள். ஒரு சிறு பிரார்த்தனையை மீண்டும் மீண்டும் கூறி உங்கள் மனத்தை அமைதிப்படுத்துங்கள். பிறகு எந்தக் கவலையுமின்றித் தூங்குங்கள்.

எடுத்துக்காட்டாக, நீங்கள் ஒரு விற்பனை மேலாளராக இருந்து, மறுநாள் உங்களுடைய விற்பனையாளர்களிடம் நீங்கள்

பேசத் திட்டமிட்டிருந்தால், நீங்கள் இவ்வாறு சுயபிரகடனம் செய்யக்கூடும்:

“என் ஆழ்மனத்தின் முடிவில்லாப் பேரறிவு நாளைக்கு என்னுடைய பேச்சை வழிநடத்தும் என்பதையும், என் விற்பனையாளர்களை ஊக்குவித்துத் தூண்டக்கூடிய சரியான வார்த்தைகளை அது எனக்கு வெளிப்படுத்தும் என்பதையும் நான் அறிவேன். நாளைய சந்திப்பின்போது நான் கூறுகின்ற எல்லாம் சரியானதாக இருக்கும். எல்லோரும் ஆசீர்வதிக்கப்படுவர், எல்லோரும் பயனடைவர்.”

மேற்கூறப்பட்ட சுயபிரகடனத்தையோ அல்லது நீங்கள் தேர்ந்தெடுக்கும் வேறு ஏதேனும் சுயபிரகடனத்தையோ அமைதியாகவோ அல்லது உரத்தக் குரலிலோ கூறுங்கள். உங்கள் ஆழ்மனம் உங்களுக்கு விடையளிக்கும், அது ஒருபோதும் தோற்றுப் போகாது என்ற விசுவாசத்தோடும் உறுதியான நம்பிக்கையோடும் நீங்கள் இதைச் செய்யுங்கள்.

துவக்கத்தில், நீங்கள் ஒரு கூட்டத்தின் முன்னால் பேசப் போவதை ஒரு வாரத்திற்கு முன்கூட்டியே நீங்கள் அறிந்தால், தினமும் இரவில் அதைப் பற்றிப் பிரார்த்தனை செய்யுங்கள். நீங்கள் என்ன பேசப் போகிறீர்கள் என்பதை நீங்கள் முன்னதாகவே தீர்மானித்திருந்தாலும், நீங்கள் பேசும்போது யோசனைகளும் கருத்துக்களும் திடீரென்று உங்கள் வெளிமனத்திற்குள் பாய்ந்தோடி வருவதையும், அவை அந்நிகழ்விற்குப் பொருத்தமானவையாக இருப்பதையும் நீங்கள் காண்பீர்கள்.

நான் இந்த வேலையை ஏற்றுக் கொள்ள வேண்டுமா?

இக்கேள்விக்கு விடையளிக்கும்போது, உங்கள் வெளிமனம் இதில் குறுக்கிட அனுமதிக்காதீர்கள். ஒரு குறிப்பிட்டச் சூழ்நிலையின் சாதகபாதகங்களை ஆய்வு செய்வதில் எந்தத் தவறும் இல்லை. ஆனால் இவ்வாறு அலசி ஆராய்ந்த பிறகும் இந்த வேலையை ஏற்றுக் கொள்ள வேண்டுமா அல்லது கூடாதா என்று ஒரு திட்டவட்டமான முடிவுக்கு உங்களால் வர முடியாவிட்டால், உங்கள் ஆழ்மனத்திடம் அதற்கான விடையை நாடுங்கள். பின்வருமாறு சுயபிரகடனம் செய்யுங்கள்:

“என் ஆழ்மனம் அனைத்தும் அறிந்தது என்பதை நான் அறிவேன். அது என்னுடைய நலனில் அக்கறை கொண்டுள்ளது. நான் இந்த வேலையை ஏற்றுக் கொள்ள வேண்டுமா கூடாதா என்பதற்கான விடையை அது எனக்கு வெளிப்படுத்துகிறது. எனக்குக் கிடைக்கும் பதிலை நான் என் வழிகாட்டியாக ஏற்றுச் செயல்படுவேன்.”

பிறகு, ‘விடை’ என்ற ஒற்றை வார்த்தையைக் கூறியபடி தூங்கிவிடுங்கள்.

உங்கள் ஆழ்மனம் உங்களுக்குச் செயல்விடை அளிக்கும் என்ற அறிதலோடும், உங்கள் கேள்விக்கான விடை நிச்சயமாக உங்களுக்குக் கிடைக்கும், அந்த விடை உங்களுக்குச் சரியானதாக இருக்கும் என்ற முழுமையான நம்பிக்கையோடும் இதைச் செய்யுங்கள். உங்களுக்கான விடை ஒரு விரிவான கனவில் உங்களுக்கு வெளிப்படுத்தப்படக்கூடும் அல்லது காலையில் நீங்கள் கண்விழிக்கும்போது அது திடீரென்று உங்கள் மனத்தில் பளிச்சிடக்கூடும்.

நீங்கள் விழித்திருக்கும் நேரத்திலும் இதே உத்தியைப் பயன்படுத்தி வெற்றி பெறலாம். தனியாக ஓரிடத்தில் அமர்ந்து, உங்கள் மனத்தை அமைதிப்படுத்தி, உங்கள் கண்களை மூடிக் கொண்டு, உங்கள் ஆழ்மனத்தின் எல்லையற்ற அறிவையும் முடிவற்ற சக்தியையும் பற்றி சிந்திப்பதன் மூலம் உங்கள் வெளிமனத்தைத் தூய்மைப்படுத்துங்கள். விடை வேண்டி நீங்கள் கேட்டுக் கொண்டிருக்கின்ற கேள்வியைத் தவிர வேறு எதைப் பற்றியும் சிந்திக்காதீர்கள். பதிலை ஏற்றுக் கொள்வதற்கான மனநிலையுடன் ஒருசில நிமிடங்கள் தொடர்ந்து இவ்வாறு செய்யுங்கள். உங்கள் ஆழ்மனத்திலிருந்து உடனடியாக விடை வராவிட்டால், அதைப் பற்றி நினைத்தபடியே உங்கள் வழக்கமான வேலையில் மூழ்கிவிடுங்கள். நீங்கள் துளிகூட எதிர்பார்க்காத நேரத்தில் அந்த விடை உங்கள் வெளிமனத்தில் திடீரென்று பளிச்சிடும்.

தொலையுணர்வு கொடுத்த எச்சரிக்கையின் பேரில் தன் திருமண ஏற்பாடுகளை ரத்து செய்த பெண்

திருமணம் நிச்சயமாகியிருந்த ஒரு பெண் என்னிடம் ஆலோசனைக்காக வந்தார். தன்னை எதுவோ ஆழமாகத் தொந்தரவு செய்து கொண்டிருந்ததாகவும், தான் மிகவும் மனம் சோர்ந்து போயிருந்ததாகவும், ஆனால் இவற்றுக்கான காரணம் என்னவென்று தனக்குத் தெரியவில்லை என்றும் அவர் கூறினார். அவர் தன்னுடைய நிச்சயதார்த்தத்தை ரத்து செய்ய விரும்பியபோதிலும், தனக்கு நிச்சயிக்கப்பட்டிருந்த நபரின் மனத்தை அவர் நோகடிக்க விரும்பவில்லை.

விவாகரத்தைத் தவிர்ப்பதற்கான சரியான நேரம் திருமணத்திற்கு முன்புதான்.

தொடர்ந்து பத்து நாட்களாக மீண்டும் மீண்டும் ஒரே கனவைத் தான் கண்டு வந்திருந்ததாகவும், ஒரு நீண்ட தாடியுடன்கூடிய ஒரு நபர் அக்கனவில் தோன்றி, யூத சமயத்தின்

அடையாளக்குறியீடான டேவிட்டின் நட்சத்திரத்தைத் தனக்குச் சுட்டிக்காட்டியதாகவும் அப்பெண் கூறினார்.

அதற்கு என்ன அர்த்தம் என்று நான் அவரிடம் கேட்டேன். ஏனெனில், 'ஒவ்வொரு கனவுக்கும் ஓர் அர்த்தம் இருக்கிறது,' என்று யூத சமயச் சட்டமான தால்மூது கூறுகிறது. யூதக் கோவிலுக்குச் செல்வதைத் தான் நிறுத்திவிட்டிருந்ததாகக் கூறிய அவர், முன்பெல்லாம் தன் மதத்தின் புனித நூலைத் தான் படித்ததாகவும், ஆனால் தனக்கு நிச்சயிக்கப்பட்டிருந்த நபர் சமயநம்பிக்கை இல்லாதவர் என்றும், அனைத்து சமய நம்பிக்கைகளையும் அவர் எள்ளி நகையாடினார் என்றும் அப்பெண் கூறினார்.

சுயபாதுகாப்புதான் ஆழ்மன விதி என்பதை அவருக்கு விளக்கிய நான், டேவிட்டின் நட்சத்திரத்தை ஓர் அடையாளக்குறியீடாகப் பயன்படுத்தி அவருடைய ஆழ்மனம் அவரைப் பாதுகாக்க முயற்சித்துக் கொண்டிருந்தது என்றும், ஆனால் அதே சமயம், அக்கனவின் சரியான அர்த்தம் அவரது உள்ளுணர்வின் வாயிலாக அவருக்கு வெளிப்படுத்தப்படும் என்றும் கூறினேன்.

அவர் தன் நிச்சயதார்த்தத்தை ரத்து செய்தார். மீண்டும் மீண்டும் அவருக்கு வந்து கொண்டிருந்த அக்கனவும் உடனடியாக நின்றுவிட்டது. அவர் இப்போது ஓர் ஆழமான அமைதியை உணர்ந்தார். அவர் மீண்டும் யூதக் கோவிலுக்குச் செல்லத் தொடங்கினார். தனக்கு எல்லா விதத்திலும் பொருத்தமான ஒரு நபரைத் தன் ஆழ்மனத்தின் முடிவில்லாப் பேரறிவு தன்னிடம் கவர்ந்திழுக்கும் என்று அவர் பிரார்த்தனை செய்தார். யூத குருவாக ஆவதற்குப் பயிற்சி மேற்கொண்டிருந்த ஒருவர் அவருக்குக் கணவனாக வாய்த்தார். அப்பெண் இப்போது மனஅமைதியுடன் வாழ்ந்து கொண்டிருக்கிறார்.

தொலையுணர்வு ஒரு மனிதனின் வேதனையைத் தீர்த்த விதம்

என்னை சந்தித்துப் பேசுவதற்காக நியூயார்க்கிலிருந்து ஓர் இளைஞர் என் வீட்டிற்கு வந்தார். லாஸ் ஏஞ்சலீஸ் நகரைச் சேர்ந்த ஒரு பெண்ணை ஆறு வருடங்களுக்கு முன்பு தான் மணந்து கொண்டிருந்ததாக அவர் என்னிடம் கூறினார். மனவிதிகள் மற்றும் ஆன்மீக விதிகளைப் பற்றிய என்னுடைய சொற்பொழிவுகளைத் தான் அடிக்கடிச் செவிமடுத்திருந்ததாக அவரது மனைவி அவரிடம் மீண்டும் மீண்டும் குறிப்பிட்டு

வந்திருந்தார். ஆனால் சுமார் ஒரு வருடத்திற்கு முன்பு, எந்த விளக்கமோ அல்லது தகவலோ கொடுக்காமல், திடீரென்று அவர் தன் வீட்டைவிட்டுப் போய்விட்டார். தன் மனைவி எங்கு சென்றார் என்பது குறித்து அந்த இளைஞருக்கு எந்த யோசனையும் இருக்கவில்லை.

தன் மனைவி தன்னிடம் கொடுத்து வைத்திருந்த அறுபதாயிரம் டாலர்கள் பணத்தை அவர் கையாடல் செய்திருந்தார். அது பற்றி அவர் குற்றவுணர்வு கொண்டார். அவர் இதற்குப் பிராயச்சித்தம் செய்ய விரும்பினார். இதற்கிடையே, அவருடைய தாயின் சொத்துக்களையும் அவர் சட்டப்பூர்வமாக சுவீகரித்திருந்தார். எனவே தன் மனைவியின் பணத்தைத் திருப்பிக் கொடுக்கும் ஒரு நிலையில் அவர் இருந்தார். தன்னுடைய இந்த ஏமாற்று வேலையினால்தான் தன் மனைவி தன்னைவிட்டுப் போய்விட்டிருந்ததாக அவர் நினைத்தார். துப்பறிவாளர்களாலும் அவருடைய மனைவியைக் கண்டுபிடிக்க முடியவில்லை. அவள் எங்கே போயிருக்கக்கூடும் என்ற யோசனை அப்பெண்ணின் உறவினர்களுக்கும் இருக்கவில்லை.

அந்நபர் என்னிடம், "நான் ஏன் உங்களைப் பார்க்க வந்தேன் என்று எனக்குத் தெரியவில்லை. ஆனால் என் மனைவி உங்களை நேரில் சந்திக்கக்கூடும் என்று என் உள்ளுணர்வு கூறுகிறது. நான் பத்தாயிரம் டாலர்களை உங்களிடம் விட்டுச் செல்கிறேன். அவள் இங்கு வந்தால் இப்பணத்தை அவளிடம் கொடுத்துவிட்டு, என்னைத் தொடர்பு கொள்ளும்படி அவளிடம் கூறுங்கள். நான் அவளை மிகவும் நேசிக்கிறேன், அவளுடன் மீண்டும் சேர்ந்து வாழ விரும்புகிறேன். என் தாயாரின் சொத்துக்களை நான் சுவீகரித்திருக்கும் விஷயத்தையும் அவளிடம் கூறுங்கள்," என்று கூறினார். நான் அவ்வாறே செய்வதாக அவருக்கு வாக்குக் கொடுத்தேன்.

இரண்டு மாதங்கள் உருண்டோடியும் எதுவும் நிகழவில்லை. பிறகு ஒரு நாள், சான்பிரான்சிஸ்கோ நகரிலிருந்து ஒரு பெண் என் செயலாளரைத் தொலைபேசியில் அழைத்து, தான் என்னை அவசரமாக சந்திக்க விரும்பியதாகவும், அன்று காலையிலேயே தான் வரவிருந்ததாகவும் கூறினார். அன்று மாலையில் நான் அவரை சந்தித்தபோது, அவர் ஒரு சுவாரசியமான சம்பவத்தைக் கூறினார்.

ஒருசில நாட்களுக்கு முன்பு, ஓர் இரவில் நான் அவருடைய கனவில் தோன்றி, "உங்களுக்காக என்னிடம் ஒரு பெரிய தொகை இருக்கிறது. உங்கள் கணவன் உங்களிடமிருந்து

கையாடிய பணம் முழுவதும் நியூயார்க்கில் உங்களுக்காகக் காத்துக் கொண்டிருக்கிறது," என்று நான் கூறியதாக அவர் என்னிடம் கூறினார். அதன் காரணமாகவே தான் என்னை சந்திக்க வந்திருந்ததாகக் கூறிய அவர், தான் கண்ட கனவு மிகவும் விலாவாரியானதாகவும் மிகவும் யதார்த்தமானதாகவும் இருந்ததாகவும் தெரிவித்தார்.

இதற்கு முன்பு இப்பெண்ணைப் பார்த்த நினைவு எனக்கு இருக்கவில்லை. நான் அவரை ஒருபோதும் சந்தித்திருக்கவில்லை. ஆனால் ஓர் இரவுப் பொழுதின்போது, "திருமதி __________ எங்கு இருக்கிறார் என்பது உனக்குத் தெரியும். அவர் இருக்கும் இடத்தை எனக்கு வெளிப்படுத்து. தெய்வீக ஒழுங்கின்படி அவர் என்னைத் தொடர்பு கொள்ளட்டும்," என்று என் கோரிக்கையை நான் என் ஆழ்மனத்திடம் முன்வைத்தேன்.

தன் கணவர் கூறிய பொய்களும், அவர் தன் பணத்தைக் கையாடல் செய்ததும்தான் தான் அவரைவிட்டுப் பிரிந்ததற்குக் காரணம் என்று கூறிய அப்பெண், நான் கொடுத்தப் பத்தாயிரம் டாலர்களைப் பெற்றுக் கொண்டு, மீண்டும் நியூயார்க்கிற்குச் சென்று தன் கணவரோடு சேர்ந்து கொண்டார். தெய்வீக வழிகாட்டுதலும் சரியான நடவடிக்கையும் வேண்டி அவர் தொடர்ந்து பிரார்த்தனை செய்து வந்திருந்தார். என்னுடைய பிரார்த்தனை அவருடைய பிரார்த்தனைக்கு விடையாக அமைந்துவிட்டது.

சுருக்கமாக . . .

1. கனவுகள் உங்கள் ஆழ்மனத்தின் விரிவாக்கங்களே. நீங்கள் தூங்கும்போது உங்கள் ஆழ்மனம் விழிப்போடும் துடிப்போடும் இருக்கிறது. அது ஒருபோதும் தூங்குவதில்லை. உங்கள் ஆழ்மனம் வழக்கமாக அடையாளக்குறியீடுகள் வாயிலாகவே பேசுகிறது.
2. உங்கள் ஆழ்மனம் தூண்டுதல்களுக்கு உட்பட்டது. நீங்கள் கொடுக்கும் தூண்டுதல்கள் உண்மையானவையாக இருந்தாலும் சரி அல்லது பொய்யானவையாக இருந்தாலும் சரி, அவற்றின் இயல்பிற்கு ஏற்றவாறு உங்கள் ஆழ்மனம் செயல்விடை அளிக்கிறது.
3. தங்களுடைய பிரச்சனைகளுக்கான தீர்வுகளைக் கொடுக்குமாறு பிரார்த்தனை செய்கின்ற பலருக்கு, அவர்கள் ஆழ்ந்த உறக்கத்தில் இருக்கும்போது,

அடையாளக்குறியீடுகளின் வடிவிலோ அல்லது நேரடியாகவோ, தெளிவான, திட்டவட்டமான விடைகள் அவர்களுடைய கனவில் வெளிப்படுத்தப்படுகின்றன.

4. ஆழ்மனம் நமக்கு எந்த விதத்தில் பதிலளிக்கும் என்பது நம் அறிவுக்கு அப்பாற்பட்டது. துல்லியமாக எந்த வழியில் உங்களுக்கான விடை வரும் என்று உங்களால் ஒருபோதும் கூற முடியாது. நீங்கள் செய்ய வேண்டியதெல்லாம், உங்கள் ஆழ்மனம் உங்களுக்கு விடையளிக்கும் என்ற ஓர் உறுதியான நம்பிக்கையோடும் விசுவாசத்தோடும் உங்கள் கோரிக்கையை அதனிடம் முன்வைப்பது மட்டும்தான். நீங்கள் சற்றும் எதிர்பாராத கணத்தில், அவ்விடை எங்கிருந்தோ உங்கள் மனத்தில் பளிச்சிடும்.

5. ஆழ்மனத்தின் அறிவைக் கைவசப்படுத்துவதற்கு உகந்த நேரம் தூக்கத்திற்கு முந்தைய நேரம்தான். அப்போதுதான் நீங்கள் ஆசுவாசமாக இருக்கிறீர்கள், ஆழமான தூக்கத்திற்குத் தயாராக இருக்கிறீர்கள். நீங்கள் ஏதேனும் ஒரு பிரச்சனைக்குத் தீர்வு தேடிக் கொண்டிருந்தால், உங்கள் ஆழ்மனத்திற்கு விடை தெரியும் என்று விசுவாசத்தோடு சுயபிரகடனம் செய்துவிட்டு, 'விடை' என்ற ஒற்றை வார்த்தையை மீண்டும் மீண்டும் கூறியபடி தூங்கிவிடுங்கள். உங்கள் ஆழ்மனம் மற்றவற்றைப் பார்த்துக் கொள்ளும்.

6. நீங்கள் விழித்திருக்கும் நேரத்திலும் இதே உத்தியை நீங்கள் பயன்படுத்தலாம். உங்கள் மனத்தை அமைதிப்படுத்திவிட்டு, உங்கள் ஆழ்மனத்தின் முடிவில்லாப் பேரறிவையும் எல்லையில்லா ஞானத்தையும் பற்றி சிந்தியுங்கள். பிறகு உங்கள் விடையைப் பற்றி சிந்தியுங்கள். ஒரு சில நிமிடங்கள் இவ்வாறு செய்துவிட்டு, உங்களுடைய வழக்கமான வேலையில் மூழ்கிவிடுங்கள். நீங்கள் வேறு ஏதோ ஒன்றில் மும்முரமாக இருக்கும் நேரத்தில் உங்களுக்கான விடை உங்களை வந்தடையும்.

7. நீங்கள் சமய நம்பிக்கை கொண்டவராக இருந்தால், உங்களைப் பாதுகாப்பதையே தன் முன்னுரிமையாகக் கொண்டுள்ள உங்கள் ஆழ்மனம், மதரீதியான ஓர் அடையாளக்குறியீட்டை உங்களுக்குக் காட்டும். அது உங்களுக்கு ஓர் ஆழ்ந்த அர்த்தம் வாய்ந்ததாக இருக்கும்.

6

ஆற்றல்மிக்கத் தொலையுணர்வு உத்திகளும் பிரார்த்தனைச் செயல்முறைகளும்

உங்கள் சொந்தப் பிரார்த்தனைக்கு நீங்கள்தான் விடையளிக்கிறீர்கள் என்று இந்நூலில் நான் கூறியிருக்கிறேன். இதற்கான காரணம் மிகவும் எளியது: உங்கள் வெளிமனம் எதை உண்மையென்று நம்பி ஏற்றுக் கொள்கிறதோ, உங்கள் ஆழ்மனம் அதை அனுபவங்கள் மற்றும் நிகழ்வுகளின் வடிவில் உங்கள் வாழ்வில் மெய்யாக்கும். நீங்கள் உறுதியாக நம்புகின்ற விஷயம் உண்மையானதாக இருந்தாலும் சரி, அல்லது பொய்யானதாக இருந்தாலும் சரி, உங்கள் ஆழ்மனம் அந்த நம்பிக்கையை ஏற்றுக் கொண்டு அதற்கேற்றபடி செயல்விடை அளிக்கும். அது எதையும் ஆய்வு செய்வதில்லை, உண்மையைக் கண்டறிய முயல்வதில்லை.

உங்கள் ஆழ்மனம் எவ்வாறு செயல்படுகிறது

மனவசிய நிலையில், பிரக்ஞையுடன்கூடிய உங்கள் வெளிமனம் தற்காலிகமாக ஒதுக்கி வைக்கப்படுகிறது. உங்கள் ஆழ்மனம் தூண்டுதலுக்கு உட்படும் நிலையில் இருக்கிறது. ஓர் உளவியலாளரோ அல்லது மனநல நிபுணரோ உங்களை மனவசியப்படுத்தி, நீங்கள்தான் இந்தியாவின் பிரதமர் என்று உங்களுக்குத் தூண்டுதல்களைக் கொடுப்பதாக வைத்துக் கொள்வோம். அவர் கூறுவது உண்மை என்று உங்கள் ஆழ்மனம் ஏற்றுக் கொள்ளும். உங்கள் வெளிமனம் செய்வதைப் போலன்றி, உங்கள் ஆழ்மனம் எதையும் தேர்ந்தெடுப்பதில்லை, எதையும் காரணப்படுத்திப் பார்ப்பதில்லை, எதையும் வேறுபடுத்திப் பார்ப்பதில்லை. ஒரு பிரதமருக்கு உரிய முக்கியத்துவத்துடனும் கண்ணியத்துடனும் நீங்கள் நடந்து கொள்வீர்கள்.

ஒரு கோப்பை நிறைய நீர் உங்களிடம் கொடுக்கப்பட்டு, நீங்கள் ஏராளமாக மது அருந்தியிருப்பதாக உங்களிடம் கூறப்பட்டால், ஒரு குடிகாரனைப்போல நீங்கள் நடந்து கொள்வீர்கள். ஒரு குறிப்பிட்ட வகையான புல் உங்களுக்கு ஒத்துக் கொள்ளாது என்று நீங்கள் அந்த உளவியலாளரிடம் கூறுவதாக வைத்துக் கொள்வோம். நீங்கள் மனவசிய நிலையில் இருக்கும்போது, அவர் ஒரு டம்ளர் நீரை உங்கள் மூக்கிற்கு அருகே பிடித்துக் கொண்டு, அது நீங்கள் குறிப்பிட்டப் புல் என்று அவர் உங்களிடம் கூறினால், அந்த ஒவ்வாமைக்குரிய அனைத்து அறிகுறிகளையும் உங்கள் உடலில் நீங்கள் தோற்றுவிப்பீர்கள். உங்களுக்கு உண்மையிலேயே அந்த ஒவ்வாமை ஏற்பட்டால் உங்கள் உடலில் எத்தகைய மாற்றங்கள் நிகழுமோ, மனவசிய நிலையில் அவை அனைத்தும் அப்போது உங்களிடம் உருவாகும்.

நீங்கள் ஒரு பிச்சைக்காரன் என்றும், நீங்கள் மிகவும் அவலமானதொரு நிலையில் இருக்கிறீர்கள் என்றும் உங்களிடம் கூறப்பட்டால், உங்கள் நடையும் பாவனையும் உடனடியாக ஒரு பிச்சைக்காரனின் நடையையும் பாவனையையும்போல மாறிவிடும். உங்கள் கையில் ஒரு கற்பனையான தகர டப்பாவுடன் நீங்கள் கூனிக் குறுகிப் போவீர்கள்.

சுருக்கமாகக் கூறினால், நீங்கள் ஒரு சிலை, ஒரு நாய், ஒரு சிப்பாய், அல்லது ஒரு பிரதமர் என்று உங்களை நம்ப வைக்க முடியும். உங்களுக்குக் கொடுக்கப்படும் தூண்டுதலின் இயல்பிற்கு ஏற்ப நீங்கள் கச்சிதமாக நடந்து கொள்வீர்கள். நீங்கள் உறுதியாக நம்புகின்ற ஒரு விஷயம் உண்மையானதாக இருந்தாலும் சரி, அல்லது முற்றிலும் பொய்யானதாக இருந்தாலும் சரி, எந்த எண்ணம் உங்கள் மனத்தில் அதிக ஆதிக்கம் செலுத்துகிறதோ, அதை உங்கள் ஆழ்மனம் எப்போதும் எந்தக் கேள்வியுமின்றி ஏற்றுக் கொள்ளும்.

அறிவியற்பூர்வமான சிந்தனையாளர்கள் ஏன் தொலைதூரத்தில் எங்கோ இருக்கும் ஒரு கடவுளிடம் பிரார்த்திப்பதில்லை, மன்றாடுவதில்லை, யாசிப்பதில்லை

அறிவியற்பூர்வமான சிந்தனையைக் கொண்ட நவீனச் சிந்தனையாளர்கள், தங்கள் ஆழ்மனத்திற்குள் இருக்கும் முடிவில்லாப் பேரறிவுதான் கடவுள் என்று கருதுகின்றனர். மக்கள் இதை எந்தப் பெயரைச் சொல்லி அழைத்தாலும் அவர்கள் அதைப் பற்றிக் கவலைப்படுவதில்லை.

கடவுளின் அனைத்து சக்திகளும் உங்களுக்குள் இருக்கின்றன. ஆன்மாதான் கடவுள். ஆனால் ஆன்மாவிற்கு உருவமோ அல்லது வடிவமோ கிடையாது. அது நிரந்தரமானது, காலம் மற்றும் வெளி இல்லாதது. அந்த தெய்வீக ஆன்மா ஒவ்வொரு மனிதனுக்குள்ளும் இருக்கிறது.

கடவுள் உங்கள் சிந்தனையில் இருக்கிறார், உங்கள் உணர்வில் இருக்கிறார், உங்கள் கற்பனையில் இருக்கிறார். வேறு வார்த்தைகளில் கூறினால், பார்வைக்குப் புலப்படாத உங்களுடைய அந்தப் பகுதிதான் கடவுள். கடவுள் எல்லையற்ற அன்பாகவும் முழுமையான இணக்கமாகவும் முடிவில்லாப் பேரறிவாகவும் உங்களுக்குள் குடிகொண்டிருக்கிறார். கண்களுக்குப் புலப்படாத இந்த சக்தியை உங்கள் எண்ணத்தின் மூலமாக உங்களால் தொடர்பு கொள்ள முடியும்.

உங்கள் எண்ணங்கள் உங்களுடைய வார்த்தைகளின் மூலமாக வெளிப்படுத்தப்படுகின்றன. ஒவ்வோர் எண்ணமும் படைப்பாற்றல் கொண்டது. உங்கள் சிந்தனையின் இயல்புக்கு ஏற்றவாறு அது உங்கள் வாழ்வில் நிகழ்வுகளாகவோ அல்லது அனுபவங்களாகவோ வெளிப்படுத்தப்படுகிறது. எப்போது நீங்கள் அந்தப் படைப்பு சக்தியை உணர்ந்து கொள்கிறீர்களோ, அப்போது நீங்கள் உங்களுக்குள் இருக்கும் கடவுளைக் கண்டுபிடித்துவிட்டீர்கள் என்று அர்த்தம்.

அறிவியற்பூர்வமான சிந்தனையாளர்கள் ஏன் ஒருபோதும் கடவுளிடம் கோரிக்கைகளை முன்வைப்பதில்லை

உலகிலுள்ள எந்தவொரு பிரச்சனைக்குமான தீர்வு வேண்டி நீங்கள் கடவுளை அழைப்பதற்கு முன், அப்பிரச்சனைக்கான விடை ஏற்கனவே உங்களுக்காகக் காத்துக் கொண்டிருக்கிறது என்பதை நினைவில் கொள்ளுங்கள். ஏனெனில், உங்கள் ஆழ்மனத்தின் முடிவில்லாப் பேரறிவுக்குத் தெரிந்ததெல்லாம் விடைகள் மட்டும்தான். நீங்கள் கேட்கும் எந்தவொரு கேள்விக்குமான விடை அதனிடம் இருக்கிறது. அதனால்தான், ஏற்கனவே தனக்குக் கொடுக்கப்பட்டிருக்கும் ஒன்றுக்காகக் கடவுளிடம் யாசிப்பது, அறிவியற்பூர்வமான சிந்தனையாளர்களுக்கு அபத்தமானதாகவும் முட்டாள்தனமானதாகவும் தோன்றுகிறது.

உங்கள் ஆழ்மனத்தின் முடிவில்லாப் பேரறிவு எல்லாம் அறிந்த ஒன்று. அதுதான் இப்பிரபஞ்சத்தையும் அதிலுள்ள எல்லாவற்றையும் படைத்துள்ளது. அப்படியிருக்கையில்,

தன் ஆழ்மனத்திற்குள் இருக்கும் முடிவில்லாப் பேரறிவுக்கு விடை தெரியாது என்று ஏன் ஒருவர் சிந்திக்க வேண்டும்? முடிவில்லாப் பேரறிவுக்கு ஒரு பிரச்சனை இருந்தால், யார் அதைத் தீர்ப்பார்கள் என்று ஒரு கணம் சிந்தித்துப் பாருங்கள்.

தேவதை என்னை மீட்டெடுத்தாள்

நான் சிறுவனாக இருந்தபோது, ஒரு தேவதை என்னை எப்போதும் கண்காணித்துப் பாதுகாத்துக் கொண்டிருந்ததாக என் தாயார் என்னிடம் கூறினார். எனக்கு எப்போது பிரச்சனை ஏற்பட்டாலும், அந்த தேவதை என்னை அதிலிருந்து காப்பாற்றுவாள் என்று என் தாயார் கூறினார். சிறுவனாக இருந்த நான், மற்றக் குழந்தைகளைப்போலவே, எளிதில் தூண்டுதலுக்கு உட்படுபவனாக இருந்தேன். என் பெற்றோரின் நம்பிக்கைகளை நான் அப்படியே ஏற்றுக் கொண்டேன்.

ஒருமுறை, நானும் ஒருசில சிறுவர்களும் ஒரு காட்டிற்குள் விளையாடச் சென்றோம். ஆனால் சிறிது நேரத்தில் நாங்கள் பாதை மாறிப் போய்விட்டோம். வீட்டிற்குத் திரும்பிச் செல்வதற்கான வழி எங்களுக்குத் தெரியவில்லை. என்னுடைய தேவதை எங்கள் அனைவரையும் பாதுகாப்பாக எங்கள் வீட்டிற்குக் கூட்டிச் செல்வாள் என்று நான் என் நண்பர்களிடம் கூறினேன். சில சிறுவர்கள் இதைக் கேட்டுச் சிரித்தனர். ஆனால் ஒரு குறிப்பிட்டத் திசையில் செல்ல வேண்டும் என்ற ஒரு வலிமையான உள்ளுணர்வு எனக்குள் எழுந்தது. எனவே, நானும் சில சிறுவர்களும் அந்த வழியாகச் சென்றபோது, எதிரே ஒரு வேடுவரை சந்தித்தோம். அவர் எங்களைக் காப்பாற்றினார். எங்களுடன் வர மறுத்தச் சிறுவர்கள் ஒருபோதும் கண்டுபிடிக்கப்படவேயில்லை.

எந்த தேவதையும் நம்மைக் கண்காணித்துக் கொண்டிருப்பதில்லை. ஆனால் அப்படி ஒரு தேவதை இருப்பதாக நான் கொண்டிருந்த கண்மூடித்தனமான நம்பிக்கை, என் ஆழ்மனம் ஒரு குறிப்பிட்ட விதத்தில் நடந்து கொள்ளும்படி செய்தது, ஒரு குறிப்பிட்டத் திசையில் செல்லுமாறு என்னைக் கட்டாயப்படுத்தியது. எங்களைக் காப்பாற்றிய வேடுவர் எங்கே இருந்தார் என்பதையும் என் ஆழ்மனம் அறிந்திருந்ததால், அது எங்களை அத்திசையில் வழிநடத்தியது.

உங்களுக்குள் இருக்கும் முடிவில்லாப் பேரறிவை நீங்கள் உணர்ந்து கொள்ளாவிட்டால், அது அங்கு இருப்பதும் ஒன்றுதான், இல்லாமல் போவதும் ஒன்றுதான். ஒரு பழங்குடி

இனத்தைச் சேர்ந்த ஒருவரை நீங்கள் உங்கள் வீட்டிற்கு அழைத்து வந்திருப்பதாக வைத்துக் கொள்ளுங்கள். ஒரு தண்ணீர்க் குழாயையோ அல்லது ஒரு சுவிட்சையோ அவர் ஒருபோதும் பார்த்ததில்லை. ஒரு வாரம் உங்கள் வீட்டில் நீங்கள் அவரைத் தனியாக விட்டுவிட்டுச் செல்கிறீர்கள். ஒரு வாரம் கழித்து நீங்கள் திரும்பி வந்து பார்க்கும்போது, அவர் தாகத்தால் இறந்து போயிருப்பார், இருட்டில் கிடந்திருப்பார். ஆனாலும் அவருக்குத் தேவையான நீரும் வெளிச்சமும் எல்லா நேரமும் அந்த வீட்டில் இருந்தன. உலகிலுள்ள லட்சக்கணக்கான மக்கள் இந்த நபரைப்போலத்தான் இருக்கின்றனர். தாங்கள் நாடிச் செல்வது எதுவாக இருந்தாலும் சரி, தங்கள் பிரச்சனை என்னவாக இருந்தாலும் சரி, விடைகள் தங்களுக்காகக் காத்துக் கொண்டிருக்கின்றன என்பதையும், தாங்கள் செய்ய வேண்டியதெல்லாம் விசுவாசத்துடனும் முழுமையான நம்பிக்கையுடனும் தங்கள் ஆழ்மனத்தின் முடிவில்லாப் பேரறிவைத் தொடர்பு கொள்ள வேண்டியதுதான் என்பதையும், விடைகள் தாமாகவே வெளிப்படும் என்பதையும் அவர்கள் உணரத் தவறிவிடுகின்றனர்.

அறிவியற்பூர்வமான பிரார்த்தனை கொடுக்கின்ற செல்வங்களையும் அற்புதமான அனுபவங்களையும் அனுபவியுங்கள்

பிரார்த்தனை என்ற வார்த்தைக்கு ஏகப்பட்ட அர்த்தங்கள் இருக்கின்றன. அவை ஒவ்வொன்றுக்கும் ஒரு நீண்ட வரலாறும் இருக்கிறது. எனவே, பிரார்த்தனைச் செயல்முறையையும் பிரார்த்தனைச் சிகிச்சையையும் எளிய வார்த்தைகளில் விளக்குவதற்கு நான் கடமைப்பட்டிருப்பதாக நினைக்கிறேன்.

உலகின் பல்வேறு பகுதிகளைச் சேர்ந்த மக்களோடு நான் உரையாடும்போது, குருட்டுத்தனமான பழைய யோசனைகளும் அர்த்தமற்றச் சடங்குகள் மற்றும் சம்பிரதாயங்களும் அவர்களிடம் நிரம்பி வழிவதை நான் பார்க்கிறேன். புத்திசாலியான எந்தவொரு மனிதனாலும் இவற்றைப் புரிந்து கொள்ள முடியாது. ஆனால், குழந்தைப்பருவம் முதலாக உங்கள் மனத்தில் விதைக்கப்பட்டு வந்துள்ள, இத்தனைக் காலமாக நீங்கள் உங்கள் வாழ்வில் கடைபிடித்து வந்துள்ள அர்த்தமற்ற விஷயங்களைக் கொண்டு, உண்மையான பிரார்த்தனையிலிருந்து கிடைக்கக்கூடிய நன்மைகளும் ஆசீர்வாதங்களும் உங்களை வந்தடைய முடியாதபடி தடுத்து நிறுத்திவிடாதீர்கள்.

ஓர் இளைஞர் ஒரு விமானியாக ஆன கதை

பின்வரும் விவரிப்பு, ஓர் இளைஞர் எனக்கு எழுதிய ஒரு கடிதத்திலிருந்து எடுக்கப்பட்டுள்ளது. வாழ்வில் பல தடைகளை சந்தித்த அந்த இளைஞர், தன்னுடைய கதை மற்றவர்களுக்கு உத்வேகமூட்டுவதாக இருக்க வேண்டும் என்பதற்காகத் தன்னுடைய கடிதத்தை இந்நூலில் சேர்த்துக் கொள்ளுமாறு என்னிடம் கேட்டுக் கொண்டார். அவருடைய சொந்த வார்த்தைகளில் அதை நான் இங்கு கொடுத்திருக்கிறேன்:

திரு ஜோசப் மர்ஃபி அவர்களே,

இது எனக்குக் கிடைத்த ஓர் அனுபவம். இந்த அனுபவம் முழுவதையும் அல்லது இதன் சில பகுதிகளை மற்றவர்களுக்கு உதவுவதற்காக நீங்கள் பயன்படுத்திக் கொள்ளலாம்.

ஒரு விமானியாக ஆக வேண்டும் என்று நான் எப்போதுமே விரும்பி வந்திருந்தேன். ஒரு விமானியாக ஆவதற்குத் தேவையான பயிற்சியையும் போதிய அனுபவத்தையும் பெறுவதற்குத் தேவையான நேரத்தையும் பணத்தையும் என்னிடம் கொண்டு வந்து சேர்ப்பதற்கு நான் மனவிதிகளைப் பயன்படுத்தினேன். நான் என்னுடைய லட்சியத்தை நோக்கி அடியெடுத்து வைக்கத் தயாராக இருந்த நேரத்தில் நம் நாடு ஒரு பொருளாதார நெருக்கடிக்கு உள்ளானது. அனைத்து விமான நிறுவனங்களும் பல விமானிகளை வேலையைவிட்டுத் தூக்கின. நான் ஒரு நிறுவனத்தில் வேலைக்கு விண்ணப்பித்தேன்.

அந்நிறுவனத்தில் காலியாக இருந்த பத்து இடங்களுக்கு 2,500 விண்ணப்பங்கள் வந்திருந்தன. இவர்களில் 90% நபர்கள் என்னைவிட அதிக அனுபவம் வாய்ந்தவர்களாக இருந்தனர். ஒரு ஞாயிற்றுக்கிழமையன்று நீங்கள் ஆற்றிய ஒரு சொற்பொழிவில், "நீங்கள் எதை நம்ப விரும்புகிறீர்கள் என்பது குறித்து நீங்கள் ஒரு தீர்மானத்திற்கு வர வேண்டும். பிறகு அதை நீங்கள் உங்கள் வசப்படுத்த வேண்டும்," என்று நீங்கள் கூறினீர்கள்.

நான் விமானியின் சீருடையை அணிந்திருப்பதைப்போலவும், நான் ஒரு விமானத்தை ஓட்டுவதற்காகவோ அல்லது தேவையான வகுப்புகளில் கலந்து கொள்வதற்காகவோ என் காரில் சென்று கொண்டிருந்ததுபோலவும் தினமும் நான் மனக்காட்சிப்படுத்தினேன். மக்கள் என்னை அந்த இடங்களில் எதிர்பார்த்தனர், எனவே குறித்த நேரத்தில் நான் அங்கு இருந்தாக வேண்டும் என்று எனக்கு நானே கூறிக் கொண்டேன். எனக்கான கதவு எப்போதும் திறந்திருக்கும் என்று நான் உறுதியாக நம்பினேன்.

நான் இவ்வாறு மனக்காட்சிப்படுத்தத் தொடங்கி மூன்று வாரங்களுக்குப் பிறகு, எனக்கு அந்த விமான நிறுவனத்திலிருந்து ஓர் அழைப்பு வந்தது. அவர்கள் என்னை நேர்காணல் செய்ய விரும்பினர். விமானிகளுக்கான பயிற்சி வகுப்பில் இடம் காலியிருக்கவில்லை என்றாலும், முந்தைய நாளன்று ஒருவர் அவ்வகுப்பிலிருந்து விலகிவிட்டிருந்தார். எனவே என்னுடைய விண்ணப்பம் பரிசீலிக்கப்பட்டு எனக்கு அழைப்பு விடுக்கப்பட்டது. நான் அவர்களுடைய பிரச்சனைக்கான கச்சிதமான தீர்வாக இருந்ததாக அவர்கள் என்னிடம் கூறியதோடு, அதற்கு அவர்கள் எனக்கு நன்றியும் தெரிவித்தனர். நான் குறிப்பிட்டிருந்த பத்துக் காலியிடங்களில் ஆறு இடங்கள் சிபாரிசுடன் வந்தவர்களுக்குக் கொடுக்கப்பட்டிருந்தன.

நீங்கள் உண்மை என்று நம்புகின்ற ஒரு யோசனை உங்கள் ஆழ்மனத்தில் பதியப்பட்டு நிஜ உலகில் மெய்ப்பிக்கப்படும் என்பதை இந்த இருபத்தோரு வயது இளைஞர் உணர்ந்திருக்கிறார்.

விண்ணில் உள்ள ஒரு கடவுளிடம் யாசிக்காதீர்கள்

தன் ஆழ்மனத்தின் படைப்பு சக்தி தன்னுடைய தனிப்பட்ட நம்பிக்கைக்கு ஏற்பச் செயல்விடை அளிக்கும் என்பதை ஒரு யதார்த்தச் சிந்தனையாளன் அறிவான். இந்த ஒட்டுமொத்தப் பிரபஞ்சத்தையும் ஆட்டுவித்துக் கொண்டிருக்கின்ற இயற்கை விதிகள் இருப்பது அவனுக்குத் தெரியும். "எதுவும் தற்செயலாக நிகழ்வதில்லை. எல்லாமே பின்னாலிருந்து தள்ளப்படுகிறது," என்று எமர்சன் கூறுகிறார். அதாவது, உங்கள் பிரார்த்தனைக்கு விடையளிக்கப்படுகிறது என்றால், உங்கள் சொந்த மனத்தின் விதிகளுக்கு ஏற்பவே விடையளிக்கப்படும், அது பற்றிய பிரக்ஞை உங்களுக்கு இருந்தாலும் சரி, இல்லாவிட்டாலும் சரி.

வாழ்க்கை விதிகள் யாரிடத்திலும் பாரபட்சம் காட்டுவதில்லை. ஒருவர் ஒரு குறிப்பிட்ட மதத்தைச் சேர்ந்தவர் என்பதற்காகவோ அல்லது அவர் நற்குணங்கள் நிரம்பப் பெற்றவர் என்பதற்காகவோ அவை அவருக்கு சிறப்புச் சலுகைகள் எதையும் கொடுப்பதில்லை. அவை ஒவ்வொருவரிடமும் ஒவ்வொரு விதமாக நடந்து கொள்வதில்லை. நீங்கள் இங்கு ஒரு பிரபஞ்ச விதியைக் கையாண்டு கொண்டிருக்கிறீர்கள். அது உங்களுடைய எண்ணங்கள் மற்றும் நம்பிக்கைகளுக்கு ஏற்ப உங்களுக்குச் செயல்விடை அளிக்கின்ற ஒன்று. நீங்கள் உங்கள் மனத்தில் எதிர்மறையான எண்ணங்களையும் நம்பிக்கைகளையும் பதிய வைத்தால், எதிர்மறையான

விளைவுகளையே நீங்கள் பெறுவீர்கள். உங்கள் ஆழ்மனத்தில் ஆக்கப்பூர்வமான எண்ணங்களை நீங்கள் பதிய வைத்தால், ஆக்கப்பூர்வமான விளைவுகள் உங்களுக்குக் கிடைக்கும்.

ஒரே ஒரு சக்தி மட்டுமே உள்ளது

இவ்வுலகில் ஒரே ஒரு சக்திதான் இருக்கிறது. இதுதான் நீங்கள் கற்றுக் கொள்ளக்கூடிய மிக முக்கியமான உண்மையாக இருக்க முடியும். இந்த சக்தி எல்லா இடங்களிலும் நீக்கமற நிறைந்துள்ளது. எனவே, அது உங்களுக்குள்ளும் உறைந்திருக்கிறது. நீங்கள் இந்த சக்தியை ஆக்கப்பூர்வமாகவும் இணக்கமாகவும் அதன் உள்ளார்ந்த இயல்புக்கு ஏற்றாற்போலவும் பயன்படுத்தும்போது, மக்கள் இதனைக் கடவுள் என்று அழைக்கின்றனர். உங்களுக்குள் இருக்கும் இந்த சக்தியை நீங்கள் எதிர்மறையாகவும் அழிவுப்பூர்வமாகவும் பயன்படுத்தும்போது, அவர்கள் இதைச் சாத்தான் என்றும், நரகம் என்றும்,துரதிர்ஷ்டம் என்றும் அழைக்கின்றனர். "எனக்குள் இருக்கும் இந்த சக்தியை நான் எப்படிப் பயன்படுத்திக் கொண்டிருக்கிறேன்?" என்ற எளிய கேள்வியை உங்களுக்கு நீங்களே கேட்டுக் கொண்டு உண்மையாக பதிலளியுங்கள். உங்கள் பிரச்சனைக்கான விடை அக்கணத்தில் உங்களுக்குக் கிடைத்துவிடும்.

பிரார்த்திப்பதற்குப் பல வழிகள் இருக்கின்றன

எப்படிப் பிரார்த்திக்க வேண்டும் என்று யாரேனும் என்னிடம் கேட்டால், "முடிவில்லா சக்தியின் அழியா உண்மைகளை மிக உயர்ந்ததொரு கண்ணோட்டத்திலிருந்து சிந்தித்துப் பார்ப்பதுதான் பிரார்த்தனை," என்று நான் பதிலளிப்பேன். இந்த உண்மைகள் ஒருபோதும் மாறுவதில்லை. அவை நேற்று எப்படி இருந்தனவோ இன்றும் அப்படித்தான் இருக்கின்றன. என்றென்றைக்கும் அவை அப்படியேதான் இருக்கும்.

தன் பிரார்த்தனையின் மூலம் உயிர் பிழைத்த ஒரு மாலுமி

கடந்த வருடம், அலாஸ்காவிற்குப் பயணித்துக் கொண்டிருந்த ஒரு கப்பலில் நான் ஒரு கருத்தரங்கை நடத்தினேன். அக்கப்பலின் மாலுமிகளில் ஒருவரோடு நான் பேசிக் கொண்டிருந்தபோது, தனக்கு நேர்ந்த ஒரு சம்பவத்தை

அவர் என்னிடம் பகிர்ந்து கொண்டார். அவர் கலந்து கொண்ட முந்தைய போரில் ஒரு நீர்மூழ்கிக் கப்பலிலிருந்து ஏவப்பட்ட ஓர் ஏவுகணை அவருடைய கப்பலைத் தாக்கியதில் அவரைத் தவிர மற்ற வீரர்கள் அனைவரும் கொல்லப்பட்டனர். பெருங்கடலில் அவர் ஒரு மரக்கட்டையின்மீது மிதந்தபடி தன் உயிரைக் கையில் பிடித்துக் கொண்டிருந்தார். அப்போது கடவுளைப் பற்றி மட்டுமே அவர் சிந்தித்துக் கொண்டிருந்தார். மனத்தின் விதிகள் பற்றிய கடுகளவு யோசனைகூட இல்லாதவராக இருந்தும்கூட, இந்த நெருக்கடியான சூழலில் கடலில் தான் தத்தளித்துக் கொண்டிருந்த நேரம் முழுவதும், "கடவுள் என்னைக் காப்பாற்றுகிறார்," என்று அவர் தனக்குத் தானே தொடர்ந்து கூறிக் கொண்டிருந்தார். சிறிது நேரத்திற்குப் பிறகு அவர் தன் சுயநினைவை இழந்தார். அவர் கண்விழித்துப் பார்த்தபோது, ஆங்கிலேயப் பயணியர் கப்பல் ஒன்றில் தான் படுத்துக் கிடந்ததை அவர் கண்டார். அவரை எதிர்கொண்ட அக்கப்பலின் தலைவர், தன்னுடைய கப்பலின் பயணப் பாதையை மாற்றுமாறு தன் உள்ளுணர்வு தன்னைத் தூண்டியதாக அவரிடம் தெரிவித்தார். கப்பலில் அந்நேரத்தில் கண்காணிப்புப் பணியில் ஈடுபட்டிருந்த ஒரு மாலுமி, கடலில் தத்தளித்துக் கொண்டிருந்த இவரைக் கண்டுகொண்டு தன் கப்பற்தலைவனிடம் விபரம் கூறியிருக்கிறார்.

என்னிடம் இக்கதையைக் கூறிய மாலுமி, எங்கோ ஓரிடத்தில் கடவுள் இருந்ததாக நம்பி, கண்மூடித்தனமான ஒரு விசுவாசத்துடன் பிரார்த்தனை செய்தார். அவருடைய இந்த எளிய விசுவாசம் அல்லது கண்மூடித்தனமான நம்பிக்கை அவருடைய ஆழ்மனத்தில் ஆழமாகப் பதிந்தது. அவருடைய ஆழ்மனம் அதற்கு ஏற்றவாறு செயல்விடை அளித்து அவரைக் காப்பாற்றியது.

மனவிதிகள் மற்றும் ஆன்மீக விதிகளின் கண்ணோட்டத்திலிருந்து பார்க்கும்போது, அந்த மாலுமி தத்தளித்துக் கொண்டிருந்த இடத்திற்கு வெகு அருகே எந்தக் கப்பல் இருந்தது என்பதை அவருடைய ஆழ்மனத்தின் முடிவில்லாப் பேரறிவு அறிந்திருந்தது. அது அக்கப்பலின் தலைவனின் மனத்தில் ஒரு தூண்டுதலை ஏற்படுத்தி, அவர் தன் பயணப் பாதையை மாற்றும்படி செய்து, அதன் மூலமாக இந்த மாலுமியைக் காப்பாற்றியது.

உங்கள் ஆழ்மனத்தில் காலமோ அல்லது வெளியோ இல்லை. இது அனைத்து ஞானத்துடனும் அனைத்து சக்தியுடனும்

இணைந்து நிலை கொண்டுள்ளது. உண்மையில், கடவுளின் அனைத்துப் பண்புநலன்களும் ஆற்றல்களும் உங்களுக்குள் இருக்கின்றன, இதை நீங்கள் எந்தப் பெயரில் அழைத்தாலும் சரி. இதை நீங்கள் உள்ளார்ந்த ஞானம் என்றும், பிரபஞ்ச மனம் என்றும், வாழ்க்கைக் கோட்பாடு என்றும், இன்னும் வேறு எந்தப் பெயரில் வேண்டுமானாலும் அழைக்கலாம். உண்மையில், இது பெயரில்லாதது. நீங்கள் தெரிந்து கொள்ள வேண்டியதெல்லாம் இதுதான்: 'உங்களுக்குள் ஒரு முடிவில்லாப் பேரறிவு குடிகொண்டுள்ளது. அது உங்களுடைய சிற்றறிவுக்கும் அகங்காரத்திற்கும் ஐம்புலன்களுக்கும் அப்பாற்பட்டது. அது எப்போதும் உங்களுடைய நம்பிக்கைக்கும் விசுவாசத்திற்கும் எதிர்பார்ப்பிற்கும் ஏற்றவாறு செயல்விடை அளிக்கிறது. மேற்கூறப்பட்ட மாலுமியின் கதையை எடுத்துக் கொண்டால், அவர் தன்னுடைய விசுவாசம் முழுவதையும் கடவுளின்மீது வைத்தார். தான் எப்படியும் காப்பாற்றப்பட்டுவிடுவோம் என்று அவர் ஆழமாக நம்பினார். இந்த நம்பிக்கை அவருடைய ஆழ்மனத்தில் பதியப்பட்டது. அவருடைய ஆழ்மனம் அதற்கு ஏற்றவாறு செயல்பட்டு அவரைக் காப்பாற்றியது.

கடவுளிடம் ஏன் மன்றாடக்கூடாது

நீங்கள் எதைத் தேடிக் கொண்டிருந்தாலும் சரி, அது ஏற்கனவே உங்களுக்குள் இருக்கும் முடிவில்லாப் பேரறிவில் குடிகொண்டிருக்கிறது. உங்கள் பிரச்சனைக்கான தீர்வு, உங்கள் பிரார்த்தனைக்கான விடை, குணமாக்கும் இருத்தல், அன்பு, அமைதி, இணக்கம், மகிழ்ச்சி, ஞானம், சக்தி, வலிமை, மற்றும் பல விஷயங்கள் இக்கணத்தில் உங்களுக்குள் இருக்கின்றன. உங்கள் அழைப்பிற்காகவும் அங்கீகாரத்திற்காகவும் அவை காத்துக் கொண்டிருக்கின்றன.

அன்பு இக்கணத்தில் இருக்கிறது. அமைதி இக்கணத்தில் இருக்கிறது. மகிழ்ச்சி இக்கணத்தில் இருக்கிறது. இணக்கம், செல்வம், வழிகாட்டுதல் ஆகியவையும் இக்கணத்தில் இருக்கின்றன. சரியான நடவடிக்கை இக்கணத்தில் இருக்கிறது. உங்கள் பிரச்சனைகளுக்கான அனைத்துத் தீர்வுகளும் இக்கணத்தில் நிலைகொண்டு இருக்கின்றன. உங்களுக்குள் இருக்கும் முடிவில்லா மனத்தின் படைப்பாற்றல்மிக்க யோசனைகள் கணக்கிலடங்காதவை. நீங்கள் செய்ய வேண்டியதெல்லாம், உங்கள் வேண்டுதலுக்கான விடை

ஏற்கனவே இக்கணத்தில் இருக்கிறது என்று நம்ப வேண்டியது மட்டும்தான். தீர்வு தானாக உங்களைத் தேடி வரும்.

எல்லா விஷயங்களும் முடிவில்லா மனத்தில் யோசனைகளாகவும் காட்சிகளாகவும் மனப்பதிவுகளாகவும் பதிந்துள்ளன. நீங்கள் எதைத் தேடுகிறீர்களோ, அதை நீங்கள் நம்பிக்கையோடு தேடினால், உங்களுக்கான விடை உங்களுக்குக் கிடைக்கும். இதுதான் அறிவியற்பூர்வமான பிரார்த்தனை. நீங்கள் ஒன்றைக் கேட்டுக் கெஞ்சும்போதும் யாசிக்கும்போதும், நீங்கள் விரும்புவது இக்கணத்தில் உங்களிடம் இல்லை என்று நீங்கள் ஒப்புக் கொள்கிறீர்கள். இந்தப் பற்றாக்குறை மனப்போக்குதான் அதிகமான பற்றாக்குறையையும் அதிகமான இழப்பையும் கொண்டுவருகிறது.

நீங்கள் எந்தக் கடவுளிடம் மன்றாடிக் கொண்டிருக்கிறீர்களோ, அவர் ஏற்கனவே உங்களுக்கு எல்லாவற்றையும் கொடுத்திருக்கிறார். உங்கள் விருப்பம், யோசனை, திட்டம், அல்லது குறிக்கோள் யதார்த்தமானது, அதை உங்கள் ஆழ்மனம் உங்கள் வாழ்வில் மெய்யாக்கும் என்பதை அறிந்து, அது குறித்துப் பேரானந்தம் கொண்டு நன்றி கூறுவதுதான் நீங்கள் செய்ய வேண்டிய காரியம். ஏற்றுக் கொள்ளத் தயாராக இருங்கள். கடவுளின் பரிசுகள் காலம் தோன்றிய நேரத்திலிருந்தே உங்களுக்குக் கொடுக்கப்பட்டு வந்துள்ளன. உங்களுக்குரிய நல்லவற்றை ஏற்றுக் கொள்வதற்காக இன்னும் ஏன் காத்துக் கொண்டிருக்கிறீர்கள்?

அனைத்துப் பொருட்களும் முடிவில்லா மனத்தில் யோசனைகளாக நிலை கொண்டுள்ளன. பிரபஞ்சத்தில் உள்ள அனைத்திற்குப் பின்னாலும் ஒரு யோசனை இருக்கிறது. ஏதோ ஓர் இயற்கைச் சீரழிவு வந்து இவ்வுலகிலுள்ள எல்லா எஞ்சின்களையும் அழித்துவிட்டதாக வைத்துக் கொள்வோம். ஆனால் மீண்டும் பல லட்சக்கணக்கான எஞ்சின்களைப் பொறியியலாளர்களால் உற்பத்தி செய்து தள்ள முடியும். ஏனெனில், உலகில் நீங்கள் பார்க்கின்ற அனைத்தும் ஒரு மனித மனத்திலிருந்தோ அல்லது முடிவில்லாப் பேரறிவிலிருந்தோ பிறந்தவைதான். உங்கள் மனத்தில் இருக்கும் யோசனை, விருப்பம், கண்டுபிடிப்பு, அல்லது நாடகம் உங்கள் கையைப்போலவோ அல்லது இதயத்தைப்போலவோ உண்மையானவைதான். அவற்றை நீங்கள் விசுவாசத்தோடும் உறுதியான நம்பிக்கையோடும் பேணி வளர்த்தீர்கள் என்றால் அவை நிஜமாக்கப்படும்.

கடவுளின் உறைவிடம் எது?

ஆன்மாதான் கடவுள். அந்த ஆன்மா எல்லா இடங்களிலும் வியாபித்திருக்கிறது. அது உங்களுக்குள்ளும் இப்பிரபஞ்சத்திலும் இருக்கிறது. நீங்கள் பிரார்த்தனை செய்யும்போது, உங்களுக்குள் இருக்கின்ற முடிவில்லா சக்தியைத் தொடர்பு கொள்கிறீர்கள், அதனுடன் ஓர் உரையாடலில் ஈடுபடுகிறீர்கள். கண்காணா தூரத்தில் இருக்கின்ற ஏதோ ஒரு தெய்வீக உருவத்துடன் நீங்கள் கெஞ்சிக் கொண்டிருக்கவில்லை. உங்கள் பிரார்த்தனைக்கு ஏற்கனவே விடையளிக்கப்பட்டுவிட்டது. ஆனால் அதை நீங்கள் உணர்ந்து கொண்டு, அதனுடன் தொடர்பு கொண்டு, அதை முழுமையாக ஏற்றுக் கொள்ள வேண்டும். அப்போது அந்த விடை தானாக உங்களை வந்தடையும்.

உங்கள் ஆழ்மனத்தில் இருக்கும் தெய்வீகப் பேரறிவு உங்கள் இதயத்தின் கதவை எப்போதும் தட்டிக் கொண்டே இருக்கிறது. எடுத்துக்காட்டாக, நீங்கள் நோய்வாய்ப்பட்டால், நீங்கள் நலம் பெறுவதற்கு அது உங்களைக் கட்டாயப்படுத்தும். *"துள்ளியெழு! எனக்கு உன்னுடைய தேவை இருக்கிறது!"* என்று அது எப்போதும் உங்களிடம் கூறிக் கொண்டே இருக்கும். உங்கள் இதயக் கதவைத் திறந்து, பின்வருமாறு துணிச்சலாகப் பிரகடனம் செய்யுங்கள்:

"என்னைப் படைத்த முடிவில்லா குணமாக்கும் இருத்தலால் என்னை குணப்படுத்த முடியும் என்பதை நான் அறிவேன், அது அவ்வாறே செய்யும் என்று நான் நம்புகிறேன். முழுமையும் வலிமையும் கச்சிதமும் இப்போது என் வசமாகிக் கொண்டிருக்கின்றன. என் ஆழ்மனத்தின் பேரறிவு என் இதயக் கதவைத் தட்டிக் கொண்டிருக்கிறது. என்னுடைய பிரார்த்தனைக்கான விடையும் என்னுடைய பிரச்சனைக்கான தீர்வும் எனக்குள்தான் இருக்கின்றன என்று அது எனக்கு நினைவுபடுத்திக் கொண்டிருக்கிறது. என் மனக்கதவு திறந்திருக்கிறது. முடிவில்லா ஞானம் வழங்குகின்ற தீர்வுகளையும் விடைகளையும் ஏற்றுக் கொள்ள அது தயாராக இருக்கிறது. என் வெளிமனத்தை வந்தடைகின்ற தீர்வுக்காக நான் முன்கூட்டியே நன்றி கூறுகிறேன்."

பிரபஞ்ச அறிவும் சக்தியும் நம் ஒவ்வொருவரிடமும் இருக்கின்றன. இனம், நிறம் போன்ற பாகுபாடு எதுவும் அவற்றுக்குக் கிடையாது. அவற்றை நாம் கடவுள் என்று அழைக்கிறோம். ஒரு துறவிக்கும் சாமியாருக்கும் கடவுள் எப்படி விடையளிப்பாரோ, அதேபோல, ஒரு நாத்திகனுக்கும் அவர் அவ்வாறே விடையளிக்கிறார். ஆழ்மன நம்பிக்கை மட்டுமே இங்கு முதன்மைத் தேவை.

மனிதனுக்குரிய பைத்தியக்காரத்தனமான குணநலன்கள், கிறுக்குத்தனமான மனப்போக்குகள், மற்றும் விசித்திரப் போக்குகளையும், மனித வடிவையும் கொண்ட ஒருவராகக் கடவுளைச் சித்தரிப்பது முற்றிலும் அபத்தமானது. அன்பு, அமைதி, இணக்கம், அழகு, மகிழ்ச்சி, ஞானம், சக்தி, வழிகாட்டுதல் ஆகிய கடவுளின் குணநலன்களைப் பற்றி நீங்கள் சிந்திக்கத் தொடங்கும்போது நீங்கள் இப்பண்புநலன்களை வெளிப்படுத்தத் துவங்குவீர்கள். அப்போது கடவுளின் பண்புநலன்களை நீங்கள் சுவீகரித்துக் கொண்டுவிட்டீர்கள் என்று பொருள். எல்லையற்ற அன்பும், கச்சிதமான இணக்கமும், முழுமையான மகிழ்ச்சியும், அளப்பரிய ஞானமும், மேன்மையான பேரறிவும், முடிவில்லா வாழ்வும் கொண்டவர்தான் கடவுள். கடவுள் எங்கும் நிறைந்திருப்பவர், சர்வவல்லமை படைத்தவர். அவரை ஒரு விதி என்றும் அழைக்கலாம். ஏனெனில், இப்பிரபஞ்சம் விதிகளுக்குக் கட்டுப்பட்ட ஒன்று.

கடவுளின் அனைத்துப் பண்புநலன்களும் உங்களுக்குள் இருக்கின்ற முடிவில்லா இருத்தலுக்குள் இருக்கின்றன. எனவே, நீங்கள் இப்பண்புநலன்களைப் பற்றி சிந்திக்கும்போது, கடவுளின் ஆளுமையை ஒத்த ஓர் அற்புதமான ஆளுமையை நீங்கள் உங்களுக்குள் வளர்த்துக் கொள்வீர்கள். அதே சமயத்தில், உங்கள் ஆழ்மன விதியை நீங்கள் இயக்குகிறீர்கள். ஏனெனில், நீங்கள் எதை நாடுகிறீர்களோ, எதைப் பற்றி எப்போதும் சிந்தித்துக் கொண்டிருக்கிறீர்களோ, எதை நீங்கள் உங்கள் ஆழ்மனத்தில் பதிக்கிறீர்களோ, அதை உங்கள் ஆழ்மனம் உருவாக்குகிறது. உங்கள் ஆழ்மன விதியைப் பயன்படுத்தாமல் ஓர் அற்புதமான ஆளுமையை உங்களால் வளர்த்தெடுக்க முடியாது. ஏனெனில், உங்கள் எண்ணமும் உணர்வும் சேர்ந்து உங்கள் தலைவிதியைத் தீர்மானிக்கின்றன என்பதுதான் விதி. எனவே, நீங்கள் எதைப் பற்றி சிந்திக்கிறீர்களோ, நீங்கள் அதுவாகவே ஆகிறீர்கள்.

உங்கள் மனவிதியைப் பயன்படுத்தாமல் ஓர் அற்புதமான ஆன்மீகரீதியான ஆளுமையை உங்களால் உருவாக்கிக் கொள்ள முடியாது. நீங்கள் யாராக ஆக விரும்புகிறீர்களோ, எதையெல்லாம் பெற விரும்புகிறீர்களோ, எவற்றையெல்லாம் செய்ய விரும்புகிறீர்களோ, அவற்றுக்கு இணையான மனக்காட்சிகளும் மனப்பதிவுகளும் உங்கள் ஆழ்மனத்தில் பதிவு செய்யப்பட வேண்டும். அன்பு, மகிழ்ச்சி, அமைதி, இணக்கம் ஆகியவற்றால் நீங்கள் உங்கள் மனத்தை நிரப்பிக் கொண்டே இருக்கும்போது, கடவுள் உங்களுக்கு நெருக்கமானவராக

ஆவார். இந்தப் பண்புநலன்கள் உங்கள் வசமாகும்போது நீங்கள் அவற்றை வெளிப்படுத்துவீர்கள். ஏற்கனவே உங்களுக்குக் கொடுக்கப்பட்டுள்ள ஒன்றுக்காகக் கடவுளிடம் யாசிப்பதையும் கெஞ்சுவதையும் அது குறித்துப் பிரார்த்தனை செய்வதையும் நிறுத்துங்கள். உங்களுக்குள் இருக்கும் முடிவில்லா இருத்தலின் ஆசீர்வாதங்களையும் பாதுகாப்பையும் வழிகாட்டுதலையும் நீங்கள் தூண்டும்போது, உங்களுக்கான விடைகள் உங்களை வந்தடையும்.

சுருக்கமாக . . .

1. ஒவ்வொரு நபரும் தன் பிரார்த்தனைக்குத் தானே விடையளித்துக் கொள்கிறார். ஒருவர் எதை உண்மையென்று தன் வெளிமனத்தில் ஏற்றுக் கொள்கிறாரோ, அதை அவரது ஆழ்மனமும் ஏற்றுக் கொள்கிறது. அவருடைய நம்பிக்கை உண்மையா அல்லது பொய்யா என்று அது வகை பிரித்துப் பார்ப்பதில்லை.

2. மனவசியத்தின்போது உங்கள் வெளிமனம் இன்னொருவரின் வசமாகியிருக்கும்போது, உங்கள் ஆழ்மனம் அவருடைய தூண்டுதல்களுக்கு உட்படுகிறது. அவர் உங்களுக்குக் கொடுக்கும் தூண்டுதல் எவ்வளவு அபத்தமானதாக இருந்தாலும் சரி அல்லது பொய்யானதாக இருந்தாலும் சரி, உங்கள் ஆழ்மனம் அதை மெய்யாக்கும்படி நடந்து கொள்ளும். உங்கள் வெளிமனத்தைப் போலன்றி, உங்கள் ஆழ்மனம் எதையும் பகுத்தறிவதில்லை, சீர்தூக்கிப் பார்ப்பதில்லை, ஆய்வு செய்வதில்லை, வேறுபடுத்திப் பார்ப்பதில்லை.

3. கடவுள் உங்கள் ஆழ்மனத்திற்குள் உறைந்திருக்கிறார். முடிவில்லாப் பேரறிவு என்றும் இதை அழைக்கலாம். அது உங்கள் நம்பிக்கைக்கு ஏற்றவாறு செயல்விடை அளிக்கிறது. ஒரு யோசனை நல்லதாக இருந்தாலும் சரி, இல்லாவிட்டாலும் சரி, நீங்கள் உண்மையென்று நம்பி உங்கள் ஆழ்மனத்தில் உணர்ச்சிப்பூர்வமாகப் பதிய வைக்கின்ற எந்தவொரு யோசனையையும் உங்கள் ஆழ்மனம் உங்கள் வாழ்வில் மெய்யாக்கும். அதனால்தான் ஒவ்வொருவரும் தங்கள் பிரார்த்தனைகளுக்குத்

தாங்களே விடையளித்துக் கொள்கின்றனர் என்று கூறப்படுகிறது.

4. நீங்கள் கேட்கக்கூடிய எந்தவொரு கேள்விக்குமான விடை உங்களுக்குள்ளேயே இருக்கிறது. நீங்கள் நாடுவது எதுவாக இருந்தாலும், அதற்கான விடை உங்களுக்குள் இருக்கின்ற முடிவில்லா இருத்தலிடமும் உங்கள் ஆழ்மனத்தின் சக்தியிடமும் இருக்கிறது என்பதை நீங்கள் உணர்ந்து கொள்ள வேண்டும், அவ்வளவுதான். தீர்வு உங்களை வந்தடையும் என்று நீங்கள் நம்பினால், நீங்கள் தாராளமாக விடையை எதிர்பார்த்துக் காத்திருக்கலாம். எல்லாம் உங்கள் நம்பிக்கையின்படியே நடைபெறும்.

5. உங்கள் ஆழ்மனத்திற்குள் உறைந்திருக்கின்ற ஞானத்தையும் சக்தியையும் பேரறிவையும் நீங்கள் உணர்ந்து கொள்ளவில்லை என்றால், அவை உங்களிடம் இருப்பதும் ஒன்றுதான், இல்லாததும் ஒன்றுதான்.

6. விதிகள் எல்லோருக்கும் பொதுவானவை. உங்கள் மனவிதிகளும் பிரபஞ்ச விதிகளும் நிரந்தரமானவை, என்றும் மாறாதவை. விண்ணில் இருக்கின்ற ஒரு கடவுளிடம் யாசிப்பதன் மூலமும் கெஞ்சுவதன் மூலமும் உங்கள் மனவிதியை அல்லது பிரபஞ்ச விதியை உங்களுக்கு சாதகமாகப் பயன்படுத்திக் கொள்ள முடியும் என்று நீங்கள் நினைத்தால் அது முட்டாள்தனமானது, குழந்தைத்தனமானது, அபத்தமானது.

7. பிரபஞ்சத்தில் ஒரே ஒரு சக்திதான் உள்ளது. அதை நீங்கள் ஆக்கப்பூர்வமாகப் பயன்படுத்தும்போது, மக்கள் அதைக் கடவுள் என்று அழைக்கின்றனர். அதை நீங்கள் அறியாமையால் அழிவுப்பூர்வமாகவோ அல்லது எதிர்மறையாகவோ பயன்படுத்தும்போது, அவர்கள் அதைச் சாத்தான் என்று அழைக்கின்றனர்.

8. மக்கள் பல வழிகளில் பிரார்த்திக்கின்றனர். முடிவில்லா சக்தியின் அழியா உண்மைகளை மிக உயர்ந்ததொரு கண்ணோட்டத்திலிருந்து சிந்தித்துப் பார்ப்பதுதான் பிரார்த்தனை என்று நான் கருதுகிறேன். ஒருபோதும் மாறாத கடவுளின் உண்மைகளால் நீங்கள் உங்கள் மனத்தை நிரப்பும்போது, உங்கள் ஆழ்மனத்தில் இருக்கும் அனைத்து எதிர்மறை எண்ணங்களையும் போக்குகளையும் நீங்கள் நிர்மூலமாக்குகிறீர்கள். நீங்கள்

எது குறித்து சிந்திக்கிறீர்களோ, அதுவாகவே ஆகிறீர்கள். நீங்கள் எதை உண்மையென்று உங்கள் வெளிமனத்தில் ஏற்றுக் கொள்கிறீர்களோ, அதை உங்கள் ஆழ்மனம் மெய்யாக்குகிறது. இதுதான் உண்மையான பிரார்த்தனை.

9. கண்காணா தூரத்தில் உள்ள ஒரு தெய்வீக உருவத்திடம் யாசிப்பதும் கெஞ்சுவதும், நீங்கள் நாடுவது இப்போது உங்களிடம் இல்லை என்று நீங்கள் ஒப்புக் கொள்வதற்குச் சமம். இந்த மனப்போக்கு அதிகப் பற்றாக்குறையையும் அதிக இழப்பையும் உங்களிடம் கவர்ந்திழுக்கும். எனவே, நீங்கள் விரும்புவதற்கு நேரெதிரானதை நீங்கள் பெறுகிறீர்கள்.

10. கடவுள் வாழும் கோவில் நீங்கள். உங்களுக்குள் இருக்கும் ஆன்மாதான் கடவுள். உங்கள் மனத்தில்தான் உங்களுக்குத் தெரிந்த ஒரே படைப்பு சக்தியுடன் நீங்கள் உரையாடுகிறீர்கள். உங்களுக்குத் தெரிந்த ஒரே சக்தி உங்கள் எண்ணம்தான். அது படைப்பாற்றல்மிக்கது. இப்போது உங்கள் எண்ணத்தின் மூலம் நீங்கள் எதை உருவாக்கிக் கொண்டிருக்கிறீர்கள் என்பது உங்களுக்குத் தெரியும். இந்த வாழ்க்கைக் கோட்பாடு உங்கள் இதயக் கதவை எப்போதும் தட்டிக் கொண்டிருக்கிறது.

7

எப்போதும் விடையளிக்கின்ற பிரார்த்தனைக்குத் தொலையுணர்வைப் பயன்படுத்துவது எப்படி

நான் சந்திக்கும் பல மனிதர்கள், என்னிடம், "நாங்கள் சில விஷயங்களை உண்மையிலேயே விரும்பியிருக்கிறோம். அது குறித்து நாங்கள் தொடர்ந்து பிரார்த்தனை செய்தும் வந்திருக்கிறோம். ஆனால் அவற்றை நாங்கள் ஒருபோதும் அனுபவித்ததே இல்லை. நாங்கள் இவ்வளவு நீண்டகாலம் காத்திருந்தும்கூட எங்களுக்கு எந்த பதிலும் கிடைக்கவில்லை," என்று மீண்டும் மீண்டும் கூறியுள்ளனர். அடுத்து அவர்களிடமிருந்து வரும் கேள்வி, "ஏன்?" என்பதாகத்தான் இருக்கும். உங்கள் விசுவாசத்திற்கு ஏற்றபடியே உங்கள் பிரார்த்தனைகளுக்கு விடையளிக்கப்படும் என்பதுதான் எப்போதும் என் பதிலாக இருக்கும்.

விசுவாசம் என்றால் என்ன?

நான் இப்புத்தகத்தில் குறிப்பிடுகின்ற விசுவாசம், எந்தவொரு குறிப்பிட்டச் சடங்குகள், சம்பிரதாயங்கள், திருவிழாக்கள், சமயப் பண்டிகைகள் ஆகியவற்றோடு தொடர்புடையது அல்ல. விசுவாசம் என்பது ஒரு மனப்போக்கு. அதாவது, ஒரு குறிப்பிட்ட வழியில் சிந்திப்பது என்று அதற்குப் பொருள் கொள்ளுங்கள். நீங்கள் உணர்ச்சிப்பூர்வமாக நம்புகின்ற எந்தவொரு யோசனையும் உங்கள் ஆழ்மனத்தில் பதிவு செய்யப்படும் என்பதையும், நீங்கள் அதில் வெற்றி பெற்றுவிட்டால் அந்த யோசனை உங்கள் ஆழ்மனத்தால் உங்கள் வாழ்வில் நிஜமாக்கப்படும் என்பதையும் அறிந்திருப்பதற்கான பிரக்ஞையுடன்கூடிய ஒரு திறன்தான் விசுவாசம். உங்கள் ஆழ்மனம்தான் உங்களுக்குள் இருக்கின்ற படைப்பாற்றல். உங்கள் வெளிமனம் உங்கள் விருப்பங்களைத் தேர்ந்தெடுக்கிறது,

ஆனால் அது எதையும் உருவாக்குவதில்லை. உங்கள் தேர்ந்தெடுப்புகளின் மொத்தம்தான் நீங்கள். பெரும்பாலான மக்கள் இதை உணர்வதில்லை, கோடிக்கணக்கானவர்கள் இந்த உண்மையை முற்றிலுமாக நிராகரித்துவிடுகின்றனர். எனவே, விசுவாசம் என்பது ஒரு வகையான சிந்தனை, ஒரு விதமான நம்பிக்கை, ஒரு மனரீதியான ஏற்றுக் கொள்ளுதல்.

ஒரு வேதியியலாளர் வேதியியல் விதிகள்மீது விசுவாசம் கொண்டுள்ளார். அவை நம்பத்தகுந்தவை. ஒரு விவசாயி தன்னுடைய வேளாண்மை விதிகள்மீது விசுவாசம் கொண்டுள்ளார். ஒரு பொறியியலாளர் கணித விதிகள்மீது விசுவாசம் கொண்டுள்ளார். அதேபோல, தன் வெளிமனமும் ஆழ்மனமும் எவ்வாறு செயல்படுகின்றன என்பதைக் கற்றுக் கொள்வதன் மூலம் மனிதன் தன் மனவிதிகள்மீது விசுவாசம் கொள்ளக் கற்றுக் கொள்ள வேண்டும். அவன் தன் வெளிமனத்திற்கும் ஆழ்மனத்திற்கும் இடையே நடைபெறுகின்ற கருத்துப் பரிமாற்றங்களைப் புரிந்து கொள்ள வேண்டும்.

விசுவாசம் எனும் பிரார்த்தனை

உங்கள் ஆழ்மனத்திற்குள் ஒரு முடிவில்லாப் பேரறிவு இருக்கிறது, அது உங்கள் மனத்தில் இருக்கும் உறுதியான நம்பிக்கைக்கு ஏற்றவாறு உங்களுக்குச் செயல்விடை அளிக்கிறது என்ற ஒரு மனரீதியான அல்லது ஆன்மீகரீதியான நம்பிக்கைதான் விசுவாசம் எனும் பிரார்த்தனை என்று கூறலாம். அதாவது, உங்கள் ஆழ்மனத்தின் ஞானமும் சக்தியும் உங்கள் நம்பிக்கையின் அளவுக்கு ஏற்றபடி செயல்படுகின்றன. ஒன்றை உண்மையென்று ஏற்றுக் கொள்வதுதான் நம்பிக்கை.

சில பிரார்த்தனைகளுக்கு விடையளிக்கப்படுவதும், சிலவற்றுக்கு எந்த பதிலும் கிடைக்காமல் போவதும் ஏன்

"என் மனைவியின் பிரார்த்தனைகளுக்கு எப்போதும் விடையளிக்கப்பட்டுவிடுகின்றன, ஆனால் என்னுடைய பிரார்த்தனைகள் ஒருபோதும் பலிப்பதில்லை. ஏன்?" என்று ஒருவர் என்னிடம் கேட்டார். தனக்கு ஏற்பட வேண்டிய நல்ல விஷயங்களை ஏதோ காரணத்திற்காகக் கடவுள் தனக்குக் கொடுக்காமல் இருந்ததாக அவர் நம்பினார். கடவுள் தன்னிடம் ஓரவஞ்சனையாக நடந்து கொண்டதாகவும், தன் மனைவியின் விருப்பங்களை மட்டும் அவர் நிறைவேற்றியதாகவும் அவர்

குற்றம் சாட்டினார். ஆனால் நான் அவருக்கு இவ்வாறு விளக்கமளித்தேன்: "கடவுளைப் பொருத்தவரை எல்லோரும் சமம். இயற்கை விதிகளைப் பயன்படுத்த எவரொருவராலும் கற்றுக் கொள்ள முடியும். ஆனால் அதற்குத் தேவையான அறிவை மனிதன் கைவசப்படுத்திக் கொள்ள வேண்டும்."

ஒரு கொலைகாரனாலோ அல்லது நாத்திகனாலோ மின்சார விதிகளைக் கற்றுக் கொண்டு, அந்த அறிவைப் பயன்படுத்தி ஒரு வீட்டைக் கொளுத்திவிட முடியும். அதேபோல, காந்தவிதிகளையோ அல்லது வேறு எந்தவொரு விதியையோ யாராலும் கற்றுக் கொள்ளவும், அவற்றின் இயல்புக்கு ஏற்ப அவற்றைப் பயன்படுத்தவும் முடியும். ஒரு துறவியால் எப்படித் தன் ஆழ்மனத்திடமிருந்து விடைகளைப் பெற்றுக் கொள்ள முடியுமோ, அதேபோல, ஒரு நாத்திகனாலும் தன்னுடைய ஆழ்மனத்திலிருந்து விடைகளைப் பெற முடியும். அதற்கான ஒரே முன்தேவை அந்த விடையின்மீது முழுமையான நம்பிக்கை வைப்பதும் அதை மனத்தளவில் முழுமையாக ஏற்றுக் கொள்வதும்தான்.

தெய்வீக இருத்தல் என்ற ஒன்று இல்லவே இல்லை என்று கூறுகின்ற ஒரு விண்வெளி வீரரிடம் போதுமான விசுவாசமும் நம்பிக்கையும் இருந்தால், செவ்வாய், சுக்கிரன் மற்றும் பிற கிரகங்களுக்கு அவரால் சென்று வர முடியும். அதாவது, இப்பயணங்களை மேற்கொள்வதற்குத் தான் அறிந்திருக்க வேண்டிய விஷயங்களைத் தன் ஆழ்மனம் தனக்குக் கொடுக்கும் என்பதை அவர் அறிந்திருக்கிறார். ஏனெனில், ஆழ்மனம் ஒருவருடைய வெளிமனத்தின் நம்பிக்கை மற்றும் விசுவாசத்திற்கு ஏற்பவே விடையளிக்கிறது.

கடவுளோ அல்லது முடிவில்லாப் பேரறிவோ சில குறிப்பிட்ட மத நம்பிக்கைகளைக் கொண்டவர்களுக்கு மட்டுமே விடையளிக்கிறது என்று சிந்திப்பவர்கள், மனித மனத்தின் கிறுக்குத்தனமான போக்குகளையும் விசித்திரப் போக்குகளையும் கொண்ட ஒருவராகக் கடவுளைச் சித்தரிக்கின்றனர். கடவுள் அல்லது படைப்பு சக்தி மனிதன் பிறப்பதற்கு முன்பே இருந்து வந்துள்ளது. மனிதன்தான் பல்வேறு மதங்களையும், மத நம்பிக்கைகளையும், சடங்குகள் மற்றும் சம்பிரதாயங்களையும் கண்டுபிடித்தான், கடவுள் நேற்று எப்படி இருந்தாரோ, அப்படித்தான் இன்றும் இருக்கிறார். அவர் என்றென்றும் அப்படித்தான் இருப்பார். கடவுள் ஒருசிலருக்குக் கொடுக்கிறார், மற்றவர்களுக்கு எதுவும் கொடுப்பதில்லை என்று நினைப்பது மூடத்தனம். இது முற்றிலும் அபத்தமான எண்ணம்.

காரணமும் விளைவும் என்ற விதிக்கு ஏற்பவே எல்லோருக்கும் எல்லாம் நடைபெறுகிறது. இந்த அண்டம் மற்றும் பிரபஞ்சம் நெடுகிலும் இயங்கும் இவ்விதி யார்மீதும் பாரபட்சம் காட்டுவதில்லை. காரணம் உங்கள் வெளிமனத்தின் நம்பிக்கையில் இருக்கிறது, விளைவு உங்கள் ஆழ்மனத்திடமிருந்து வரும் பதிலில் இருக்கிறது.

தான் சுயபிரகடனம் செய்து கொண்டிருந்தவற்றைப் பிரக்ஞையற்ற நிலையில் அவர் மறுத்துக் கொண்டிருந்தார்

மேற்கூறப்பட்ட நபர், செழிப்புக் குறித்துப் பிரார்த்தித்துக் கொண்டும் சுயபிரகடனம் செய்து கொண்டும் இருந்தார்: “கடவுள் எனக்கு உடனடியாக எல்லாவற்றையும் வழங்குகிறார். அவருடைய செல்வம் என் வாழ்வில் இப்போது புழங்கிக் கொண்டிருக்கிறது.” ஆனால் அவருடைய மனத்தின் அடியாழத்தில், பற்றாக்குறை மற்றும் குறைபாடுகள் குறித்த எண்ணங்களே மேலோங்கி நின்றன. வேறு வார்த்தைகளில் கூறினால், வெளிமனத்தில் அவர் செய்து கொண்டிருந்த சுயபிரகடனத்தை, அவருடைய ஆழ்மனத்தில் இருந்த நம்பிக்கையின்மை மறுத்துக் கொண்டிருந்தது.

ஆனால் இவருடைய மனைவியின் பிரார்த்தனைகளுக்கு விடையளிக்கப்பட்டுக் கொண்டிருந்ததற்குக் காரணம், அவருடைய விசுவாசம் மிகவும் ஆழமாக இருந்ததும், தான் சுயபிரகடனம் செய்த விஷயங்களை அப்பெண் முழுமையாக நம்பியதும்தான். பாரபட்சம் காட்டாத ஓர் இருத்தலும் ஒரு சக்தியும் தன் ஆழ்மனத்தில் இருந்து தன்னுடைய வழக்கமான சிந்தனைகளுக்கும் நம்பிக்கைகளுக்கும் ஏற்பச் செயல்விடை அளித்துக் கொண்டிருந்ததாக அப்பெண் நம்பினார்.

மேற்கூறப்பட்ட நபர் தன் நம்பிக்கையை மாற்றிக் கொண்ட விதம்

ஒரு விதை எவ்வாறு ஒரு செடியாக உருவாகிறதோ, அதேபோல ஓர் எண்ணம்தான் ஒரு பொருளாக உருவெடுக்கிறது என்ற எளிய உண்மையை அவர் கற்றுக் கொண்டார். பற்றாக்குறையின்மீது அவர் கொண்டிருந்த பொய்யான நம்பிக்கை, இந்த உண்மையை அவர் தன் வெளிமனத்தில் மீண்டும் மீண்டும் கூறியதன் மூலம் அவருடைய ஆழ்மனத்திலிருந்து வெளியேற்றப்பட்டது. செல்வம் என்பது தன் மனத்தில் இருந்த ஓர் எண்ணம்தான் என்பதையும்,

அனைத்துப் பொருட்களும் மனிதனின் அல்லது கடவுளின் மனத்திலிருந்துதான் வருகின்றன என்பதையும் அவர் உணர்ந்து கொண்டார். இந்தப் புதிய உள்நோக்கும் புரிதலும் அவருக்கு விசுவாசத்தையும் உறுதியான நம்பிக்கையையும் கொடுத்தன.

மாசு படிந்த நீர் நிரம்பிய ஒரு பாட்டிலுக்குள் சுத்தமான நீர் ஒவ்வொரு சொட்டாக விழும்போது, இறுதியில் அந்த பாட்டில் நிறைய சுத்தமான நீர் நிரம்பிவிடும் என்பதை அவர் தெளிவாக உணர்ந்தார். மீண்டும் மீண்டும் கூறுவதுதான் இங்கு முக்கியம். பற்றாக்குறை மற்றும் குறைபாடுகளின்மீது தான் கொண்டிருந்த நம்பிக்கை பொய்யானது என்பதை உணர்ந்து கொண்ட அவர், செல்வம் தன் வாழ்வில் தொடர்ந்து தாராளமாகவும் நிரந்தரமாகவும் மகிழ்ச்சியாகவும் புழங்கிக் கொண்டிருந்ததாக மீண்டும் மீண்டும் நினைத்ததன் மூலமும், அது குறித்து சுயபிரகடனம் செய்ததன் மூலமும், அந்தப் பொய்யான நம்பிக்கைகளைக் களைந்தெறிந்தார்.

துவக்கத்தில் அவருடைய சுயபிரகடனம் உணர்ச்சியற்றதாக இருந்தது. ஆனால், "செல்வம் என் வாழ்வில் புழங்கிக் கொண்டிருக்கிறது, அது எப்போதும் அபரிமிதமாக இருக்கிறது," என்று நம்பிக்கையோடு அவர் தொடர்ந்து கூறியபோது, அந்தக் கடைசிச் சொட்டுத் தூய நீர் எப்படி மாசுபட்ட நீரை அந்த பாட்டிலிலிருந்து வெளியேற்றியதோ, அதேபோல இவருடைய பொய்யான நம்பிக்கையும் இவருடைய ஆழ்மனத்தைவிட்டு வெளியேறியது.

பிரார்த்தனை உண்மையான பிரார்த்தனையாக இல்லாமல் போகும்போது

சமீபத்தில் ஒரு பெண் எனக்கு ஒரு கடிதம் எழுதியிருந்தார். அடுத்த மாதம் பதினைந்தாம் நாளுக்குள் தனக்கு ஆறாயிரம் டாலர்கள் பணம் கிடைத்தாக வேண்டிய ஒரு கட்டாயமான சூழ்நிலையில் தான் இருந்ததாகவும், தனக்கு அப்பணம் கிடைக்காவிட்டால் தன் வீடு தன் கையைவிட்டுப் போய்விடும் என்றும் அவர் அதில் குறிப்பிட்டிருந்தார். எங்கிருந்தாவது அந்த ஆறாயிரம் டாலர்கள் தனக்குக் கிடைக்க வேண்டும் என்று தான் கடுமையாகப் பிரார்த்தனை செய்து கொண்டிருந்ததாகவும், ஆனால் எல்லா இடங்களிலிருந்தும் எதிர்மறையான பதில்களே தனக்குக் கிடைத்துக் கொண்டிருந்ததாகவும் அவர் மேலும் குறிப்பிட்டிருந்தார்.

இப்பெண்மணி கவலையோடும், பதற்றத்தோடும், பரிதவிப்போடும், தன் மனம் முழுக்க பயத்தோடும் இருந்தார். இத்தகைய மனப்போக்கு அதிகப்படியான இழப்புகளையும் பற்றாக்குறையையும் குறைபாடுகளையும் அனைத்து விதமான தடைகளையும் மட்டுமே அவரிடம் கவர்ந்திழுக்கும் என்று நான் அவருக்கு விளக்கினேன். என் பரிந்துரைப்படி அவர் சில மாபெரும் உண்மைகளை நேர்மறையாக சுயபிரகடனம் செய்யத் தொடங்கினார்.

"கடவுளின் உதவி இருந்தால் எல்லா விஷயங்களும் சாத்தியப்படும். நம்பிக்கை கொண்ட ஒருவனுக்கே எல்லா விஷயங்களும் சாத்தியப்படுகின்றன. கடவுள் என் பிரார்த்தனைகளுக்கு பதிலளிப்பார். பிரச்சனையான காலகட்டங்களில் அவர் என்னுடன் இருப்பார். அவர் என்னை என் பிரச்சனைகளிலிருந்து விடுவிப்பார். கடவுள் எனக்கு வெளிச்சமாக இருந்து வழிகாட்டும்போது நான் யாருக்கும் பயப்பட வேண்டியதில்லை. நான் கடவுளுக்கு நன்றி கூறுகிறேன்," என்று அவர் சுயபிரகடனம் செய்தார்.

உலகின் மிகப் பிரபலமான நாடக ஆசிரியரான வில்லியம் ஷேக்ஸ்பியர்கூட, "மனம் தயாராக இருந்தால், எல்லா விஷயங்களும் தயாராக இருக்கும்," என்று கூறியுள்ளார்.

எனக்குக் கடிதம் எழுதிய பெண்மணி, தனக்குத் தேவையான பணத்தையும் தன் காலக்கெடுவையும் பற்றி நினைப்பதை ஒதுக்கி வைத்துவிட்டு, மேற்கூறப்பட்ட உண்மைகளை மீண்டும் மீண்டும் வலியுறுத்தத் தொடங்கினார். தன் மனம் அமைதியாக இருக்கும்போது, தீர்வு தானாகத் தன்னை வந்தடையும் என்பதை அவர் உணர்ந்தார். கடவுள் தன்னுடைய அனைத்துத் தேவைகளையும் நிறைவேற்றுவார், தனக்கு என்றென்றும் ஆதரவாக இருப்பார் என்ற அறிதலோடு அவர் தன்னைக் கடவுளோடு இசைவுபடுத்திக் கொண்டார்.

அவரது மனம் அமைதியாக இருக்கும்போதும், காலையில் சூரியன் உதயமாவது எப்படி நிச்சயமோ அதேபோலத் தன் பிரார்த்தனைக்கான விடையும் நிச்சயமாகக் கிடைக்கும் என்ற அறிதலோடு இருக்கும்போதும், அவருடைய பிரார்த்தனைக்கான விடை அவரிடம் வந்து சேரும் என்ற எளிய உண்மையை நான் மீண்டும் அவரிடம் வலியுறுத்தினேன். விடை எப்படி உங்களை வந்தடையும் என்று உங்களுக்குத் தெரியாது. ஆனால் அதைப் பற்றி நீங்கள் கவலைப்பட வேண்டியதில்லை. ஏனெனில், என்ன நடந்தாலும் அது நல்லதாகவே நடக்கும் என்பதை நீங்கள் அறிவீர்கள்.

என்றும் மாறாத அந்த மாபெரும் உண்மைகளைத் தனக்குத் தானே நினைவுபடுத்திக் கொண்டதன் வாயிலாக அவர் தன் மனத்தை அமைதியாக வைத்திருந்தார். அந்த வார இறுதியில், உள்ளூர் மருந்துக்கடை ஒன்றில் அவர் தன் பழைய நண்பர் ஒருவரை சந்தித்தார். அந்த நபர் தன் மனைவியைப் பறி கொடுத்திருந்தவர். இப்பெண்மணி தன் கணவனை இழந்தவர். அந்நபர் இவரைத் திருமணம் செய்து கொள்ள முன்வந்தார். இப்பெண்மணி அவரது விருப்பத்தை ஏற்றுக் கொண்டார். இப்பெண்ணின் வீட்டுக் கடனையும் அவர் பார்த்துக் கொண்டார். இறுதியில் இப்பெண்மணிக்கு எந்த இழப்பும் ஏற்படவில்லை. உண்மையில், இவரது வாழ்வில் பல நல்ல விஷயங்கள் நிகழ்ந்தன. அவர் தன் ஆழ்மனத்தில் பதிய வைத்த நல்ல எண்ணங்களை அவரது ஆழ்மனம் பல்கிப் பெருகச் செய்து அவருக்கு ஏராளமான நன்மைகளைக் கொண்டுவந்தது.

பயமும் கவலையும் இழப்பைக் கவர்ந்திழுக்கின்றன. விசுவாசமும் உறுதியான நம்பிக்கையும் வாழ்வின் அனைத்து ஆசீர்வாதங்களையும் கவர்ந்திழுக்கின்றன. உங்களுக்கு ஒரு குறிப்பிட்டத் தேதியில் ஒரு குறிப்பிட்டத் தொகை கிடைத்தாக வேண்டும் என்ற எண்ணம் உங்களுக்குள் தோன்றும்போதெல்லாம், பதற்றமும் பரிதவிப்பும் பயமும் கவலையும் அதிக இழப்பையே கவர்ந்திழுக்கும் என்பதை நினைவுபடுத்திக் கொள்ளுங்கள். அனைத்து ஆசீர்வாதங்களின் மூலாதாரத்திடம் திரும்பிச் செல்லுங்கள். முடிவில்லா சக்தியை உணர்ந்து கொண்டு, அமைதியும் வழிகாட்டுதலும் இணக்கமும் சரியான நடவடிக்கையும் அபரிமிதமும் உங்கள் வசமாகும் என்று சுயபிரகடனம் செய்யுங்கள். இறுதியில் உங்கள் எண்ணம் நிறைவேறும்.

ஒப்பந்தத்தில் தான் நிச்சயமாகக் கையெழுத்திட்டுவிடுவோம் என்று நம்பிய நடிகை

ஒப்பந்தத்தில் கையெழுத்திட நியூயார்க் நகருக்கு வருமாறு தனக்கு ஒரு தொலைபேசி அழைப்பு வந்திருந்ததால் தான் விரும்பிய ஒப்பந்தம் தனக்கு நிச்சயமாகக் கிடைத்துவிடும் என்று தான் முழுமையாக நம்பியதாக ஒரு நடிகை என்னிடம் கூறினார். அவர் நியூயார்க்கில் கால் பதித்தபோது, அவருக்கு அந்த ஒப்பந்தத்தைக் கொடுக்கவிருந்த நபர் தன் தூக்கத்தில் இறந்துவிட்டிருந்த செய்தி அவருக்குத் தெரிவிக்கப்பட்டது.

எனவே, அவர் ஏமாற்றத்தோடும் மனச்சோர்வோடும் வீடு திரும்பினார்.

நான் அவரிடம், "நீங்கள் ஒரே ஒரு விஷயத்தின்மீது மட்டுமே முழுமையான விசுவாசம் கொள்ளலாம். பிரபஞ்ச விதிகள் நேற்று எப்படி இருந்தனவோ இன்றும் அப்படியே இருக்கின்றன. என்றெனும் அவை அப்படியேதான் இருக்கும். அவை நம்பகமானவை. ஏனெனில், கடவுளும் அவருடைய விதிகளும் நிரந்தமானவை, ஒருபோதும் மாறாதவை. மேலும், பிரபஞ்சம் உங்கள் கட்டுப்பாட்டில் இல்லை. மக்களின் உயிர் உங்கள் கையில் இல்லை. உங்களுக்கு அந்த ஒப்பந்தத்தைக் கொடுக்கவிருந்த அந்நபர் இவ்வுலகைவிட்டுப் பிரிய வேண்டிய வேளை அதுதான் என்றால், அதற்கு நீங்கள் எந்த விதத்திலும் பொறுப்பு அல்ல. எனவே, கடவுள் சர்வவல்லமை படைத்தவர், எங்கும் நீக்கமற நிறைந்திருப்பவர், மாற்றமில்லாதவர், காலம் மற்றும் வெளி இல்லாதவர் என்ற ஒன்றின்மீது மட்டும் நீங்கள் முழுமையான விசுவாசம் கொள்வது நல்லது," என்று கூறினேன்.

அவர் தன் மனப்போக்கை மாற்றிக் கொண்டு, தன் ஆழ்மனத்திற்குள் இருக்கும் முடிவில்லாப் பேரறிவு தன் விருப்பத்தை நிறைவேற்றுவதற்கான வழிகளை அறிந்திருக்கிறது என்றும், ஆனால் அதன் வழிகள் சில சமயங்களில் மர்மமானவையாக இருக்கும், கண்டுபிடிப்பதற்கு அவை அவ்வளவு சுலபமாக இருக்காது என்பதையும் உணர்ந்தார். அவர் தன் மனத்தை அமைதிப்படுத்திக் கொண்டு பின்வருமாறு சுயபிரகடனம் செய்தார்:

"என் ஆழ்மனத்திற்குள் இருக்கும் முடிவில்லாப் பேரறிவு எனக்குரிய ஓர் ஒப்பந்தத்தை என் அறிவுக்குப் புலப்படாத ஏதோ ஒரு வழியில் என்னிடம் கொண்டு வந்து சேர்க்கும் என்பதை நான் அறிவேன். முடிவில்லாப் பேரறிவின் அளப்பரிய ஞானத்தை நான் உணர்கிறேன். எனக்குக் கிடைக்கவிருந்த அந்த ஒப்பந்தத்தைப் போன்ற அல்லது அதைவிட பிரம்மாண்டமான ஓர் ஒப்பந்தத்தை இப்போது என் ஆழ்மனத்தில் நான் ஏற்றுக் கொள்கிறேன்."

ஒருசில வாரங்களில், நியூயார்க் நகரில் முன்பு அவர் கையெழுத்திடவிருந்த ஒப்பந்தத்தைவிடப் பல வழிகளில் மேலான இன்னோர் ஒப்பந்தம் அவருக்குக் கைகூடியது. இதேபோன்ற சம்பவம் உங்களுக்கு நிகழும்போது, உங்களுக்குள் இருக்கும் முடிவில்லாப் பேரறிவு அதிக அற்புதமான ஏதோ ஒன்றை உங்களுக்காக வைத்திருக்கிறது என்ற அறிதலுடன்

மகிழ்ச்சியாக இருங்கள், நன்றியுணர்வு கொள்ளுங்கள். உங்களுக்குத் தெரியாத பல வழிகளில் அது உங்கள் வாழ்வில் மெய்ப்படும்.

சரியான இடத்தில் நம்பிக்கை வைப்பதற்குத் தொலையுணர்வு உங்களுக்குக் கற்றுக் கொடுக்கிறது

ஒரு பெரிய தொழில் நிறுவனத்தில் ஓர் உயர்ந்த பதவியில் இருந்த ஒரு புத்திசாலிப் பெண்மணி, தான் ஒரு குறிப்பிட்ட நபரை மணமுடிப்போம் என்று உறுதியாக நம்பினார். அவர்களுடைய திருமணத்திற்கான அனைத்து ஏற்பாடுகளும் செய்யப்பட்டிருந்தன. திருமண விழாவிற்கான அனைத்துத் திட்டங்களும் மேற்கொள்ளப்பட்டிருந்தன, விருந்தினர்களுக்கு அழைப்பிதழ்கள் அனுப்பப்பட்டன, விருந்திற்கான ஏற்பாடுகளும் செய்யப்பட்டன. ஆனால் திருமணம் நடைபெறுவதற்கு ஒருசில நிமிடங்களுக்கு முன்பு, அப்பெண்ணுக்கு நிச்சயம் செய்யப்பட்டிருந்த நபர் திடீர் மாரடைப்பால் காலமானார்.

"கடவுள் ஏன் எனக்கு இக்கொடுமையைச் செய்தார்?" என்று அப்பெண் குமுறினார். உண்மையில், அந்நபரின் மரணத்திற்குக் கடவுள் 'பொறுப்பாளி' அல்ல. தன்னுடைய வாழ்க்கையைத் தான் விரும்பிய திசையில் நடத்திச் செல்வதற்கான திறன் அந்நபருக்கு இருந்தது. அவர் ஒரு குடிகாரர் என்பதும், சில காலமாக இதய நோய்க்காக அவர் சிகிச்சை பெற்று வந்திருந்தார் என்பதும், மருத்துவமனையில் பல முறை அவர் அனுமதிக்கப்பட்டிருந்தார் என்பதும் பின்னர் தெரிய வந்தது. அவர் இவ்விஷயங்கள் அனைத்தையும் அப்பெண்ணிடமிருந்து மறைத்திருந்தார்.

அந்நபரின் வாழ்க்கை அப்பெண்ணின் கட்டுப்பாட்டில் இல்லை என்பதை நான் அப்பெண்ணுக்குச் சுட்டிக்காட்டினேன். உண்மையில், ஒரு மோசமான திருமண உறவில் அவர் சிக்கிக் கொள்ளாதபடி அவருடைய ஆழ்மனம் அவரைக் காப்பாற்றியிருந்தது குறித்து அவர் மகிழ்ச்சி கொள்ள வேண்டும் என்று நான் அவரிடம் கூறினேன்.

"பிரபஞ்ச விதிகள் நிரந்தமானவை, என்றும் மாறாதவை," என்ற எளிய உண்மையை அவரும் கற்றுக் கொண்டார். நாளைய தினம் ஒருவர் நிச்சயமாக நியூயார்க் சென்றடைந்துவிடுவார் என்று எப்படி உறுதியாகக் கூற முடியும்? கடுமையான பனிமூட்டத்தின் காரணமாக அனைத்து விமானங்களும்

ரத்து செய்யப்படலாம். குதிரைப் பந்தயத்தில் உங்கள் குதிரைதான் வெற்றி பெறும் என்று எப்படி உங்களால் உறுதியாக இருக்க முடியும்? மாரடைப்பின் காரணமாக அக்குதிரை இறந்து போகக்கூடும். நீங்கள் அந்தக் குறிப்பிட்டப் பெண்ணைத்தான் மணமுடிப்பீர்கள் என்பது என்ன நிச்சயம்? அவர் வேறொருவரைக் காதலிக்கக்கூடும், அவரைத் திருமணம் செய்து கொள்ளக்கூடும். மக்களும் இவ்வுலகமும் உங்கள் கட்டுப்பாட்டிலா இருக்கிறார்கள்?

உங்கள் வெளிமனத்திற்குத் தெரியாத, அதனால் கற்பனை செய்து பார்க்க முடியாத வழிகளில், உங்கள் ஆழ்மனத்தின் ஞானம், உங்கள் பிரார்த்தனைக்கான விடையை உங்களிடம் கொண்டு வந்து சேர்க்கும் என்பதை எல்லா நேரங்களிலும் நினைவில் வைத்திருங்கள்.

மேலே நான் குறிப்பிட்ட அந்தப் பெண், தனக்கு ஒரு கணவன் வேண்டும் என்று சரியான வழியில் ஒருபோதும் பிரார்த்திக்கவில்லை. அவர் அந்த ஆண்மகனை ஒரு மதுவிடுதியில் வைத்து சந்தித்திருந்தார். அவர்கள் இருவருக்கும் இடையேயான காதல் அங்கிருந்துதான் துவங்கியது. கூடவே அந்நபரின் பொய்களும் தில்லுமுல்லுகளும் அங்கிருந்துதான் துவங்கின. வாழ்க்கைத்துணைவர் வேண்டிப் பிரார்த்தனை செய்யும்போது எந்தவொரு குறிப்பிட்ட நபரையும் மனத்தில் வைத்து ஒருபோதும் பிரார்த்திக்காதீர்கள். நீங்கள் பண்புநலன்களைத்தான் மணமுடிக்கிறீர்கள். இவ்வுலகில் உங்களுக்கு விருப்பமானதை நீங்கள் பெறுவதில்லை. மாறாக, நீங்கள் எதைப் பற்றி சிந்திக்கிறீர்களோ அதையே நீங்கள் பெறுகிறீர்கள்.

சரியான வாழ்க்கைத்துணைவரைக் கவர்ந்திழுப்பதற்கு, ஓர் ஆணிடம் நீங்கள் மெச்சுகின்ற பண்புநலன்களை உங்கள் ஆழ்மனத்தில் நீங்கள் பதிய வைக்க வேண்டும். நீங்கள் பெரிதும் மதிக்கின்ற குணநலன்கள்மீது நீங்கள் உங்கள் சிந்தனையைக் குவிக்க வேண்டும். பின்வரும் பிரார்த்தனையை நான் அப்பெண்ணுக்குக் கொடுத்து, தினமும் காலையிலும் இரவிலும் அதைப் பயன்படுத்துமாறு அவருக்குப் பரிந்துரைத்தேன்.

“இப்போது கடவுளுடன் நான் ஐக்கியமாகியிருக்கிறேன். அவரில் நான் வாழ்கிறேன், அவரில் நான் அசைகிறேன், அவரில் என் இருத்தல் இருக்கிறது. என்னை நேசிக்கவும் என்னைக் கொண்டாடவும் எனக்காக ஒருவர் எங்கோ காத்துக் கொண்டிருக்கிறார் என்று நான் நம்புகிறேன். அவருடைய மகிழ்ச்சிக்கும் மனஅமைதிக்கும் என்னால்

பங்களிக்க முடியும் என்பதை நான் அறிவேன். அவர் என்னுடைய பண்புநலன்களை நேசிக்கிறார், நான் அவருடைய பண்புநலன்களை நேசிக்கிறேன். நான் அவரை மாற்ற விரும்பவில்லை, அவரும் என்னை மாற்ற விரும்பவில்லை. நாங்கள் இருவரும் பரஸ்பர சுதந்திரத்தையும் அன்பையும் மரியாதையையும் அனுபவிக்கிறோம். ஒரே ஒரு மனம்தான் இருக்கிறது. இந்த மனத்தில் இப்போது நான் அவரை அறிகிறேன். என் கணவரிடம் நான் மெச்சுகின்ற, அவர் வெளிப்படுத்த வேண்டும் என்று நான் விரும்புகின்ற பண்புலன்களுடன் நான் இப்போது இணைகிறேன். தெய்வீக மனத்தில் நாங்கள் இருவரும் ஒருவரை ஒருவர் அறிகிறோம், ஒருவரை ஒருவர் ஏற்கனவே நேசிக்கிறோம். அவருக்குள் இருக்கும் கடவுளை நான் பார்க்கிறேன். எனக்குள் இருக்கும் கடவுளை அவர் பார்க்கிறார். அகத்தில் அவரை சந்தித்துள்ள நான் புறத்தில் அவரை சந்தித்தாக வேண்டும். ஏனெனில், இதுதான் என் சொந்த மனத்தின் விதி. என் விருப்பம் நிறைவேற்றப்படும். கடவுளின் மனத்தில் அந்த விருப்பம் ஏற்கனவே நிறைவேற்றப்பட்டுவிட்டது என்பதை நான் அறிவேன். கடவுளுக்கு என் நன்றி உரித்தாகுக!"

இந்த சுயபிரகடனம் மெல்ல மெல்ல அவருடைய ஆழ்மனத்திற்குள் பதிந்தது. அவருடைய ஆழ்மனத்தின் அளப்பரிய ஞானம் ஓர் அற்புதமான பல் மருத்துவரை அவரிடம் கவர்ந்திழுத்தது. அந்நபர் இப்பெண்ணுடன் எல்லா விதத்திலும் இணக்கமாகப் பொருந்தினார். ஒருபோதும் தோற்காத தன் மனவிதிகள்மீது நம்பிக்கை வைக்க இப்பெண் கற்றுக் கொண்டார். அவருடைய உறுதியான நம்பிக்கை உடனடியான விடையை அவருக்குப் பெற்றுக் கொடுத்தது.

அனைத்து வகையான பின்னடைவுகளையும் எவ்வாறு கையாள்வது என்பதைத் தொலையுணர்வு உங்களுக்குக் கற்றுக் கொடுக்கிறது

சிக்காகோவில் உங்கள் வேலை விஷயமாக ஒரு முக்கியமான நேர்முகத் தேர்வில் நீங்கள் கலந்து வேண்டியுள்ளதாக வைத்துக் கொள்வோம். ஆனால் பனிமூட்டத்தின் காரணமாகவோ அல்லது உடல்நலக்குறைவின் காரணமாகவோ உங்கள் பயணம் தாமதமாகிவிட்டது. இந்த நேர்முகத் தேர்வு திருப்திகரமாகவும் தெய்வீக ஒழுங்கின்படியும் அமையும் என்று நீங்கள் பிரார்த்தித்து வந்திருந்ததாக நீங்கள் கூறக்கூடும். பதற்றப்படாதீர்கள். உங்கள் மனத்தை ஆசுவாசப்படுத்திக் கொள்ளுங்கள். உங்கள் ஆழ்மனத்தின் முடிவில்லாப் பேரறிவின் பக்கம் திரும்புங்கள். இந்த நேர்முகத் தேர்வை அல்லது ஒப்பந்தத்தை நிகழ்த்துவதற்கு

இதைவிடச் சிறந்த வழிகள் உங்கள் உள்ளார்ந்த பேரறிவிடம் இருக்கிறது என்பதை உணருங்கள். தெய்வீகமான முறையில் சரியான நடவடிக்கை மேற்கொள்ளப்படும் என்று நம்புங்கள். தெய்வீகமான வழியில் எவ்வாறு சரியான நடவடிக்கை எடுக்கப்படும் என்பது உங்கள் வெளிமனத்திற்குத் தெரியாது என்பதையும் நினைவில் கொள்ளுங்கள்.

கடவுள் உங்கள் வாழ்வில் இயங்கிக் கொண்டிருப்பதாக நீங்கள் உறுதியாக நம்பும்போது, உங்கள் வாழ்வில் எது நடந்தாலும் அது நல்லதாகவே நடக்கும். ஒருபோதும் தோற்காத பிரார்த்தனை உண்மையில் இதுதான்.

சுருக்கமாக . . .

1. விசுவாசம் என்பது ஒரு சிந்தனை முறை. அது ஒரு வகையான மனப்போக்கு. உங்கள் ஆழ்மனத்தில் பதியப்படும் எதுவொன்றும் உங்கள் நிஜ வாழ்வில் அனுபவமாக வெளிப்படும் என்பதை நீங்கள் அறியும்போது, நீங்கள் உங்கள் மனவிதிகளின்மீது விசுவாசம் கொண்டிருக்கிறீர்கள் என்று அர்த்தம்.

2. வேளாண்மை விதிகளின்மீது ஒரு விவசாயி விசுவாசம் கொண்டுள்ளார். ஒரு கப்பலின் தலைவர் கடற்பயண விதிகளின்மீது விசுவாசம் கொண்டுள்ளார். மனிதன் தோன்றிய காலத்திற்கு முன்பாகவே இருந்து வந்துள்ள பிரபஞ்ச விதிகளை அவர்கள் பயன்படுத்திக் கொண்டிருக்கின்றனர். அதேபோல, உங்கள் மனவிதிகளைக் கற்றுக் கொண்டு உங்களுடைய ஒட்டுமொத்த வாழ்க்கையையும் உங்களால் மாற்றிக் கொள்ள முடியும். நல்லதை நினைத்தால் நல்லதே பின்தொடரும், இழப்பையும் குறைபாடுகளையும் பற்றி நினைத்தால் துயரமே பின்தொடரும்.

3. உங்கள் நம்பிக்கைகள்தான் உங்களுடைய சூழ்நிலைகளையும் சூழல்களையும் தீர்மானிக்கின்றன. நம்பிக்கை என்பது உங்கள் மனத்தில் உள்ள ஓர் எண்ணம். அதாவது, ஒன்றை உண்மை என்று ஏற்றுக் கொள்வது அது. ஒரு பொய்யைக்கூட நீங்கள் நம்பலாம், ஆனால் அதை உங்களால் நிரூபிக்க முடியாது. உங்கள் ஒட்டுமொத்த வாழ்க்கையில் இணக்கத்தையும் ஆரோக்கியத்தையும் அமைதியையும் அபரிமிதத்தையும்

கொண்டு வருவதற்கு, என்றென்றும் நிலைத்திருக்கும் மாபெரும் உண்மைகளால் நீங்கள் உங்கள் மனத்தை நிரப்ப வேண்டும்.

4. கடவுளின் பார்வையில் எல்லோரும் சமமானவர்கள்தான். அவர் யாரிடமும் பாரபட்சம் காட்டுவதில்லை. கடவுள் என்ற பிரபஞ்ச அறிவும் சக்தியும் எல்லோருக்கும் இருக்கின்றன.

5. பலர் தாங்கள் எது குறித்து சுயபிரகடனம் செய்கிறார்களோ அல்லது பிரார்த்தனை செய்கிறார்களோ, தங்களையும் அறியாமல் அவற்றை மறுக்கின்றனர். எடுத்துக்காட்டாக, கடவுள்தான் தன் செல்வ வளங்களின் மூலாதாரம் என்று முழங்குகின்ற ஒருவர் ஆழ்மனரீதியாக ஏழ்மையின்மீது நம்பிக்கை கொண்டிருக்கக்கூடும். அவர் தன்னுடைய நம்பிக்கையை மாற்றி, கடவுளின் செல்வங்களைப் பற்றியும் அபரிமித விதியைப் பற்றியும் சிந்திக்க வேண்டும். அப்போது இப்புதிய நம்பிக்கைக்கு ஏற்ப அவருடைய ஆழ்மனம் செயல்விடை அளிக்கும்.

6. செல்வம் என்பது உங்கள் மனத்தில் உள்ள ஓர் எண்ணம் என்ற உண்மையை நீங்கள் புரிந்து கொண்டு, கடவுளின் செல்வம் உங்கள் வாழ்வில் தொடர்ந்து புழங்கிக் கொண்டிருக்கிறது என்று மீண்டும் மீண்டும் உங்களுக்கு நீங்களே வலியுறுத்திக் கொள்ளும்போது, உங்கள் ஆழ்மனத்தில் ஏழ்மை குறித்து இருக்கும் நம்பிக்கை அழிக்கப்படும், புதிய விளைவுகள் பின்தொடரும்.

7. ஒரு குறிப்பிட்ட நாளில் ஒரு குறிப்பிட்டத் தொகை உங்கள் வசமாக வேண்டும் என்ற ஒரு நிலையை நீங்கள் எதிர்கொண்டிருந்தால், அந்தத் தொகையையும் தேதியையும் மறந்துவிடுங்கள். ஏனெனில், நீங்கள் எப்போதும் அதைப் பற்றியே நினைத்துக் கொண்டிருப்பது பதற்றத்தையும் பரிதவிப்பையும் கவலையையும் பயத்தையும் மட்டுமே ஏற்படுத்தும். இது தாமதங்களையும் தடைகளையும் அதிகக் கவலையையும் கொண்டுவரும். கடவுள் உங்களுடைய தேவைகள் அனைத்தையும் இப்போது நிறைவேற்றிக் கொண்டிருக்கிறார் என்று சிந்தியுங்கள். அப்போது உங்களுக்குத் தெரியாத பல வழிகளில் உங்கள் பிரார்த்தனைக்கு விடையளிக்கப்படும்.

8. கடவுள் ஒருபோதும் மாறுவதில்லை. ஒன்றே ஒன்றின்மீது நீங்கள் முழுமையான விசுவாசம் கொள்ளலாம்: கடவுள் நேற்றும் இன்றும் என்றென்றும் அப்படியேதான் இருக்கிறார்.

9. இவ்வுலகமும் மற்றவர்களின் வாழ்நாளும் உங்கள் கட்டுப்பாட்டில் இருக்கின்றன என்று சிந்திப்பதை நிறுத்துங்கள். உங்களுக்குள் குடிகொண்டிருக்கும் கடவுளின் இருத்தல்மீது நம்பிக்கையும் விசுவாசமும் கொள்ளுங்கள்.

10. கடவுள் உங்கள் வாழ்வில் செயல்பட்டுக் கொண்டிருக்கிறார், சரியான தெய்வீக நடவடிக்கைதான் நடைபெறும் என்று நீங்கள் நம்பும்போதும், அதைப் பிரகடனம் செய்யும்போதும், எது நடந்தாலும் அது நல்லதாகவே நடக்கும். ஒருபோதும் தவறாத பிரார்த்தனை இதுதான்.

8

தொலையுணர்வின் மர்மமான மூலாதாரங்களை அணுகுவது எப்படி

நான் இந்த அத்தியாயத்தை எழுதிக் கொண்டிருந்தபோது, நியூயார்க் நகரைச் சேர்ந்த ஒரு பெண்ணிடமிருந்து எனக்கு ஒரு தொலைபேசி அழைப்பு வந்தது. தன்னுடைய உள்ளார்ந்த சக்திகளை வளர்த்தெடுப்பதற்கான தியானம் பற்றிய விபரங்களை அவர் என்னுடைய புத்தகங்களில் ஒன்றில் படித்துவிட்டு, அதைத் தொடர்ந்து பயன்படுத்திப் பல அற்புதமான விளைவுகளைப் பெற்று வந்திருந்தார். ஒருநாள் இரவு, தான் தூங்கிய சிறிது நேரத்தில், இறந்துவிட்டத் தன் கணவர் தன் கனவில் தோன்றி, உடனே எழுந்து சென்று கேஸை அணைக்குமாறு எச்சரித்ததாக அவர் கூறினார். அவர் கண்விழித்தபோது வீட்டில் கேஸ் வாசனை பயங்கரமாக இருந்தது. அவர் உடனே தன் சமையலறைக்கு ஓடிச் சென்று கேஸை அணைத்துவிட்டு, வீட்டிலிருந்த அனைத்து சன்னல்களையும் திறந்துவிட்டுத் தன் மகனை எழுப்பினார். அவருடைய விரைவான நடவடிக்கை அவரையும் அவருடைய மகனையும் காப்பாற்றியது.

அவர் தினமும் படுக்கைக்குச் செல்வதற்கு முன், பாதுகாப்புக் குறித்து பைபிளில் கொடுக்கப்பட்டுள்ள ஒரு பிரார்த்தனையைத் தவறாமல் கூறினார். இதன் விளைவாக, அவரது ஆழ்மனம், இறந்துவிட்ட அவருடைய கணவனின் உருவம் அவருடைய கனவில் தோன்றும்படி செய்தது. ஏனெனில், அவர் தன் கணவரின் எச்சரிக்கைக்கு உடனடியாகச் செவிசாய்ப்பார் என்பதை அவரது ஆழ்மனம் அறிந்திருந்தது. ஆழ்மனத்தின் வழிகளைப் புரிந்து கொள்வது மிகவும் கடினம்.

'இறந்துவிட்ட'த் தன் கணவர்தான் தன் கனவில் தோன்றித் தன்னை எச்சரித்ததாக அப்பெண் உறுதியாகக் கூறினார். ஆனால்

பிரபஞ்சத்தில் எதுவும் இறப்பதில்லை. ஒரு முறை மலர்கின்ற மலர் என்றென்றைக்கும் மலர்ந்திருக்கிறது. முன்பொரு சமயத்தில் வாழ்ந்த மற்றும் இப்போது வாழ்ந்து கொண்டிருக்கின்ற அனைவரோடும் நாம் தொடர்ந்து கலந்துறவாடுகிறோம், அவர்களோடு தொடர்பு கொள்கிறோம். ஏனெனில், ஒரே ஒரு மனம்தான் அனைவருக்கும் பொதுவானதாக இருக்கிறது. உங்களுக்கான விடை இன்னொரு நபரிடமிருந்து உங்களுக்குக் கிடைத்தாலும், உங்கள் ஆழ்மனத்தின் பேரறிவுதான் அந்த விடையைக் கொடுத்துக் கொண்டிருக்கிறது.

ஒரு பெண்ணின் பிரார்த்தனை அவருடைய நிலைமையை மேலும் மோசமாக்கியது எப்படி

தனக்கு ஒரு சட்டரீதியான பிரச்சனை இருந்ததாகவும், அது சுமூகமாகத் தீர வேண்டும் என்று தான் பிரார்த்தித்ததாகவும், ஆனால் அப்பிரார்த்தனை தன்னுடைய பிரச்சனையை மேலும் மோசமாக்கியதாகவும் ஒரு பெண் என்னிடம் கூறினார். உண்மையில் அவர் தன் கவனம் முழுவதையும் தன்னுடைய விரக்தியின்மீதும் கவலையின்மீதுமே குவித்திருந்தார். அவர் பிரார்த்தனை செய்வதற்கு முன்பு இருந்ததைவிட இப்போது அவர் அதிகப் பிரச்சனைக்கு உள்ளாகியிருந்தார். தான் எதன்மீது அதிக கவனம் செலுத்தினோமோ, அதைத் தன் மனம் பன்மடங்கு பெருக்கியது என்பதை அவர் கற்றுணர்ந்தார்.

எங்களுடைய உரையாடலைத் தொடர்ந்து, பின்வரும் சுயபிரகடனத்தை நான் அவருக்குக் கொடுத்தேன். அவர் தன் மனப்போக்கை மாற்றிக் கொண்டு இவ்வாறு சுயபிரகடனம் செய்தார்:

“நான் தனியாக இல்லை. கடவுள் என்னுள் குடிகொண்டிருக்கிறார். அவரது ஞானம் என் பிரச்சனைக்கு எனக்குத் தெரியாத வழிகளில் ஒரு தெய்வீகமான தீர்வைக் கொண்டுவருகிறது. நான் என் கவலையைக் கைவிட்டுவிட்டு, எனக்குள் இருக்கும் முடிவில்லாப் பேரறிவு கொண்டுவரவிருக்கின்ற தீர்வை ஆவலோடு எதிர்பார்த்துக் காத்துக் கொண்டிருக்கிறேன்.”

அவர் இத்தகைய ஒரு நேர்மறையான மனப்போக்கைத் தொடர்ந்து தக்கவைத்துக் கொண்டார். பயமோ அல்லது தவறான எண்ணங்களோ தன் மனத்தில் தோன்றியபோதெல்லாம், அவர் உடனடியாக, “ஒரு தெய்வீகத் தீர்வு காத்திருக்கிறது. என் பிரச்சனையைத் தீர்ப்பதற்குக் கடவுள் செயல்பட்டுக் கொண்டிருக்கிறார்,” என்று சுயபிரகடனம் செய்தார்.

ஒருசில நாட்களுக்குப் பிறகு அவருடைய பய எண்ணங்கள் முற்றிலுமாக வலுவிழந்தன. அவர் மனஅமைதியைப் பெற்றார். ஓர் உயில் விஷயமாக அவரை எதிர்த்து நீதிமன்றத்தில் பொய்யாக வழக்குத் தொடுத்திருந்த அவரது உறவினர் ஒருவர், தன் வழக்கைத் திடீரென்று வாபஸ் பெற்றுக் கொண்டார். அடுத்த ஒருசில நாட்களில் அந்த உறவினர் தன் உறக்கத்தில் நிரந்தரமாகக் கண்மூடினார்.

உங்கள் பிரார்த்தனைக்கு எவ்வாறு விடையளிக்கப்படும் என்பதை உங்கள் வெளிமனத்தால் புரிந்து கொள்ள முடியாது. ஏனெனில், உங்கள் ஆழ்மனம் செயல்படும் விதம் உங்கள் அறிவுக்கு அப்பாற்பட்டது. அது தனக்குரிய வழியில் உங்கள் பிரச்சனைக்கான தீர்வைக் கொண்டுவரும்.

விடை ஒரு வினோதமான வழியில் வந்தது

எனக்குத் தெரிந்த வீடுமனை முகவர் ஒருவர் வேறொரு மாநிலத்தில் பெரிய முதலீடு ஒன்றைச் செய்ய விரும்பினார். தினமும் இரவில் படுக்கச் செல்வதற்கு முன்பாக, தன் முயற்சிகள் அனைத்திலும் தெய்வீக வழிகாட்டுதலும் சரியான நடவடிக்கையும் வேண்டி அவர் பிரார்த்தனை செய்தார். அவர் எந்த மனையை வாங்குவதைப் பற்றி சிந்தித்துக் கொண்டிருந்தாரோ, அந்த மனையை அவர் ஒரு முறை பார்வையிட்டுவிட்டு வந்தபோது, அன்றிரவு அவர் ஒரு விரிவான கனவு கண்டார். “அடுத்த அடி எடுத்து வைக்க வேண்டிய நேரம் இதுவல்ல,” என்ற ஒரு செய்தி அவருக்கு அக்கனவில் கூறப்பட்டது.

அவர் அந்த அறிவுரையைப் பின்பற்றினார். அடுத்தடுத்து நிகழ்ந்த சில சம்பவங்கள், அவருடைய தீர்மானம் சரிதான் என்று நிரூபித்தன. ஏனெனில், இந்தப் பரிவர்த்தனையில் சமூக விரோதக் கும்பலைச் சேர்ந்த நபர்கள் சிலரும் சம்பந்தப்பட்டிருந்தனர். அவருடைய ஆழ்மனம் அவருக்குப் புரியும் விதத்தில் ஒரு விடையைக் கொடுத்து அவரைக் காப்பாற்றியது.

பிரார்த்தனையை அவர் ஒரு வழக்கமாக்கிக் கொண்டார்

பிரார்த்தனை குறித்து ஹவாய் மாநிலத்தில் ஒரு சீன மாணவருடன் நான் பேசிக் கொண்டிருந்தபோது, தன்னுடைய பிரார்த்தனை உத்தி ஓர் ஆன்மீக உறவின் அடிப்படையில் அமைந்திருந்ததாக அவர் கூறினார். தனக்குள் இருக்கும்

முடிவில்லாப் பேரறிவுடன் அவர் அடிக்கடி உரையாடுகிறார். தன் வெளிமனத்திற்கும் தனக்குள் இருக்கும் கடவுளின் இருத்தலுக்கும் இடையே அடிக்கடி சிறுசிறு கருத்துப் பரிமாற்றங்கள் நிகழ்வதாக அவர் கூறுகிறார். அவரது உரையாடல் இப்படி இருக்கும்:

"இறைவா, நீ எல்லாம் அறிந்தவன். எனக்குரிய விடையை எனக்கு வெளிப்படுத்து. என் படிப்பில் என்னை வழிநடத்து. நான் என்ன செய்ய வேண்டும் என்று எனக்குக் கூறு. என்னுடைய திறமைகளை எனக்கு வெளிப்படுத்து. எனக்கு ஞானத்தைக் கொடு. புரிந்துணர்வுடன்கூடிய ஓர் இதயத்தையும் எனக்குக் கொடு."

சில சமயங்களில், தேர்வில் வரவிருக்கும் கேள்விகள் அனைத்தும் தனக்கு முன்கூட்டியே தெரிந்துவிடுவதாகவும், படிப்பில் இப்போது தனக்கு எந்தப் பிரச்சனையும் இல்லை என்றும் அவர் கூறுகிறார்.

ஒருமுறை, பணக்காரப் பெண்மணி ஒருவர், 'ஐ—சிங்' என்ற நூலைத் தனக்குப் படித்துக் காட்டுமாறு இவரிடம் கேட்டிருக்கிறார். "எனக்குப் பரிந்துரைக்கப்பட்டுள்ள ஒரு பெரிய அறுவைச் சிகிச்சைக்கு இப்போது நான் உட்படுவது எனக்கு நல்லதா என்று நான் தெரிந்து கொள்ள விரும்புகிறேன்," என்று அப்பெண்மணி அந்தச் சீன இளைஞரிடம் கூறினார். "பசுக்களைப் பராமரிப்பது நல்ல அதிர்ஷ்டத்தைக் கொண்டுவரும்," என்று அவருக்கு அப்புத்தகத்திலிருந்து ஒரு செய்தி கிடைத்தது.

அந்தச் சீன இளைஞர், சீன அடையாளக்குறியீட்டின்படி பசுவிற்கு என்ன பொருள் என்பதை அப்பெண்ணுக்கு விளக்கினார். பசுக்கள் மென்மையான விலங்குகள். அவற்றுக்குப் பராமரிப்புத் தேவை. பசுவை (ஆழ்மனத்தை) நன்றாக கவனித்துக் கொள்வதன் மூலம் நல்ல அதிர்ஷ்டம் வாய்க்கும் என்று அந்த இளைஞர் விளக்கமளித்தார். இப்பெண்ணின் மனம் கோபத்தாலும் அடக்கி வைக்கப்பட்டிருந்த ஆத்திரத்தாலும் பகைமையாலும் நிரம்பி வழிந்தது. தான் வெறுத்த நபர்களை அவர் ஒரு பட்டியலிட்டார். பிறகு, அவர் அவர்கள் அனைவரைக் குறித்தும் அன்பையும் ஆசீர்வாதங்களையும் பொழியத் துவங்கினார். தன் மனத்தில் அழிவுப்பூர்வமான எண்ணங்களையும் உணர்ச்சிகளையும் வளர்த்து வந்திருந்தது குறித்து அவர் தன்னைத் தானே மன்னித்துக் கொண்டார். வாழ்க்கைக்கு உயிரோட்டத்தைக் கொடுக்கக்கூடிய நல்லியல்புகளால் தன் ஆழ்மனத்தை நிரப்பியதன் மூலமாக (பசுவை கவனித்துக் கொண்டதன்

மூலமாக) அவருடைய உடல்நலப் பிரச்சனை ஓர் அற்புதமான வழியில் குணமாக்கப்பட்டது. அதற்கு வெகுமதியாக அவர் அந்தச் சீன இளைஞருக்கு ஐயாயிரம் டாலர்கள் பணம் கொடுத்து அவருடைய மேற்படிப்பிற்கு உதவினார்.

நல்ல பண்புநலன்களை உருவாக்கிக் கொள்வதற்குப் பயிற்சி அவசியம். வாழ்வின் நிரந்தரமான உண்மைகளை எண்ணிப் பார்ப்பது மிகமிக அவசியம். நாம் அவ்வாறு செய்யும்போது, நம் வாழ்வின் அனைத்துத் தளங்களிலும் நம் எண்ணங்கள், வார்த்தைகள், செயல்கள் ஆகியவற்றின் மூலம் நாம் எதை சிந்திக்கிறோமோ, அதுவாகவே நாம் ஆகிறோம்.

நீங்கள் நோய்வாய்ப்பட்டிருக்கும்போது ஆரோக்கியத்தை நாடுகிறீர்கள். நீங்கள் ஏழையாக இருக்கும்போது செல்வத்தை விரும்புகிறீர்கள். நீங்கள் பசியோடு இருக்கும்போது உணவை விரும்புகிறீர்கள். நீங்கள் தாகத்தோடு இருக்கும்போது தண்ணீரை விரும்புகிறீர்கள். காட்டில் நீங்கள் உங்கள் வழியைத் தவறவிட்டுவிட்டால், வீட்டிற்குத் திரும்பிச் செல்வதற்கான பாதையை நீங்கள் தெரிந்து கொள்ள விரும்புகிறீர்கள். நீங்கள் உங்களை வெளிப்படுத்திக் கொள்ளவும், வாழ்வில் உங்கள் உண்மையான இடத்தைக் கண்டுபிடிக்கவும் விரும்புகிறீர்கள். உங்கள் விருப்பம் என்பது நீங்கள் நிரப்ப வேண்டிய ஒரு வெற்றிடம் உங்கள் வாழ்வில் இருக்கிறது என்று வாழ்க்கை உங்களுக்குக் கொடுக்கும் நினைவூட்டல்தான். நீங்கள் ஒரு கண்டுபிடிப்பாளராக இருந்தால், உங்கள் கண்டுபிடிப்புக்குக் காப்புரிமை கிடைக்க வேண்டும், அது சந்தையில் விற்பனைக்கு வர வேண்டும் என்று நீங்கள் விரும்புகிறீர்கள். நீங்கள் நேசிக்கப்பட வேண்டும், விரும்பப்பட வேண்டும், மற்றவர்களுக்குத் தேவைப்பட வேண்டும், மனிதகுலத்திற்குப் பயன்பட வேண்டும் என்று நீங்கள் விரும்புகிறீர்கள்.

விருப்பம்தான அனைத்து உணர்வுகள் மற்றும் செயல்களுக்கான காரணம். உங்களின் ஊடாக மிக உயர்ந்த நிலைகளில் தன்னை வெளிப்படுத்திக் கொள்ளத் துடிக்கின்ற வாழ்க்கைக் கோட்பாடு அது.

விருப்பம் தன்னை ஏதோ ஒரு வடிவில் வெளிப்படுத்திக் கொள்ளத் துடிக்கிறது. விருப்பம் உங்கள் மனத்தில் ஓர் எண்ணமாகவும் காட்சியாகவும் நிலை கொண்டுள்ளது. விருப்பம்தான் அனைத்து விஷயங்களுக்கும் பின்னாலுள்ள ஆற்றல். பிரபஞ்சத்தை இயக்கும் கோட்பாடு அதுதான்.

சில மாதங்களுக்கு முன்பு, ஆங்கிலேய நடிகை ஒருவரிடமிருந்து எனக்கு ஒரு கடிதம் வந்தது. அவர் பல மாதங்களாக வேலையின்றி இருந்தார். எல்லாக் கதவுகளும் அவருக்கு மூடப்பட்டிருந்ததுபோலத் தோன்றியது. தனக்குள் இருக்கும் முடிவில்லா இருத்தலுடன் அவர் ஒரு சரியான உறவை ஏற்படுத்திக் கொள்ள வேண்டும் என்றும், அந்த தெய்வீக இருத்தல் தன் ஊடாகப் பாய்ந்து செல்லவும் அதன் அறிவும் சக்தியும் தன்னை எல்லா வழிகளிலும் இயக்கவும் அவர் அனுமதிக்க வேண்டும் என்றும் நான் அவருக்குப் பரிந்துரைத்தேன். அவர் பின்வருமாறு சுயபிரகடனம் செய்தார்:

“எனக்குள் இருக்கும் முடிவில்லாப் பேரறிவிடம் நான் சரணடைகிறேன். இணக்கம், உண்மையான வெளிப்பாடு, அழகு, சரியான நடவடிக்கை, தெய்வீகச் செயல் ஆகியவற்றின் வடிவில் கடவுள் என் ஊடாக இயங்கிக் கொண்டிருக்கிறார் என்பதை நான் அறிவேன். நான் திறந்த மனத்துடன் இருந்து, அவரது வாழ்வும் அன்பும் இணக்கமும் படைப்பாற்றல்மிக்க யோசனைகளும் என் ஊடாகப் பாய்ந்து செல்ல அனுமதிப்பதுதான் நான் செய்ய வேண்டிய வேலை என்பதையும் நான் அறிவேன்.”

அவருடைய மனப்போக்கு மாறியபோது, பிரான்ஸில் ஒரு திரைப்படத்தில் நடிக்கும் வாய்ப்பு அவருக்குக் கிடைத்தது. அதைத் தொடர்ந்து இத்தாலியிலும் அவருக்கு ஒரு வாய்ப்பு வழங்கப்பட்டது. அவர் இப்போது லண்டனில் தொலைக்காட்சியில் மிகவும் மும்முரமாக இருக்கிறார். அனைத்துக் கதவுகளும் அவருக்குத் திறந்தன. முன்பு அவர் தன் கவலையாலும் பயத்தாலும் அளவுக்கதிகமான பரிதவிப்பாலும் தனக்கு வர வேண்டிய நன்மைகளைத் தானாகவே தடுத்துக் கொண்டிருந்தார். நமக்கு ஒரு குறிப்பிட்டத் திறமையைக் கொடுத்துள்ள கடவுள், அதை வெளிப்படுத்துவதற்கான கச்சிதமான திட்டத்தையும் நமக்குக் கொடுப்பார் என்பதை நாம் உணர வேண்டும். நாம் திறந்த மனத்துடனும் ஏற்றுக் கொள்ளும் இதயத்துடனும் இருக்க வேண்டும். தெய்வீக வாழ்க்கை நம் ஊடாகப் பாய்ந்து செல்ல நாம் அனுமதிக்க வேண்டும். கடவுள் எப்படி ஒரு புல்லாகவும் ஒரு பனித்துளியாகவும் வடிவெடுக்கிறாரோ, அதேபோல, இணக்கம், ஆரோக்கியம், மனஅமைதி, அபரிமிதம், அன்பு ஆகியவற்றின் வடிவில் அவரால் நம் வாழ்க்கை அனுபவத்தில் தன்னை வெளிப்படுத்திக் கொள்ள முடியும்.

பிரார்த்தனை எப்படி அவருடைய உணர்ச்சிரீதியான வலியை குணமாக்கியது

நான் இந்த அத்தியாயத்தை எழுதிக் கொண்டிருந்தபோது, ஒரு பெண் தன்னுடைய இதயநோய் நிபுணரின் அலுவலகத்திலிருந்து என்னைத் தொலைபேசியில் அழைத்துப் பேசினார். தன் இதயம் சரியாக இயங்கிக் கொண்டிருந்ததாகவும், தனக்கு அவ்வப்போது ஏற்பட்ட வலிகள் உணர்ச்சி சம்பந்தப்பட்டவை என்று அந்த மருத்துவர் நம்பியதாகவும் அப்பெண் என்னிடம் கூறினார். ஆனால் தனக்குப் பிடிக்காத யாரோ தனக்குச் செய்வினை வைத்திருந்ததாக அவர் தீவிரமாக நம்பினார்.

என் வேண்டுகோளுக்கு இணங்கி அவர் என்னை வந்து சந்தித்தபோது, நான் அவரிடம், "நீங்கள் இன்னொருவருக்கு சக்தியைக் கொடுத்துக் கொண்டிருக்கிறீர்கள். உங்களுக்குள் இருக்கும் வாழும் ஆன்மாதான் ஒரே சக்தி. அது பிரிக்கப்பட முடியாதது. சர்வவல்லமை படைத்த, எல்லாம் அறிந்த அந்த சக்தியை எதுவொன்றாலும் எதிர்த்து நிற்க முடியாது. உங்களுடைய சொந்த பய எண்ணங்கள்தான் உங்களை வதைத்துக் கொண்டும் வேதனைப்படுத்திக் கொண்டும் இருக்கின்றன," என்று விளக்கினேன்.

அவருக்கு நான் ஒரு சுயபிரகடனம் எழுதிக் கொடுத்துப் படிக்கச் செய்தேன். சுமார் ஒரு வாரத்திற்குப் பிறகு, அவர் தன்னுடைய பயத்திலிருந்து விடுபடத் தொடங்கினார். இறுதியில் அவரது பயம் முற்றிலுமாக விலகியபோது, அவருடைய உடல் குணமடையத் தொடங்கியது.

சுருக்கமாக . . .

1. உங்கள் ஆழ்மனம் எல்லா நேரங்களிலும் உங்களைப் பாதுகாப்பதையே தன் நோக்கமாகக் கொண்டு செயல்படுகிறது. ஆனால் அது கொடுக்கின்ற உள்ளார்ந்த தூண்டுதல்களுக்கு நீங்கள் செவிசாய்க்க வேண்டும். பல சமயங்களில் ஒரு குறிப்பிட்டப் பிரச்சனைக்கான விடை ஒரு விரிவான கனவில் உங்களுக்கு வெளிப்படுத்தப்படும். அக்கனவு உங்களுக்கு அர்த்தம் வாய்ந்ததாக இருக்கும்.

2. நீங்கள் பிரார்த்தனை செய்யும்போது, உங்கள் கவலைகள் மற்றும் பிரச்சனைகள்மீது உங்கள் கவனத்தைக்

குவிக்காதீர்கள். மாறாக, உங்கள் ஆழ்மனத்தின் பேரறிவு உங்களுக்கான தீர்வை அல்லது விடையை உங்களுக்குத் தெரியாத ஏதோ ஒரு வழியில் உங்களிடம் வெளிப்படுத்தும் என்ற அறிதலுடன், தீர்வின்மீது கவனம் செலுத்துங்கள். உங்கள் மனத்தை நேர்மறையாக வைத்துக் கொள்ளுங்கள்.

3. உங்களுடைய அனைத்து முயற்சிகளிலும் தெய்வீக வழிகாட்டுதலும் சரியான நடவடிக்கையும் வேண்டிப் பிரார்த்தனை செய்வது நல்ல பலனளிக்கும். பயம் தலைதூக்கும்போது, கடவுளின்மீதும் அனைத்து நல்ல விஷயங்களின்மீதும் விசுவாசம் கொள்ளுங்கள்.

4. பிரார்த்தனைதான் ஆன்மாவின் உண்மையான விருப்பம். விருப்பம்தான் அனைத்து உணர்வுகள் மற்றும் செயல்நடவடிக்கைகளின் மூலகாரணம். உங்களின் ஊடாக மிக உயர்ந்த நிலைகளில் தன்னை வெளிப்படுத்திக் கொள்ளத் துடிக்கின்ற வாழ்க்கைக் கோட்பாடு அது.

5. நீங்கள் வேலையின்றி இருக்கும்போது, உங்களுக்குள் இருக்கும் கடவுளின் இருத்தலிடம் சரணடைந்துவிடுங்கள். அவர் உங்கள் ஊடாகப் பாய்ந்து செல்லும் விதத்தில் திறந்த மனத்துடனும் ஏற்றுக் கொள்ளும் இதயத்துடனும் இருங்கள். "இணக்கம், அழகு, அன்பு, அமைதி, சரியான நடவடிக்கை, அபரிமிதம் ஆகியவற்றின் வடிவில் கடவுள் என் ஊடாக இயங்கிக் கொண்டிருக்கிறார்," என்று உங்களுக்கு நீங்களே கூறிக் கொள்ளுங்கள். இதை நீங்கள் ஒரு வழக்கமாக ஆக்கிக் கொள்ளும்போது, அனைத்துக் கதவுகளும் உங்களுக்காகத் திறக்கும்.

9

தொலையுணர்வைப் பிரார்த்தனைக்கான நான்காவது பரிமாண விடையாகப் பயன்படுத்திக் கொள்வது எப்படி

காலங்காலமாக, மனிதனுக்கு அவனுடைய கனவுகள் பிரமிப்பூட்டி வந்துள்ளன. அவை அவனுக்கு ஒரு புரியாத புதிராகவே இருந்து வந்துள்ளன. பண்டைய காலங்களில், அவை கடவுளிடமிருந்து தனக்கு வந்த செய்திகள் என்றும், தொலைதூர இடங்களுக்குத் தன் ஆன்மா மேற்கொள்ளும் பயணம் என்றும் அவன் நம்பினான். தினமும் இரவில் நீங்கள் தூங்கும்போது நீங்கள் பயணிக்கின்ற இடம்தான் வாழ்வின் நான்காவது பரிமாணம்.

19வது நூற்றாண்டின்போது, கனவுகள் என்பவை ஒருவருக்குள் அடக்கி வைக்கப்பட்டிருக்கும் ஆசைகள் மற்றும் விருப்பங்களின் நிறைவேற்றம் என்பதாகவே பல அறிஞர்கள் கருத்துத் தெரிவித்தனர். பின்னாளில், கனவுகளுக்கு ஓர் உள்ளார்ந்த அர்த்தம் இருந்தது என்று சிக்மன்ட் ஃபிராய்டு, கார்ல் யுங் போன்ற பேராசிரியர்கள் நம்பினர்.

ஆனால் நான் பல்வேறு மதங்கள் மற்றும் கலாச்சாரப் பின்புலங்களைச் சேர்ந்த மக்களோடு நடத்தியுள்ள பல உரையாடல்கள், விவாதங்கள், மற்றும் கருத்துப் பரிமாற்றங்களிலிருந்து ஒரு விஷயம் எனக்குத் தெரிய வந்துள்ளது: இவர்களில் பலர் தங்களுடைய முக்கியப் பிரச்சனைகளுக்கான விடைகளைத் தங்கள் கனவுகளில் பெற்றுள்ளனர்.

தொலைந்து போன ஒரு வைர மோதிரம் ஒரு கனவின் மூலம் கண்டுபிடிக்கப்பட்ட விதம்

சமீபத்தில் நான் சந்தித்த ஒரு பெண், "என் மருத்துவரின் அலுவலகத்தில் நான் என் கையுறையைக் கழற்றியபோது,

என்னுடைய ஐந்து—கேரட் வைர மோதிரம் என் விரலில் இல்லாததைக் கண்டு நான் திகைத்துப் போனேன். நான் தவிப்போடு எல்லா இடங்களிலும் தேடினேன். நான் நடந்து வந்த நடைபாதையிலும், நான் பயணித்து வந்த சாலையிலும், என் காரிலும், என் வீட்டிலும், என் தோட்டத்திலும் நான் தேடிவிட்டேன். ஆனாலும் என் மோதிரம் எங்கே போனதென்று எனக்குத் தெரியவில்லை," என்று என்னிடம் கூறினார்.

எளிய, ஆனால் பலனளிக்கும் என்று நிரூபணமான ஒரு பழைய உத்தியை நான் அவருக்குப் பரிந்துரைத்தேன். "நீங்கள் அந்த மோதிரத்தை உங்கள் விரலில் அணிந்திருப்பதுபோலக் கற்பனை செய்து கொள்ளுங்கள். அதை நன்றாகத் தொட்டுப் பாருங்கள். அதை வருடிக் கொடுங்கள். அதன் ஸ்பரிசத்தை உணருங்கள். தினமும் இரவில் படுக்கச் செல்வதற்கு முன்பாக அதைக் கழற்றி அதன் பெட்டிக்குள் வைப்பதுபோலக் கற்பனை செய்யுங்கள். நீங்கள் படுக்கையில் தலைசாய்க்கும்போது, 'இறைவா, என் மோதிரத்தைத் திருப்பிக் கொடுத்ததற்கு நன்றி,' என்ற பிரார்த்தனையைக் கூறியபடி தூங்கிவிடுங்கள்," என்று அவரிடம் கூறிய நான், முடிவில்லாப் பேரறிவின் மனத்தில் எதுவும் தொலைந்து போவதில்லை என்று அவருக்கு விளக்கினேன்.

மூன்றாம் நாள் இரவன்று அவர் ஆழ்ந்த தூக்கத்தில் இருந்தபோது,தன்னுடைய மோதிரம் தன் வீட்டு வேலைக்காரியின் அறையில் ஒரு காகிதத்தில் சுற்றப்பட்டு அவளது பழைய ஷூ ஒன்றுக்குள் ஒளித்து வைக்கப்பட்டிருந்ததை அவர் தெளிவாகத் தன் கனவில் கண்டார். அவர் திடீரென்று விழித்தெழுந்து, நேராக அந்த வேலைக்காரியின் படுக்கையறைக்குச் சென்றார். தன் வைர மோதிரம் எந்த இடத்தில் இருந்ததாக அவர் தன் கனவில் கண்டாரோ, அந்த மோதிரம் துல்லியமாக அதே இடத்தில் இருந்தது. தனக்கு அதைப் பற்றி எதுவும் தெரியாது என்றும், அந்த மோதிரம் எப்படித் தன் ஷூவுக்குள் வந்தது என்று தன்னால் கற்பனை செய்யக்கூட முடியவில்லை என்றும் அந்த வேலைக்காரப் பெண் சத்தியம் செய்தாள். ஆனால் சிறிது நேரம் கழித்து, தான்தான் அதைத் திருடியிருந்ததாக அவள் ஒப்புக் கொண்டாள். அதோடு, அதிக விலைமதிப்பு வாய்ந்த அரிய நாணயங்கள் சிலவற்றையும் தான் திருடியிருந்ததாக அவள் கூறினாள்.

ஆழ்மனத்தின் அளப்பரிய சக்திக்கான இன்னோர் ஆதாரம் இது. இப்பெண்ணின் ஆழ்மனம் அவருடைய பிரச்சனைக்கான

தீர்வைக் கொடுத்ததோடு, அவர் கேட்டதைவிட அதிகமானவற்றையும் கொடுத்தது.

ஒரு குழந்தை ஒரு பெண்ணின் வாழ்க்கையை மாற்றிய விதம்

திருமணமாகிப் பல வருடங்கள் ஆகியிருந்த பள்ளி ஆசிரியை ஒருவரின் கணவர் கடவுள் நம்பிக்கை இல்லாதவர். தன் கணவனின் யோசனைகள் பலவற்றோடு அப்பெண் உடன்பட்டாலும், தான் தீவிர மனச்சோர்வுக்கு ஆளாகியிருந்ததை அவர் கண்டார். தன் மனநல மருத்துவர் தனக்குப் பரிந்துரைத்திருந்த தூக்க மாத்திரைகளை அவர் தொடர்ந்து உட்கொண்டு வந்திருந்தார். அவர் ஒரு கன்னியாஸ்திரி மடத்தில் வளர்ந்து வந்தவர் என்பதால் அவர் ஆழ்ந்த மதப்பற்றுக் கொண்டவராக இருந்தார். ஆனால் அவருக்குத் திருமணமானபோது, அவருடைய கணவர் அவருடைய மத நம்பிக்கைகள் அனைத்தையும் எள்ளி நகையாடினார். தன் கணவருடன் வாக்குவாதம் செய்யக்கூடாது என்பதற்காக அவரது நம்பிக்கைகளை அப்பெண் ஒப்புக்கு ஏற்றுக் கொண்டாலும், மனத்தளவில் அவருக்கு அவற்றில் நம்பிக்கை இருக்கவில்லை. அவர் உட்கொண்டு வந்த மருந்துகளின் வீரியம் குறைந்தபோது, அவர் மீண்டும் மீண்டும் அவற்றை உட்கொள்ள வேண்டியிருந்தது. மேலும், அம்மருந்துகள் ஏகப்பட்டப் பக்கவிளைவுகளை ஏற்படுத்தின.

ஒருநாள் காலையில் வானொலியில் தான் என்னுடைய நிகழ்ச்சி ஒன்றைச் செவிமடுத்ததாகக் கூறிய அவர், ஆன்மீகப் புரிதல் இல்லாத மனங்களில் பல்வேறு வகையான குப்பைகளும் பொய்யான கருத்துக்களும் நுழைந்து மனரீதியான நோய்களையும் உணர்ச்சிரீதியான நோய்களையும் கொண்டுவரும் என்று நான் கூறியதாகக் குறிப்பிட்டார். என்னுடைய இந்தக் காலைநேர நிகழ்ச்சியை அவர் சுமார் இரண்டு வாரங்கள் தொடர்ந்து கேட்டு வந்தார். பிறகு, மூன்றாவது வாரத்தின்போது, ஏழு நாட்களும் தினமும் ஒரு விரிவான கனவு அவருக்குத் தோன்றியது. அதில், தலைக்குப் பின்னால் ஓர் ஒளிவட்டத்துடன் ஒரு சிறுவன் தோன்றி, தன்னுடன் வருமாறு அவரை அழைத்தான். அவர் அவனை எதிர்கொண்டு அரவணைக்க முற்பட்டபோது, அவன் அங்கிருந்து வேகமாக ஓடிவிட்டான். தன்னுடைய கனவில் அவரால் அச்சிறுவனைப் பிடிக்க முடியவில்லை. இக்கனவு அந்த வாரம் முழுவதும் தினமும் இரவில் அவருக்குத் தோன்றியது.

ஏழாவது நாள் இரவன்று, "நீ என்னைப் பிடிக்கும்போது நீ குணமடைவாய்," என்று அச்சிறுவன் அவரிடம் கூறிவிட்டு உடனடியாக மறைந்துவிட்டான்.

ஒளிவட்டத்துடன்கூடிய குழந்தை தன் கனவில் மீண்டும் மீண்டும் தோன்றியது, தனக்குள் இருக்கும் கடவுளின் இருத்தலுடன் தான் ஐக்கியமாக வேண்டும் என்று தனக்குக் கொடுக்கப்பட்டிருக்கும் ஒரு சமிக்கை என்பதை உள்ளுணர்வுரீதியாக அவர் புரிந்து கொண்டார். பிறகு அவர் அவ்வாறே செய்தார். இம்முறை அக்குழந்தை அவரது கனவில் தோன்றியபோது அவர் அவனை அரவணைத்துக் கொண்டார். பிறகு அவர் தன் கணவனிடமிருந்து விவாகரத்துப் பெற்றார். உண்மையில் அது ஒரு திருமணமே அல்ல. அது ஒரு கேலிக்கூத்து மட்டுமே.

ஒரு பெண் தன்னுடைய தனிமைக்குத் தீர்வு கண்ட விதம்

ஒரு விபத்தில் தன் கணவனையும் இரண்டு குழந்தைகளையும் பறி கொடுத்திருந்ததால் மிகவும் நம்பிக்கையிழந்த நிலையில் இருந்த ஒரு கைம்பெண், பைபிளில் உள்ள சில குறிப்பிட்ட உண்மைகள்மீது மனத்தை ஒருநிலைப்படுத்தி தியானித்து வந்ததன் மூலமாக, இத்தனைக் காலமாகத் தான் அனுபவித்து வந்திருந்த தனிமைக்குத் தான் ஒரு தீர்வு கண்டிருந்ததாக என்னிடம் கூறினார்.

ஒருநாள் இரவில் அவருடைய உட்குரல் அவரிடம் பேசியது. அப்போது தான் தூங்கிக் கொண்டிருந்தோமா அல்லது விழித்திருந்தோமா என்பது அவருக்கு நினைவில்லை. ஆனால் அக்குரல், "அடுத்தவர்களுடைய தேவைகளை நிறைவேற்று," என்று கூறியது அவருக்குத் துல்லியமாகக் கேட்டது. அவர் திடுக்கிட்டுக் கண்விழித்தார். பிறகு, "நான் ஒரு செவிலி. நான் மற்றவர்களுக்கு சேவை செய்யப் போகிறேன்," என்று அவர் தனக்குத் தானே கூறிக் கொண்டார்.

மறுநாள், போரில் பங்கு கொண்டு உடல் ஊனமுற்றிருந்த ராணுவ வீரர்கள் அனுமதிக்கப்பட்டிருந்த ஒரு மருத்துவமனைக்குச் சென்று, அங்கு பல வீரர்களை அவர் சந்தித்தார். அவர் சிலருக்குக் கடிதங்கள் எழுதினார், பலருக்கு ஆறுதலான வார்த்தைகளைக் கூறினார், மற்றவர்களுக்கு பைபிளைப் படித்துக் காட்டினார். சுமார் ஒரு வாரம் அவர் இவ்வாறு செய்தபோது, அவருடைய மனம் அன்பாலும் புரிந்துணர்வாலும் நிரம்பியது.

அந்த மருத்துவமனையில் இருந்த நோயாளிகள் அனைவரும் அவரை மகிழ்ச்சியோடு வரவேற்றனர். அவர் மீண்டும் முழுநேரம் செவிலியாகப் பணிபுரியத் தொடங்கினார். தன் கவனிப்பின்கீழ் வருகின்ற அனைத்து நோயாளிகளிடத்திலும் இவர் விசுவாசத்தையும் நம்பிக்கையையும் வளர்த்தெடுக்கிறார். அவர் இப்போது உண்மையிலேயே ஒரு தேவையை நிறைவேற்றிக் கொண்டிருந்தார். அவருக்குக் கேட்ட உட்குரல் அவருடைய உள்ளுணர்வின் குரல்தான். ஆழ்மனத்தின் உள்ளார்ந்த தூண்டுதல்கள் பல சமயங்களில் ஒரு குரலின் வடிவில் வெளிப்படுகின்றன. அக்குரல் அந்தக் குறிப்பிட்ட நபரைத் தவிர வேறு யாருக்கும் கேட்காது.

'மனிதன் தன் கனவில் ஒரு படைப்பாளியாக ஆகிறான்,' என்று ஆயிரக்கணக்கான ஆண்டுகளுக்கு முன்பே உபநிஷத்துக்கள் கூறியுள்ளன. தையல் இயந்திரத்தைக் கச்சிதப்படுத்துவதில் எலியஸ் ஹோவே பெரும் சிரமத்தை அனுபவித்தார். ஆனால் தன் பிரச்சனைக்கான தீர்வின்மீது அவர் கவனம் செலுத்தியபோது, ஊசியின் எந்த இடத்தில் துளையை வைக்க வெண்டும் என்று அவரது ஆழ்மனம் ஒரு கனவில் அவருக்குத் தெள்ளத்தெளிவாக வெளிப்படுத்தியது.

கண்ணுக்குப் புலப்படாத ஒரு கூட்டாளி

வியாபாரத்தில் ஒரு மாபெரும் வெற்றியாளராகத் திகழ்கின்ற என்னுடைய நீண்டகால நண்பர் ஒருவர், ஐந்து லட்சம் டாலர்கள் மதிப்புக் கொண்ட பங்குகளிலும் பத்திரங்களிலும் அடிக்கடி முதலீடு செய்து வந்தார். ஒருமுறை அவர் என்னிடம், "ஜோசப், நான் வழக்கமாகச் செய்யும் முதலீடுகளோடு ஒப்பிடுகையில் ஐந்து லட்சம் டாலர்கள் என்பது ஒரு பெருங்கடலில் ஒரு சிறு துளிதான்," என்று கூறினார். தன் வாழ்நாள் நெடுகிலும், கண்ணுக்குப் புலப்படாத ஒரு வழிகாட்டுதல் தனக்குக் கிடைத்துக் கொண்டே இருப்பதாக அவர் கூறுகிறார். சில குறிப்பிட்ட முதலீடுகளை மேற்கொள்ளுமாறும், வேறு சிலவற்றை விட்டுத்தள்ளுமாறும் ஓர் உட்குரல் தனக்குள்ளிருந்து ஒலிப்பது தனக்குக் கேட்பதாக அவர் கூறுகிறார். அவர் சிறுவனாக இருந்த காலத்திலிருந்தே, "நான் எந்தத் தீமையைக் கண்டும் அஞ்ச மாட்டேன். ஏனெனில், கடவுள் என்னோடு இருக்கிறார். கடவுள்தான் கண்ணுக்குப் புலப்படாத என்னுடைய கூட்டாளி. அவர்தான் என்னுடைய வழிகாட்டி. என் உட்குரல் கூறுவது எனக்குத் தெளிவாகக் கேட்கிறது," என்ற பிரார்த்தனையை அவர் கூறி வந்துள்ளார்.

தன்னைத் தவிர வேறு யாருடைய காதுகளிலும் விழாத ஓர் உட்குரலின் வடிவில் உள்ளார்ந்த தூண்டுதல்களையும் எச்சரிக்கைகளையும் செவிமடுக்கும் விதமாக அவர் தன் ஆழ்மனத்தைப் பழக்கப்படுத்தி வைத்துள்ளார். அவர் தன் ஆழ்மனத்தின் யோசனைகளைத் தெளிவாகக் கேட்டுக் கொண்டிருந்தார்.

ஒரு குடிகாரர் உள்ளார்ந்த அமைதியையும் சுதந்திரத்தையும் பெற்ற விதம்

சில மாதங்களுக்கு முன்பு ஒரு குடிகாரருடன் நான் உரையாடினேன். அவருடைய மனைவியும் மகன்களும் புற்றுநோயால் இறந்து போயிருந்தனர். இதனால் அவர் மிகவும் மனமுடைந்து போனார். இதன் விளைவாக மதுவுக்கும் அவர் அடிமையானார். அவர் உடல்நலம் தேற வேண்டும் என்றால், மதுப்பழக்கத்தை விட்டொழிக்க வேண்டும் என்று உண்மையாக விருப்பம் கொள்வதுதான் அவர் மேற்கொள்ள வேண்டிய முதல் நடவடிக்கை என்று நான் அவருக்கு விளக்கினேன். அவர் அதை ஏற்றுக் கொண்டார். அடுத்து, தனக்குள் ஓர் அளப்பரிய சக்தி இருக்கிறது என்று உணர்வதுதான் அவர் மேற்கொள்ள வேண்டிய அடுத்த நடவடிக்கை. இது மதுவின்மீதான அவரது மோகத்தைக் களைந்தெறிந்து, அப்பழக்கத்திலிருந்து விடுபடுவதற்கு அவரைக் கட்டாயப்படுத்தும்.

அவர் மதுப்பழக்கத்திலிருந்து விடுபட்டு மனஅமைதியைப் பெற்றிருப்பது குறித்து நான் அவரைப் பாராட்டுவதுபோல தினமும் பல முறை கற்பனை செய்யுமாறு நான் அவருக்குப் பரிந்துரைத்தேன். தினமும் மூன்று முறை சுமார் ஐந்து நிமிடங்கள் என்ற கணக்கில் இரண்டு வாரங்களுக்கு அவர் இவ்வாறு செய்தார். ஒரு நாள் இரவில் அவரது மனைவியும் மகன்களும் அவருடைய கனவில் தோன்றி, "நீங்கள் வாழ வேண்டும் என்று நாங்கள் விரும்புகிறோம். நாங்கள் உங்களை மிகவும் நேசிக்கிறோம். நாங்கள் மகிழ்ச்சியாக இருக்கிறோம், ஒரு புதிய வாழ்க்கையை வாழ்ந்து கொண்டிருக்கிறோம். எங்களை நினைத்து வருத்தப்படாதீர்கள்," என்று கூறினர்.

இக்கனவு அவர்மீது ஓர் ஆழமான தாக்கத்தை ஏற்படுத்தியது. உடனடியாக அது அவரை குணமாக்கியது. அவர் என்னிடம், "நான் இப்போது விடுதலை பெற்றுவிட்டேன்! இதுவரை ஒருபோதும் நான் அனுபவித்திராத அளவு என் மனம் அமைதியாகவும் சலனமின்றியும் இருக்கிறது. நான் உங்களுக்கு என்றென்றும் நன்றிக்கடன் பட்டிருக்கிறேன்," என்று கூறினார்.

இவர் தன் எண்ணம் மற்றும் கற்பனையின் சக்தியைத் தனக்கு சாதகமாகப் பயன்படுத்தியிருந்தார். அவரது ஆழ்மனம் ஒரு குறிப்பிட்ட விதத்தில் செயல்விடை அளித்து அவருக்கு மதுவிலிருந்து விடுதலையையும் மனஅமைதியையும் பெற்றுக் கொடுத்தது.

வியட்நாம் காட்டில் வழி தவறிய ஒரு வீரர் தன் வழியைக் கண்டுபிடித்த விதம்

சமீபத்தில் நான் ஓர் இளம் ராணுவ வீரருடன் உரையாடினேன். அவரும் அவருடைய குழுவினர் சிலரும் தீப்பிடித்து எரிந்து கொண்டிருந்த தங்கள் விமானத்திலிருந்து பாராசூட் மூலம் வெளியே குதித்தனர். அப்போது இவர் ஒரு காட்டிற்குள் சென்று இறங்கிவிட்டார். தன்னுடைய நண்பர்களை எங்கு தேடியும் இவரால் கண்டுபிடிக்க முடியவில்லை. காட்டிலிருந்து வெளியே வரத் தெரியாமல் தத்தளித்த அவர், **"கடவுள்தான் என்னுடைய மீட்பர். அவர்தான் என்னுடைய பாதுகாப்பு அரண். நான் அவரை நம்புகிறேன். அவர் என்னைக் காப்பாற்றுவார்,"** என்ற தனக்குத் தெரிந்த ஒரே பிரார்த்தனையைக் கூறினார்.

தான் இந்தப் பிரார்த்தனையை மீண்டும் மீண்டும் கூறியபோது தன்னுடைய பயம் முற்றிலுமாக மறைந்துவிட்டதாகவும், அச்சமயத்தில் ஒரு வினோதமான விஷயம் நிகழ்ந்ததாகவும் அவர் தெரிவித்தார். ஒரு வருடத்திற்கு முன்பு போரில் கொல்லப்பட்டிருந்த அவருடைய சகோதரர் திடீரென்று முழுச் சீருடையுடன் அவர்முன் தோன்றி, "என்னைப் பின்தொடர்ந்து வா," என்று அவரிடம் கூறினார். பிறகு அவரை ஒரு குன்றின் அருகே கூட்டிச் சென்று, "நாளை காலைவரை இங்கேயே இரு. இங்கு நீ பாதுகாப்பாக இருப்பாய்," என்று கூறி அவருடைய சகோதரர் மறைந்துவிட்டார். மறுநாள் பொழுது விடிந்தபோது, ரோந்துப் படை ஒன்று இவரைக் கண்டுபிடித்துத் தங்கள் முகாமிற்குக் கூட்டிச் சென்றது.

இவர் தன் பயத்திலிருந்து மீண்டபோது இவரது ஆழ்மனம் இவரது சகோதரரின் வடிவில் செயல்விடை அளித்தது. ஏனெனில், இவர் தன் சகோதரரின் அறிவுறுத்தலுக்கு உடனடியாகக் கீழ்ப்படிவார் என்பதை அது அறிந்திருந்தது. ரோந்துப் படையினர் எங்கு இருந்தனர் என்பதையும், அவர்கள் இவரைத் தேடி வருவர் என்பதையும்கூட அவரது ஆழ்மனம் அறிந்திருந்தது.

ஆழ்மனம் செயல்படும் விதம் நம் புரிதலுக்கு அப்பாற்பட்டது. உங்கள் ஆழ்மனம் உங்கள் நம்பிக்கைக்கு ஏற்றாற்போலச் செயல்படுகிறது என்பதை மட்டும் நீங்கள் ஒருபோதும் மறக்கக்கூடாது.

தற்கொலையைத் தடுத்த விளக்கம்

தன் இரண்டு மகன்களையும் வியட்நாம் போரில் பறி கொடுத்திருந்தால் கடும் மனச்சோர்வுக்கு ஆளாகியிருந்த ஓர் இளம் தாயார், தான் ஏன் தற்கொலை செய்து கொள்ளக்கூடாது என்று என்னிடம் வருத்தத்தோடு கேட்டார். அவருக்கு நான் ஓர் எளிய விளக்கத்தைக் கொடுத்தேன்: "பிரச்சனை மனத்தில்தான் இருக்கிறது. நீங்கள் மனரீதியான மற்றும் ஆன்மீகரீதியான ஓர் இருத்தல். நீங்கள் உங்கள் உடல் அல்ல. உங்கள் உடல் என்பது உங்கள் மனத்தில் இருக்கும் ஒரு யோசனைதான். நியூயார்க்கிலிருந்து வாஷிங்டனுக்கு ஓடுவதன் மூலம் உங்கள் பிரச்சனையை உங்களால் தீர்க்க முடியாது. நீங்கள் எங்கு சென்றாலும் உங்கள் மனம் உங்களுடனேயே செல்லும். ஒரு பாலத்திலிருந்து ஆற்றுக்குள் குதித்து உயிரை மாய்த்துக் கொள்வது எதையும் தீர்க்காது. உங்கள் பிரச்சனையை உங்கள் மனத்தில் எதிர்கொண்டு அங்கேயே அதற்குத் தீர்வு காண்பதுதான் புத்திசாலித்தனமானது. உங்கள் பிரச்சனை உங்களால் கையாளப்படக்கூடிய ஒன்றுதான்."

தான் தன் உயிரை மாய்த்துக் கொள்வது தன்னுடைய பிரச்சனையை எந்த விதத்திலும் தீர்க்காது என்பதை அவர் உள்ளுணர்வுரீதியாகவும் அறிவுரீதியாகவும் உணர்ந்தார். துயரத்திலிருந்து விடுதலை, மனஅமைதி ஆகியவை குறித்தத் தீவிர விருப்பம்தான் தற்கொலை எண்ணத்தை அவருக்குள் தூண்டியது. தன்னுடைய தீவிர மனச்சோர்விலிருந்து விடுபடுவதற்குத் தடையாக இருந்த விஷயங்களிலிருந்து அவர் மீள விரும்பினார்.

அவருடைய மகன்கள் இன்னொரு பரிமாணத்தில் சிறப்பாக இயங்கிக் கொண்டிருந்ததை நான் அவருக்குச் சுட்டிக்காட்டினேன். அவர்களுக்கு அவருடைய அன்பும் அமைதியும் மகிழ்ச்சியும் நல்லெண்ணமும்தான் தேவையே தவிர, அவருடைய வருத்தமும் துயரமும் மனச்சோர்வும் அல்ல என்று நான் விளக்கினேன். நீட்டிக்கப்பட்ட துக்க அனுசரிப்பு ஒருவிதத்தில் சுயநலமானது. அன்பு எப்போதும் அடுத்தவரின் நலனிலும் மகிழ்ச்சியிலும் அமைதியிலும் களிப்புறுகிறது.

இப்பெண் உடனடியாகத் தன் பழைய வேலைக்குத் திரும்புவதென்றும், தன்னுடைய மகன்களைக் கடவுளிடம் ஒப்படைத்துவிடுவதென்றும் தீர்மானித்தார். அவர் தன் மகன்களைப் பற்றி நினைத்தபோதெல்லாம், "நீங்கள் இருக்கும் இடத்தில் கடவுள் இருக்கிறார் என்பதையும், அவருடைய அன்பு உங்கள் ஆன்மாக்களை நிரப்புகிறது என்பதையும் நான் அறிவேன். கடவுள் எப்போதும் உங்களுடன் இருக்கட்டும்," என்று பிரார்த்தனை செய்தார்.

அவர் தொடர்ந்து இந்த ஆன்மீகச் சிகிச்சையை மேற்கொண்டதன் மூலம் தன் வலிமையையும் மன அமைதியையும் வாழ்வில் உற்சாகத்தையும் திரும்பப் பெற்றார்.

சுருக்கமாக . . .

1. தினமும் இரவில் நீங்கள் தூங்கும்போது நீங்கள் பயணிக்கின்ற இடம்தான் வாழ்வின் நான்காவது பரிமாணம். திணறடிக்கின்ற பெரும்பாலான பிரச்சனைகளுக்கான தீர்வுகள் உங்கள் கனவுகளில் வெளிப்படுத்தப்படுகின்றன.

2. தன் வைர மோதிரத்தைத் தொலைத்த ஒரு பெண்மணி, "என் மோதிரத்தை எனக்குக் கண்டுபிடித்துக் கொடுத்ததற்கு நன்றி," என்று கடவுளிடம் தினமும் பிரார்த்தனை செய்ததன் வாயிலாக, தன் கனவில் அதற்கான விடையைப் பெற்றுத் தன் மோதிரத்தைத் திரும்பப் பெற்றார்.

3. கடவுள் நம்பிக்கை இல்லாத ஒருவனை மணமுடித்த ஒரு பெண், அவன் தன்னுடைய மத நம்பிக்கைகளை எள்ளி நகையாடியதால் மனம் நொந்து போனார், அவன்மீது கோபம் கொண்டார். அவருடைய ஆழ்மனம் ஒரு கனவின் வாயிலாக அவருக்கு உதவியது. தனக்குள் இருக்கும் கடவுளின் இருத்தலுடன் தன்னை ஐக்கியப்படுத்திக் கொள்வதற்கான தூண்டுதல்தான் அது என்பதை உள்ளுணர்வுரீதியாக அவர் உணர்ந்தார். இறுதியில் அவர் முற்றிலும் குணமடைந்தார். பிறகு அவர் தன் கணவனிடமிருந்து விவாகரத்துப் பெற்றார்.

4. தனிமையில் உழன்ற ஒரு செவிலிக்கு, அவரது ஆழ்மனம், "அடுத்தவர்களுடைய தேவைகளை நிறைவேற்று," என்று

அவருடைய கனவில் ஓர் உட்குரலின் வடிவில் கூறியது. செவிலியான அவர், மீண்டும் தன் வேலைக்குத் திரும்பினார். அவர் தன்னுடைய நோயாளிகள் அனைவருக்கும் அன்பையும் விசுவாசத்தையும் தன்னம்பிக்கையையும் ஊட்டினார். அவருடைய மனச்சோர்வு மறைந்தது. அவர் எல்லோருக்கும் தேவைப்பட்ட, எல்லோராலும் நேசிக்கப்பட்ட, எல்லோரும் பாராட்டிய ஒருவராக ஆனார்.

5. 'மனிதன் தன் கனவில் ஒரு படைப்பாளியாக ஆகிறான்,' என்று ஆயிரக்கணக்கான ஆண்டுகளுக்கு முன்பே உபநிஷத்துக்கள் கூறியுள்ளன.

6. அடிக்கடி மிகப் பெரிய முதலீடுகளைச் செய்த கோடீஸ்வரர் ஒருவர், கண்ணுக்குப் புலப்படாத ஒரு வழிகாட்டி எப்போதும் தன் வாழ்வில் தனக்கு வழிகாட்டி வந்திருந்ததாக என்னிடம் கூறினார். சில குறிப்பிட்ட முதலீடுகளை மேற்கொள்ளுமாறும், சிலவற்றிலிருந்து முற்றிலுமாக ஒதுங்கிவிடுமாறும் தன் உட்குரல் தனக்குக் கூறியதாக அவர் தெரிவித்தார். தன் ஆழ்மனம் இவ்விதத்தில் தனக்கு வழிகாட்டும்படியும் தன்னை எச்சரிக்கும்படியும் அவர் அதைப் பழக்கப்படுத்தியிருந்தார். "கடவுள்தான் கண்ணுக்குப் புலப்படாத என்னுடைய கூட்டாளி. அவர்தான் என்னுடைய வழிகாட்டி. என் உட்குரல் கூறுவது எனக்குத் தெளிவாகக் கேட்கிறது," என்பதுதான் அவருடைய ஒரே பிரார்த்தனை.

7. தன் குடிப்பழக்கத்திலிருந்து உண்மையிலேயே விடுபட விரும்பிய ஒருவருக்கு, அவரது ஆழ்மனம், அவரது மனைவியும் குழந்தைகளும் அவருடைய கனவில் தோன்றி, "நீங்கள் வாழ வேண்டும் என்று நாங்கள் விரும்புகிறோம். நாங்கள் இப்போது இருக்கும் இடத்தில் நாங்கள் மகிழ்ச்சியாக இருக்கிறோம்," என்று கூறும்படி செய்தது. இக்கனவு அவர்மீது ஓர் அளப்பரிய தாக்கத்தை ஏற்படுத்தியது. அவர் உடனடியாகத் தன் குடிப்பழக்கத்தை விட்டொழித்து மனஅமைதியைப் பெற்றார்.

8. வியட்நாம் காட்டில் வழி தவறித் தத்தளித்த ஒரு ராணுவ வீரர், "கடவுள்தான் என்னுடைய மீட்பர். அவர்தான்

என்னுடைய பாதுகாப்பு அரண். நான் அவரை நம்புகிறேன். அவர் என்னைக் காப்பாற்றுவார்," என்ற பிரார்த்தித்தார். இறந்து போன அவரது சகோதரர் அவரது கனவில் தோன்றி அவரை ஒரு பாதுகாப்பான இடத்திற்கு வழிநடத்தும்படி செய்ததன் மூலம் அவரது ஆழ்மனம் ஒரு தனித்துவமான வழியில் அவருக்குச் செயல்விடை அளித்தது.

9. போரில் தன் மகன்கள் இருவரையும் இழந்த ஒரு பெண், ஒரு பாலத்திலிருந்து குதித்துத் தன் உயிரை மாய்த்துக் கொள்வது தன்னுடைய மனச்சோர்வை நீக்கும் என்று எண்ணினார். ஆனால் அது தன் பிரச்சனையைத் தீர்க்காது என்று உணர்ந்து கொண்ட அவர், தன் பிரச்சனையைத் தன் மனத்தில் நேருக்கு நேர் எதிர்கொண்டு அதை அங்கேயே தீர்ப்பதுதான் புத்திசாலித்தனம் என்பதைக் கண்டுகொண்டார். அவர் தன் மகன்களைக் கடவுளிடத்தில் ஒப்படைத்தபோது, அவர் தன் வலிமையையும் மனஅமைதியையும் திரும்பப் பெற்றார்.

10

தொலையுணர்வு எவ்வாறு உங்கள் மனத்தின் உயர்ந்த சக்திகளை விடுவிக்கிறது

நான் இந்த அத்தியாயத்தை எழுதிக் கொண்டிருந்தபோது, விமானப் படையில் பணியாற்றி ஓய்வு பெற்ற முன்னாள் அதிகாரி ஒருவருடன் ஒரு சுவாரசியமான உரையாடலில் நான் ஈடுபட்டேன். டாக்டர் ஈ. ஆர். ராவ்சன் எழுதிய ஓர் உண்மைக் கதையைத் தான் படித்திருந்ததாகக் கூறிய அவர், அதை அப்போது நினைவுகூர்ந்தார். டாக்டர் ராவ்சனின் மாணவியரில் ஒருவர், ஒரு குறிப்பிட்ட விமானம் தீப்பற்றி எரிந்ததுபோலவும், அதிலிருந்த இரண்டு ஆண்களும் அதில் கொல்லப்பட்டதுபோலவும் ஒரு கனவு கண்டார். அந்த விமானம் இருந்த இடமும் கனவில் அவருக்குத் தெரிந்தது. அவரும் இன்னொரு பெண்ணும் அந்த இடத்திற்குச் சென்று பிரார்த்தித்தனர். அப்போது அந்த விமானம் அந்த இடத்தில் தோன்றியது. அது தீப்பிடித்து எரிந்து கொண்டிருந்தது, ஆனால் அதிலிருந்த இருவரையும் அந்நெருப்பு தொடவில்லை.

இக்கதை தன்மீது ஓர் அளப்பரிய தாக்கத்தை ஏற்படுத்தியதாக அந்த முன்னாள் அதிகாரி என்னிடம் கூறினார். எந்தவொரு பேரழிவிலிருந்தும் தன்னைக் காக்கக்கூடிய உயர்ந்த சக்திகள் தன் மனத்திற்கு இருந்ததை அவர் உணர்ந்தார்.

தனக்குள் இருந்த தெய்வீக சக்தியின் உதவியால் அந்த அதிகாரி உயிர் பிழைத்தார்

வியட்னாமில் அமெரிக்க விமானப் படையில் அவர் பணியாற்றிக் கொண்டிருந்தபோது, அவருடைய விமானம் சுட்டு வீழ்த்தப்பட்டு நடுவானில் வெடித்துச் சிதறியது. ஆனாலும் அவர் அந்த விபத்திலிருந்து உயிர் தப்பினார். நெருப்பு

அவரைத் துளிகூடத் தீண்டவில்லை. தன் விமானம் தீப்பற்றி எரிந்தபோது, நெருப்பு தன்னைத் தீண்டாது என்பதைத் தான் அறிந்திருந்ததாக அவர் கூறினார். தான் முன்பு குறிப்பிட்ட அந்தக் கட்டுரையை மீண்டும் மீண்டும் நினைவுகூர்ந்ததன் மூலமாக அவர் இத்தகைய எதிர்ப்பு சக்தியைத் தன்னுள் வளர்த்திருந்தார் என்பதில் சந்தேகமில்லை.

இந்துக்கள் எப்படி நெருப்பால் தாக்கப்படாமல் தீயில் நடக்கின்றனர்

'இன்குயரர்' என்ற செய்திப் பத்திரிகையில் ஜாக் கெல்லி எழுதிய ஒரு கட்டுரையின் ஒரு சிறு பகுதியை நான் இங்கு கொடுத்திருக்கிறேன்:

"இந்துக்கள் தங்கள் கால்களுக்கு எந்தச் சேதமும் இன்றி நெருப்புக் கங்குகளின்மீது நடப்பது பல நூற்றாண்டுகளாக உலகம் நெடுகிலும் உள்ள மக்களுக்கு ஆச்சரியத்தை ஏற்படுத்தி வந்துள்ளது. சிங்கப்பூரில் ஆண்டுதோறும் நடைபெறும் தைப்பூசத் திருவிழாவில் நூற்றுக்கணக்கானோர் நெருப்பின்மீது நடந்து செல்வதை டாக்டர் ராமசுவாமி பதினெட்டு ஆண்டுகளுக்கு மேலாகப் பார்த்து வந்துள்ளார். இது பற்றி அவர் இன்குயரர் பத்திரிகைக்குப் பேட்டியளித்தபோது, 'யாரும் காயப்பட்டோ அல்லது தீயால் சுடப்பட்டோ நான் பார்த்ததில்லை. இதற்கான காரணங்கள் மர்மமானவை மற்றும் அறிவியல்ரீதியானவை. மர்மமான பகுதி மக்களுடைய நம்பிக்கையை அடிப்படையாகக் கொண்டது. மனத்தின் சக்தி அது. தீ மிதித்துச் செல்லும்போது தாங்கள் எந்த வேதனையையும் உணர மாட்டோம் என்று அவர்கள் மீண்டும் மீண்டும் தங்களிடம் கூறிக் கொண்டே இருப்பதால், அத்தகைய ஒரு மயக்க நிலையில் அவர்கள் எந்த வலியையும் உணர்வதில்லை,' என்று அவர் கூறினார்.

"சிங்கப்பூரைச் சேர்ந்த கோபாலகிருஷ்ணன் என்ற பத்தொன்பது வயது இளைஞர் இவ்வாறு கூறினார்: 'இத்திருவிழா தொடங்குவதற்குப் பல நாட்களுக்கு முன்பே நாங்கள் விரதம் இருக்கத் தொடங்குகிறோம். நாங்கள் கோவில்களில்தான் படுத்துத் தூங்குவோம். எங்கள் குடும்பத்தினருடன் நாங்கள் எந்த விதத்திலும் தொடர்பு கொள்ள மாட்டோம். எல்லா நேரமும் நாங்கள் பிரார்த்தனை செய்து கொண்டே இருப்போம். எங்களை ஒரு வசிய நிலைக்குள் கொண்டு வருவதற்காக நாங்கள் கடினமாகப் பிரார்த்திப்போம். எங்கள் விசுவாசம் மிகவும் வலிமையாக இருப்பதால், எங்களுக்கு எந்தக் காயமும்,

எந்த வலியும், எந்தத் தீங்கும் நேராதபடி அது எங்களைப் பாதுகாக்கும்.' "

எண்ணங்கள்தான் இவ்வுலகை ஆட்டுவிக்கின்றன என்று கூறப்படுகிறது. "சிந்திக்க முடிபவனுக்கு மட்டுமே எண்ணங்கள் சொந்தமாகின்றன," என்று அமெரிக்கத் தத்துவவியலாளரான ரால்ஃப் வால்டோ எமர்சன் கூறியுள்ளார். ஆரோக்கியமான, முழுமையான எண்ணங்களை எண்ணக் கற்றுக் கொள்ளுங்கள். எண்ணத்தின் சக்தி குறித்து நீங்கள் கொண்டிருக்கும் விழிப்புணர்வுதான் உங்கள் ஆரோக்கியத்தையும் மகிழ்ச்சியையும் பாதுகாப்பையும் பெருமளவு தீர்மானிக்கிறது.

எண்ணங்கள்தான் பொருட்களாக மிளிர்கின்றன. எண்ணங்கள் தம்மைத் தாமே இயங்கச் செய்கின்றன. மனரீதியான ஓர் அதிர்வுதான் உங்கள் எண்ணம். அது ஒரு திட்டவட்டமான சக்தி. உங்கள் நடவடிக்கையானது உங்கள் எண்ணத்தின் புறவுலக வெளிப்பாடு மட்டுமே. உங்கள் எண்ணங்கள் அறிவார்ந்தவையாக இருந்தால், உங்கள் செயல்களும் அறிவார்ந்தவையாக இருக்கும்.

எது உண்மை என்று நீங்கள் நினைக்கிறீர்களோ, எது உண்மை என்று நீங்கள் உணர்கிறீர்களோ, உங்கள் ஆழ்மனம் அதை உங்கள் வாழ்வில் மெய்யாக்கும். உங்கள் எண்ணமும் உணர்வும்தான் உங்கள் தலைவிதியை உருவாக்குகின்றன. நீங்கள் உங்கள் வேலையிலோ அல்லது ஒரு குறிப்பிட்டப் பணித்திட்டத்திலோ தீவிர ஆர்வம் கொண்டிருக்கும்போது, நீங்கள் அதில் வெற்றிகரமாகத் திகழ்வீர்கள். ஏனெனில், உங்கள் இதயம் அதில் ஈடுபட்டிருக்கிறது. உங்கள் சிந்தனை முழுவதும் அதிலேயே மும்முரமாக இருக்கிறது.

ஒரு துப்பறிவாளர் தன் ஆழ்மனத்தைப் பயன்படுத்திய விதம்

ஒரு கடற்பயணத்தின்போது, வாழ்வின் உயர்ந்த அம்சங்களைப் பற்றிய ஒரு பயிலரங்கை அக்கப்பலில் நான் நடத்தினேன். அதில் கலந்து கொண்ட ஒரு துப்பறிவாளருக்கும் எனக்கும் இடையே ஒரு சுவாரசியமான உரையாடல் நிகழ்ந்தது. போதை மருந்து கடத்தல் தடுப்புப் பிரிவில் தான் பணியாற்றிக் கொண்டிருந்ததாகக் கூறிய அவர், மூன்று நபர்கள் மிக அதிக அளவில் போதை மருந்துகளைக் கடத்திக் கொண்டிருந்ததாகத் தான் சந்தேகித்ததாகவும், ஆனால் அதற்கான எந்த

ஆதாரத்தையும் கண்டுபிடிக்க முடியாமல் தானும் தன்னுடைய கூட்டாளிகளும் திணறிக் கொண்டிருந்ததாகவும் தெரிவித்தார்.

ஒருநாள் இரவில் அவர் தன் பிரச்சனைக்கான தீர்வைப் பற்றி சிந்தித்தபடி, அந்தக் கடத்தல்காரர்கள் தங்கள் போதை மருந்துகளைப் பதுக்கி வைத்திருந்த இடத்தைத் தனக்குக் காட்டுமாறு வழிகாட்டுதல் வேண்டிப் பிரார்த்தனை செய்தார். "அதற்கான ஆதாரத்தை என் ஆழ்மனம் எனக்குக் கொடுக்கிறது," என்ற வார்த்தைகளை மீண்டும் மீண்டும் கூறியபடி அவர் தூங்கிப் போனார். 'ஆதாரம்' என்ற ஒற்றை வார்த்தையின்மீது அவர் தன் கவனம் முழுவதையும் ஒன்றுகுவித்தார். அன்றிரவு அவர் ஒரு விரிவான கனவு கண்டார். அதில் அந்த மூன்று கடத்தல்காரர்களும் ஒரு வாகனப் பட்டறையில் இருந்ததை அவர் பார்த்தார். அந்தப் பட்டறையின் பெயரையும், அதன் முகவரியையும், போதை மருந்துகள் ஒளித்து வைக்கப்பட்டிருந்த பகுதியையும் அவர் தன் கனவில் பார்த்தார்.

அவர் உடனடியாக எழுந்து, அவர்களைக் கைது செய்வதற்கான அனுமதியைப் பெறுவதற்கான ஏற்பாடுகளைச் செய்துவிட்டு, தன்னுடைய கூட்டாளிகளைத் தொலைபேசியில் அழைத்துப் பேசினார். பிறகு அவர் அந்த இடத்தை முற்றுகையிட்டுச் சோதனையிட்டபோது, அவர் தன் கனவில் கண்ட அதே இடத்தில் அந்த போதைப் பொருட்கள் இருந்ததை அவர்கள் கண்டனர். அவர்கள் கைப்பற்றிய போதைப் பொருட்களின் மதிப்பு அந்தக் காலகட்டத்திலேயே சுமார் முப்பது லட்சம் டாலர்கள்.

ஆதாரம் என்ற வார்த்தையை இத்துப்பறிவாளர் தன் ஆழ்மனத்தில் வெற்றிகரமாகப் பதிய வைத்திருந்தார். அது அவருக்கு ஒரு கச்சிதமான விடையைக் கொடுத்தது. முடிவில்லாப் பேரறிவும் எல்லையற்ற ஞானமும் உங்கள் ஆழ்மனத்திற்குள் குடிகொண்டிருக்கின்றன. உங்கள் பிரச்சனைக்கான தீர்வும் உங்கள் பிரார்த்தனைக்கான விடையும் உங்கள் ஆழ்மனத்திற்கு மட்டுமே தெரியும்.

புலன் கடந்தவற்றைக் கேட்கும் ஆற்றலைப் பலர் பெற்றிருக்கின்றனர்

மிக அறிவார்ந்த மனிதர்களில் ஒருவராகக் கருதப்படுகின்ற சாக்ரடீஸ், தன் வாழ்நாள் முழுவதும் ஓர் உட்குரலால் வழிநடத்தப்பட்டார். அவர் தன் உட்குரலை ஆணித்தரமாக நம்பினார். "சாக்ரடீஸ் புதைக்கப்பட்டுள்ளதாக ஒருபோதும்

கூறாதீர்கள். என் உடல் புதைக்கப்பட்டுள்ளது என்று கூறுங்கள்," என்று அவர் தன் சீடர்களிடம் கூறினார். மனிதன் என்பவன் மனரீதியான மற்றும் ஆன்மீகரீதியான ஒரு பிறவி என்பதை அவர் அறிந்திருந்தார். ஒருவனின் ஆன்மா அழிவற்றது.

சாக்ரடீஸ் புலன் கடந்தவற்றைக் கேட்கும் ஆற்றலைப் பெற்றிருந்தார் என்று இன்று நாம் கூறக்கூடும். அது தன்னுடைய உட்குரல் என்று அவர் குறிப்பிட்டார். ஆனால் அது அவரது ஆழ்மனத்திலிருந்து அவருக்குக் கிடைத்த ஓர் உள்ளார்ந்த தூண்டுதலே. எப்போதும் சரியானவற்றைப் பேசவும் சரியான விஷயங்களைச் செய்யவும் அது அவரைத் தூண்டியது.

தான் பயணிக்கத் திட்டமிட்டிருந்த ஒரு விமானம் லாஸ் ஏஞ்சலீஸ் நகரில் வைத்துக் கடத்தப்பட்டதாகவும், அந்த விமானத்தில் பயணிக்க வேண்டாம் என்று தன் உட்குரல் முன்னதாகவே தன்னை எச்சரித்துத் தன்னைக் காப்பாற்றியதாகவும் ஓர் இளம் ஜப்பானிய மாணவர் என்னிடம் கூறினார். அவர் தன் உட்குரலுக்குக் கட்டுப்பட்டு நடந்து, அந்த விமானத்தில் பயணிக்காமல் இருந்து தன்னைத் தானே காத்துக் கொண்டார்.

தொலையுணர்வு எவ்வாறு ஒருவருடைய பதற்றத்தைத் தணித்தது

சமீபத்தில் என்னை சந்தித்த ஒரு பெண்மணி, தான் தீவிரக் கவலை நோயால் பாதிக்கப்பட்டிருந்ததாகத் தன் மருத்துவர் கூறியதாக என்னிடம் தெரிவித்தார். தன் ஆழ்மனத்திற்குள் குடிகொண்டிருந்த தெய்வீக இருத்தலுடன் தினமும் தொடர்பு கொள்வதன் மூலமாக அப்பிரச்சனையிலிருந்து அவரால் விடுபட முடியும் என்று நான் அவருக்குப் பரிந்துரைத்தேன்.

தொலையுணர்வு என்பது தனக்குள் இருக்கின்ற கடவுளின் அனைத்து சக்திகளையும் தொடர்பு கொள்வதுதான் என்று நான் அவருக்கு விளக்கினேன். அவர் அந்த சக்திகள் குறித்த எண்ணத்துடன் தன்னை இசைவுபடுத்திக் கொள்ளும்போது, கடவுளின் சக்திகள் அவரது வாழ்வில் மும்முரமாக இயங்கத் துவங்கும் என்று நான் கூறினேன். பிறகு அவர் தன் கவலையிலிருந்து விடுபடுவதற்கு அவருக்கு ஓர் எளிய உத்தியையும் நான் கற்றுக் கொடுத்தேன். அதன்படி, தினமும் மூன்று அல்லது நான்கு முறை, தனக்குள் இருந்த தெய்வீக சக்தியுடன் அவர் உரையாடத் துவங்கினார். தனக்கு நிச்சயமாக ஒரு பதில் கிடைக்கும் என்ற நம்பிக்கையுடன் அவர் இதைச் செய்தார். பின்வரும் சுயபிரகடனத்தை அவர் கூறினார்:

"கடவுளின் சக்தி எனக்குள் இருக்கிறது. கடவுளின் முடிவற்ற அன்பு எனும் புனித வட்டம் இப்போது என்னைச் சூழ்ந்துள்ளது. கடவுளின் அமைதி என் ஊடாகப் பாய்ந்து கொண்டிருக்கிறது. கடவுளின் அன்பு என் ஆன்மாவை நிரப்புகிறது. என் மனம் முழுக்க அமைதியும் சமநிலையும் நிரம்பியுள்ளன. நான் எல்லா வழிகளிலும் தெய்வீகமான முறையில் வழிநடத்தப்படுகிறேன். நான் கடவுள்மீதும் அனைத்து நல்ல விஷயங்கள்மீதும் விசுவாசமும் உறுதியான நம்பிக்கையும் கொண்டுள்ளேன். என் வாழ்வில் சிறந்தவையே நிகழும் என்ற நேர்மறையான எதிர்பார்ப்புடன் நான் மகிழ்ச்சியாக வாழ்கிறேன். கவலையோ அல்லது பயமோ என் மனத்தில் தோன்றும்போதெல்லாம், நான் உடனடியாக, 'எனக்குள் இருக்கும் கடவுளை நான் போற்றுகிறேன்,' என்று சுயபிரகடனம் செய்வேன்."

அவர் உளரீதியாகவும் உணர்ச்சிரீதியாகவும் இந்த உண்மைகளோடு தன்னை அடையாளம் கண்டார். கவலைகரமான எண்ணங்கள் தனக்குத் தோன்றியபோதெல்லாம், "என்னுள் இருக்கும் கடவுளின் இருத்தலை நான் போற்றுகிறேன்," என்ற ரீதியில் அவர் சிந்திக்கத் தொடங்கினார். அவர் இதை ஒரு பழக்கமாக ஆக்கிக் கொண்டபோது, அவருடைய கவலை எண்ணங்களும் பய எண்ணங்களும் அவர்மீதான பிடிமானத்தை மெல்ல மெல்ல இழந்து இறுதியில் அவரிடமிருந்து மாயமாய் மறைந்தன. அவர் மனஅமைதி பெற்றார். என்றென்றும் ஒரே மாதிரியாக நீடித்து நிலைத்திருக்கின்ற கடவுளின் மாபெரும் உண்மைகளைப் பற்றி சிந்தித்தன் வாயிலாக அவர் தன் பயத்தையும் கவலையையும் வெற்றி கொண்டிருந்தார்.

ஒரு பெண்மணியின் கடவுள் விசுவாசம் அவருடைய கணவரின் உயிரைக் காப்பாற்றியது பற்றிய கதை

சமீபத்தில் நான் மெக்சிகோவிற்குச் சென்றிருந்தபோது, என்னுடைய நீண்டகால நண்பர் ஒருவரை சந்தித்தேன். அவருக்காக நான் என் ஹோட்டலில் காத்துக் கொண்டிருந்தபோது, ஒரு பெண் என்னிடம் வந்து தன்னை அறிமுகப்படுத்திக் கொண்டு, "உங்களை நான் அடையாளம் கண்டுகொண்டேன். 'சீக்ரெட்ஸ் ஆஃப் த ஐ—சிங்' என்ற உங்களுடைய நூலில் உங்கள் புகைப்படத்தை நான் பார்த்திருக்கிறேன். அப்புத்தகத்தை நான் எல்லா நேரங்களிலும் பயன்படுத்துகிறேன். அது ஓர் அற்புதமான படைப்பு," என்று கூறிவிட்டு, தனக்கு நிகழ்ந்த ஒரு குறிப்பிடத்தக்க அனுபவத்தை அவர் என்னோடு பகிர்ந்து கொண்டார்.

தொடர்ந்து இரண்டு நாட்களாக இரவில் அவருக்கு ஒரு கனவு வந்தது. அக்கனவில், வெளியூரிலிருந்த தன் கணவரை யாரோ ஒருவன் துப்பாக்கியால் சுட்டுக் கொன்றதை அவர் கண்டார். திடுக்கிட்டுக் கண்விழித்த அவர், இது ஏதோ கெட்டக் கனவு என்று முதலில் நினைத்தார். பிறகு அவர் 'சீக்ரெட்ஸ் ஆஃப் த ஐ—சிங்' நூலை எடுத்துத் திறந்தபோது, "உனக்குள் இருக்கும் முடிவில்லா இருத்தலோடு உன்னை இசைவுபடுத்திக் கொள், இந்த சக்தி உன் வாழ்வில் மும்முரமாக இயங்கும். இந்த உள்ளார்ந்த தெய்வீக இருத்தலுடன் உன்னை நீ ஐக்கியப்படுத்திக் கொள்ளும்போது, கடவுளின் வலிமையும் வழிகாட்டுதலும் அன்பும் உனக்குக் கிடைக்கும்," என்று எழுதப்பட்டிருந்த பக்கம் அவரது கண்ணில் பட்டது.

"மக்களின் அழைப்புகளுக்குக் கடவுள் செவிசாய்ப்பார். அவர்களுடைய பிரார்த்தனைகளுக்கு அவர் விடையளிப்பார். கடவுள்மீதான விசுவாசம்தான் ஒருவரை முழுமையாக்குகிறது. ஒரு மகிழ்ச்சியான இதயத்தால்தான் முகத்தில் உற்சாகத்தைத் தோற்றுவிக்க முடியும். ஒருவர் எது குறித்து நம்பிக்கையோடு பிரார்த்திக்கிறாரோ, அது அவருக்கு நிச்சயமாகக் கிடைக்கும்," போன்ற, கடவுளைப் பற்றிய மாபெரும் உண்மைகள்மீது அவர் தன் கவனத்தை ஒன்றுகுவித்தார். கடவுள் தன் கணவரைப் பார்த்துக் கொள்வார் என்று அவர் தனக்குத் தானே கூறிக் கொண்டு, மேற்கூறப்பட்ட மாபெரும் உண்மைகளால் தன் மனத்தை நிரப்பினார். அப்போது அவர் ஓர் ஆழமான, சலனமற்ற அமைதியை உணர்ந்தார். கடவுளின் கேடயம் தன் கணவரைச் சூழ்ந்திருந்தது போன்ற ஓர் உணர்வு அவருக்கு ஏற்பட்டது.

ஒருசில நாட்களுக்குப் பிறகு வீடு திரும்பிய அவரது கணவர், யாரோ ஒருவன் தன் துப்பாக்கியால் தன்னை நோக்கி மூன்று முறை சுட்டதாகவும், ஆனால் அவற்றில் ஒரு குண்டுகூடத் தன்னைத் தாக்கவில்லை என்றும் கூறினார். தான் தப்பித்தது ஒரு மாபெரும் அதிசயம் என்று அவர் வர்ணித்தார். அவரது மனைவியின் பிரார்த்தனைதான் மரணத்திலிருந்து அவரைக் காப்பாற்றியிருந்தது என்பதில் சந்தேகமில்லை.

சுருக்கமாக . . .

1. நீங்கள் உங்கள் மனத்தின் ஓர் உயர்ந்த நிலைக்குள் நுழையும்போது, எதுவொன்றாலும் உங்களுக்குத் தீங்கிழைக்க முடியாத ஒரு நிலையை நீங்கள்

எட்டுகிறீர்கள். இந்நிலையில், உங்களுக்குள் இருக்கின்ற, சர்வவல்லமை படைத்த, சர்வஞானம் கொண்ட முடிவில்லாப் பேரறிவுடன் நீங்கள் இசைவுடன் இருப்பதுபோல உணர்கிறீர்கள்.

2. கடவுளின் அன்பு உங்களைச் சூழ்ந்திருக்கிறது, அது உங்களை ஆட்கொண்டுள்ளது, உங்களைப் போர்த்தியுள்ளது என்று தொடர்ந்து சிந்திப்பதன் மூலமாகப் பேரழிவுகளுக்கு எதிரான ஒரு சக்தியை நீங்கள் உங்களுக்குள் வளர்த்துக் கொள்கிறீர்கள், பேரழிவுகளிலிருந்து உங்களைப் பாதுகாத்துக் கொள்கிறீர்கள். நீங்கள் எதைப் பற்றி சிந்திக்கிறீர்களோ, நீங்கள் அதுவாகவே ஆகிறீர்கள்.

3. எண்ணம்தான் உலகை ஆட்டுவிக்கிறது. நாள் முழுவதும் மனிதன் என்ன சிந்தித்துக் கொண்டிருக்கிறானோ, அவன் அதுவாகவே ஆகிறான். உங்கள் எண்ணங்களை மதியுங்கள். உங்கள் எண்ணங்கள் படைப்பாற்றல்மிக்கவை. உங்கள் எண்ணங்கள் அறிவார்ந்தவையாக இருந்தால் உங்கள் நடவடிக்கைகளும் அறிவார்ந்தவையாக இருக்கும்.

4. எது உண்மை என்று நீங்கள் நினைக்கிறீர்களோ, எது உண்மை என்ற உணர்வு உங்களுக்கு ஏற்படுகிறதோ, உங்கள் ஆழ்மனம் அதை ஏற்றுக் கொண்டு அதை உங்கள் வாழ்வில் மெய்ப்பிக்கும். உங்கள் எண்ணமும் உணர்வும்தான் உங்கள் தலைவிதியை உருவாக்குகின்றன.

5. புலனுக்கு அப்பாற்பட்டவற்றைக் கேட்கக்கூடிய திறன் பலருக்கு இருக்கிறது. சாக்ரடீஸை அவரது உட்குரல்தான் அவரது வாழ்நாள் நெடுகிலும் வழிநடத்தியது. அவர் தன் உட்குரலின்மீது அசைக்க முடியாத நம்பிக்கை கொண்டிருந்தார். இந்த உட்குரல் அவருடைய ஆழ்மனத்தின் குரல்தான் என்பதில் சந்தேகமில்லை. சரியானவற்றைக் கூறுவதற்கும் சரியான செயல்களைச் செய்வதற்கும் அதுதான் அவரைத் தூண்டியது.

6. மாபெரும் உண்மைகளால் உங்கள் மனத்தை நிரப்புவதன் வாயிலாகக் கவலையிலிருந்து உங்களால் மீள முடியும். ஏனெனில், இவை அனைத்து விதமான எதிர்மறைகளையும் தரைமட்டமாக்கிவிடுகின்றன. அப்போது நீங்கள் மனஅமைதியை உணர்வீர்கள்.

11

விசுவாசத்தை வளர்த்தெடுப்பதில் தொலையுணர்வு எவ்வாறு உதவுகிறது

விசுவாசம் என்பது ஒரு விதமான சிந்தனை முறை. அங்கு கொள்கைகள் மற்றும் காலத்தால் அழியாப் பேருண்மைகளின் கண்ணோட்டத்திலிருந்து நீங்கள் சிந்திக்கிறீர்கள். விசுவாசம் என்பது ஓர் ஆக்கப்பூர்வமான மனப்போக்கு என்றும் கூறலாம். அல்லது, நீங்கள் எதை வேண்டிப் பிரார்த்தனை செய்து கொண்டிருக்கிறீர்களோ, அது உங்களுக்கு நிச்சயமாகக் கிடைத்துவிடும் என்ற உறுதியான நம்பிக்கையை உள்ளடக்கிய ஓர் உணர்வு என்றும் அதைக் கருதலாம். உங்கள் விசுவாசம் உங்கள் மனத்தின் படைப்புவிதிகள்மீது இருக்க வேண்டும். உங்கள் ஆழ்மனத்தில் இருக்கின்ற முடிவில்லாப் பேரறிவு உங்கள் விசுவாசத்தின்படியும் நம்பிக்கையின்படியும் உங்களுக்குச் செயல்விடை அளிக்கும்.

உண்மையில், நீங்கள் அதைப் பற்றி சிந்திப்பதை நிறுத்தும்போது, எல்லாவற்றையும் நீங்கள் விசுவாசத்தின் அடிப்படையில் செய்கிறீர்கள். நீங்கள் ஒரு குடும்பத்தலைவியாக இருந்தால், ஒரு விருந்தை விசுவாசத்துடன் தயாரிக்கிறீர்கள். நீங்கள் காரோட்டிச் செல்லும்போது, அதற்கான உங்கள் திறன்மீது நீங்கள் விசுவாசம் கொண்டு ஓட்டுகிறீர்கள். எடுத்துக்காட்டாக, நீங்கள் முதன்முதலாகக் காரோட்டக் கற்றுக் கொள்ளும்போது, சில குறிப்பிட்ட விஷயங்களை நீங்கள் மீண்டும் மீண்டும் நினைவுபடுத்திக் கொள்கிறீர்கள், சிலவற்றை மீண்டும் மீண்டும் இயக்குகிறீர்கள். ஆனால் சில நாட்களுக்குப் பிறகு, காரோட்டுவது ஒரு தன்னிச்சைச் செயல்முறையாக ஆகிவிடுகிறது. வெளிமனத்தின் உதவி எதுவும் இல்லாமல், ஆழ்மனத்திலிருந்து வருகின்ற தன்னிச்சையான உடலியக்கங்கள்

மூலமாக நீங்கள் மிக சுலபமாகக் காரோட்டுகிறீர்கள். இதே வழியில்தான் நீங்கள் நீந்தவும், நடனமாடவும், நடக்கவும், தட்டச்சு செய்யவும், மற்றும் பிற வேலைகளைச் செய்யவும் கற்றுக் கொள்கிறீர்கள்.

வாழ்க்கை விதிகளை உங்களால் புரிந்து கொள்ள முடியும், அவற்றின்மீது விசுவாசத்தை வளர்த்துக் கொள்ள முடியும். நீங்கள் உங்களைச் சுற்றிலும் பார்த்தால், மாறிக் கொண்டிருக்கும் இவ்வுலகில் எல்லாமே விசுவாசத்தால்தான் உருவாக்கப்படுகிறது என்பது உங்களுக்கு வெளிப்படையாகத் தெரியும். ஒரு விவசாயி வேளாண்மை விதிகள்மீது விசுவாசம் கொள்ளக் கற்றுக் கொண்டுள்ளான். மின்விதிகளின்மீது விசுவாசம் கொண்டுள்ள மின்தொழிலாளி ஒருவன், மின்கடத்தல் மற்றும் மின்தடுப்பு விதிகளைப் பற்றித் தன்னால் முடிந்த எல்லாவற்றையும் கற்றுக் கொள்கிறான். மின்சாரம் ஓர் உயர்ந்த ஆற்றல் நிலையிலிருந்து ஒரு தாழ்வான ஆற்றல் நிலைக்குப் பாய்கிறது என்பதை அவன் அறிவான். ஒரு வேதியியலாளருக்கு வேதியியல் கோட்பாடுகள்மீது விசுவாசம் இருக்கிறது. ஆனாலும் அவருடைய ஆராய்ச்சிகளுக்கும் கண்டுபிடிப்புகளுக்கும் முடிவே இல்லை.

மரணம் பற்றிய பயம் நீங்கிய விதம்

ஒருசில வாரங்களுக்கு முன்பு என்னைத் தொலைபேசியில் அழைத்த ஒரு நபர், ஒரு முக்கியமான அறுவைச் சிகிச்சைக்கு உட்படுவதற்காகத் தான் ஒரு மருத்துவமனைக்குச் செல்லவிருந்ததாகவும், தனக்கு உதவக்கூடிய சில ஆன்மீக வாசகங்களைத் தனக்குக் கொடுத்து உதவுமாறும் என்னிடம் கோரினார். "என்னுடைய மருத்துவர்களையும் செவிலியரையும் கடவுள் வழிநடத்திக் கொண்டிருக்கிறார். அவர் இப்போது என்னை குணமாக்கிக் கொண்டிருக்கிறார். கடவுளின் குணமாக்கும் சக்தியின்மீது எனக்கு முழுமையான நம்பிக்கை இருக்கிறது," என்று தனக்குத் தானே மீண்டும் மீண்டும் கூறிக் கொள்ளுமாறு நான் அவருக்குப் பரிந்துரைத்தேன்.

வெற்றிகரமான அந்த அறுவைச் சிகிச்சைக்குப் பிறகு, அவர் என்னிடம், "மருத்துவர்கள் எனக்கு அறுவைச் சிகிச்சை செய்து கொண்டிருந்தபோது நான் என் உடலுக்கு வெளியே இருந்து அந்த ஒட்டுமொத்தச் சிகிச்சையையும் பார்த்தேன். அறுவைச் சிகிச்சை மேசையின்மீது படுத்திருந்த என்னுடைய கண்கள் மூடியிருந்தன. என் உடலுக்கு மயக்க மருந்து கொடுக்கப்பட்டிருந்தது.

மருத்துவர்களும் செவிலியரும் பேசிய விஷயங்கள் எனக்குத் தெளிவாகக் கேட்டன. என் இதயம் நின்றுவிட்டிருந்ததாக எனக்கு மயக்க மருந்து கொடுத்த மருத்துவர் கூறினார். பிறகு என் இதயத்திற்குள் அவர் ஏதோ ஓர் ஊசியைச் செலுத்தினார். ஒரு செவிலி என் இதயத்திற்கு மசாஜ் கொடுத்தார். நான் என் உடலிலிருந்து முற்றிலுமாகத் துண்டிக்கப்பட்டிருந்ததுபோல உணர்ந்தேன். ஆனால் திடீரென்று நான் என் உடலுக்குள் புகுந்துவிட்டதை நான் கண்டேன். நான் மயக்கத்திலிருந்து கண்விழித்தபோது, அறுவைச் சிகிச்சையின்போது நான் பார்த்திருந்த எல்லாவற்றையும், கேட்டிருந்த எல்லாவற்றையும் நான் என் மருத்துவரிடம் கூறினேன்," என்று கூறினார்.

முன்பு எப்போதையும்விட இப்போது அவர் அதிக ஆரோக்கியமாக இருக்கிறார். "முன்பு எப்போதையும்விட இப்போது என்னால் அதிகமான வேலைகளைச் செய்ய முடிகிறது. நீங்கள் எனக்குப் பரிந்துரைத்தப் பிரார்த்தனையை நான் பயன்படுத்தினேன். கடவுளின் குணமாக்கும் சக்தியின்மீது எனக்கு எப்போதும் நம்பிக்கை இருந்து வந்துள்ளது. ஆனால் நான் மரணத்திலிருந்து உயிர்த்தெழுந்த நாள் முதலாக என்னுடைய நம்பிக்கை அதிக வலிமையடைந்துள்ளது," என்று அவர் கூறினார்.

இவருக்கு மரணம் பற்றிய பயம் முற்றிலுமாக மறைந்துவிட்டது. இவருக்குக் கிடைத்த அற்புதமான அனுபவம் கடவுள்மீதான இவரது விசுவாசத்தை நூறு சதவீதம் அதிகரித்தது. எல்லோரும் ஏதோ ஒன்றின்மீது விசுவாசம் கொண்டுள்ளனர். கடவுள் நம்பிக்கையற்ற ஒருவர் இயற்கை விதிகளையும், மின்சாரக் கோட்பாடுகளையும், வேதியியல் மற்றும் இயற்பியல் கொள்கைகளையும் நம்புகிறார். எடுத்துக்காட்டாக, அவர் ஒரு நாற்காலியைத் தூக்கும்போது, கண்ணுக்குப் புலப்படாத ஒரு சக்தியை அவர் பயன்படுத்திக் கொண்டிருக்கிறார். ஆனால் அவர் அந்த சக்தியை மறுக்கிறார். அவருக்குக் கணிதத்திலோ, அணுக்கரு இயற்பியலிலோ அல்லது மருந்து அறிவியலிலோ ஏதேனும் ஒரு பிரச்சனை இருந்தால், தன்னைவிட அதிக அறிவார்ந்த ஒன்றைத்தான் அவர் எப்போதும் நாடுகிறார். எந்தவோர் அணுவும் அல்லது அணுமூலக்கூறும் தானாக எதையும் உருவாக்கிவிடவில்லை. கண்ணுக்குப் புலப்படாத, தொட்டுணரப்பட முடியாத ஒரு சக்தியும் இருத்தலும்தான் அந்த அணுக்களையும் மூலக்கூறுகளையும் ஒரு குறிப்பிட்டப் பொருளாக வடிவமைக்கின்றன. ஆனால் இந்த உருவமற்ற அறிவையும் சக்தியையும் அளவிட முடியாது.

தொலையுணர்வு எவ்வாறு ஒரு குடும்பப் பிரச்சனையைத் தீர்த்தது

ஒரு கணவனும் அவரது மனைவியும் தாங்கள் எதிர்கொண்டிருந்த ஒரு தீவிரமான பிரச்சனையைப் பற்றி என்னிடம் கலந்தாலோசித்தனர். இரண்டு வழக்கறிஞர்கள் அவர்களுக்கு வெவ்வெறு ஆலோசனைகளைக் கூறியிருந்தனர். அவை ஒன்றுக்கொன்று முரணாக இருந்தன. அவர்களுடைய பாதிரியார் அவர்களுக்குக் கொடுத்திருந்த அறிவுரையில் அவர்களுக்கு உடன்பாடு இருக்கவில்லை.

சரியான நடவடிக்கை எடுப்பது குறித்த இதயப்பூர்வமான ஓர் அர்ப்பணிப்புடன் ஒரு தெய்வீகத் தீர்வை அவர்கள் வேண்டி நிற்கும்போது, அந்த விருப்பம் அவர்களுடைய ஆழ்மனத்திற்குள் பதிவாகும் என்றும், அவர்களுடைய ஆழ்மனம் அவர்களுடைய கோரிக்கைக்கான விடையை வெளிப்படுத்தும் என்றும் நான் அவர்களுக்கு விளக்கினேன்.

அப்பெண்மணியின் தாயார் மிகவும் நோய்வாய்ப்பட்டுப் படுத்தப் படுக்கையாக இருந்தார். அவர்தான் தன் தாயாரைத் தன் வீட்டில் வைத்து கவனித்துக் கொண்டிருந்தார். ஆனால் அவருடைய தாயார் முற்றிலும் செயலற்ற நிலையில் இருந்ததால், அவரை கவனித்துக் கொள்வது அப்பெண்ணுக்கு சிரமமாக இருந்தது. இவ்விஷயத்தால் அவருக்கும் அவரது கணவருக்கும் இடையே பிரச்சனை எழுந்தது. அவர் தன் தாயாரை ஒரு நல்ல ஓய்வு விடுதியில் சேர்க்க விரும்பினார். அதற்கு ஆகும் செலவை எல்லோருமாகப் பகிர்ந்து கொள்ள வேண்டும் என்று அவர் தன் சகோதர சகோதரிகளிடம் கூறினார். ஆனால் அவர்கள் அதற்கு சம்மதிக்கவில்லை.

அப்பெண்ணும் அவரது கணவரும் என்னை சந்தித்துப் பேசிய பிறகு, அவர்களுக்கு நான் ஒரு செயல்முறையைப் பரிந்துரைத்தேன். அதன்படி, அவர்கள் தங்கள் கோரிக்கையைத் தங்கள் ஆழ்மனத்திடம் ஒப்படைத்தனர். தினமும் இரவில், **“என் தாயாருக்குள் இருக்கும் கடவுளின் இருத்தலிடம் நாங்கள் சரணடைகிறோம். எது எல்லோருக்கும் நல்லது என்பதை முடிவில்லாப் பேரறிவு நன்றாக அறியும். அது ஒரு தெய்வீகத் தீர்வைக் கொண்டுவருகிறது. என் தாயார் கடவுளின் சொந்தக் குழந்தை. அவரைக் கடவுள் பார்த்துக் கொள்வார் என்று நாங்கள் முழுமையாக நம்புகிறோம். கடவுள் அவருக்கு மனஅமைதியையும் இணக்கத்தையும் விடுதலையையும் கொடுக்கிறார். ஒரு கச்சிதமான தீர்வு எங்களுக்காகக்**

காத்திருக்கிறது என்ற உறுதியான நம்பிக்கையுடன் கடவுளிடம் இப்பிரச்சனையை நாங்கள் ஒப்படைக்கிறோம்," என்று அவர்கள் சுயபிரகடனம் செய்தனர்.

ஒரு தெய்வீகமான, இணக்கமான தீர்வு வேண்டி அவர்கள் பிரார்த்தித்த முதல் நாள் இரவன்று, அப்பெண்ணின் தாயார் தன் தூக்கத்தில் அமைதியாகக் காலமானார். தான் இறப்பதற்கு ஒருசில கணங்களுக்கு முன்பு, அவர் தன் மகளிடம், "உன் பிரார்த்தனை என்னை விடுவித்துவிட்டது," என்று கூறிவிட்டு, பிறகு திடீரென்று தன் வாழ்வின் அடுத்தப் பரிமாணத்திற்குப் போய்விட்டார்.

உங்கள் ஆழ்மனத்திற்கு விடை தெரியும். அதன் தூண்டுதல்களை உன்னிப்பாக கவனியுங்கள். உங்களுக்கான விடை பல வழிகளில் உங்களை வந்தடையும்.

தொலையுணர்வு ஒரு கனவில் ஒருவருடைய வாழ்க்கையைக் காப்பாற்றியது பற்றிய கதை

என்னுடைய நீண்டகால நண்பர் ஒருவர் தினமும் காலையிலும் இரவிலும் பாதுகாப்புக் குறித்த ஒரு பிரார்த்தனையைச் செய்வதை வழக்கமாகக் கொண்டவர். தான் எல்லா விதத்திலும் பாதுகாக்கப்படுவோம் என்ற எண்ணத்தால் அவர் தன் ஆழ்மனத்தை நிரப்பியுள்ளார்.

அரசாங்கப் பணிகள் தொடர்பாக ஐரோப்பா, ஆசியா, தென்னமெரிக்கா ஆகிய கண்டங்களுக்கு அவர் அடிக்கடிப் பயணம் செய்ய நேரிடுகிறது. ஒரு சமயம் அவர் பெரூ நாட்டிற்குச் செல்ல வேண்டியிருந்தபோது, அவர் பயணிக்க வேண்டிய நாளுக்கு முந்தைய நாள் இரவில் அவர் ஒரு கனவு கண்டார். அதில், ஒரு விமான விபத்தில் 92 நபர்கள் உயிரிழந்துவிட்டிருந்ததாகவும், ஒரே ஒருவர் மட்டும் பிழைத்துக் கொண்டதாகவும் ஒரு செய்திப் பத்திரிகையில் ஒரு தலைப்புச் செய்தியை அவர் கண்டார். திடுக்கிட்டுக் கண்விழித்த அவர், தன் பயணப் பதிவை ரத்து செய்தார். தான் பயணிக்கவிருந்த விமானம் பெரூ நாட்டில் ஏதோ ஒரு காட்டில் நொறுங்கி விழுந்துவிட்டிருந்ததைப் பின்னர் அவர் தெரிந்து கொண்டார். அந்த விபத்தில் ஒரே ஒருவர் மட்டும் தப்பிப் பிழைத்தார். கிறித்தவ சமயப் பரப்பாளர் ஒருவரின் மகள் அவர். அப்பெண் ஒரு நதிக்கரையோரமாக நடந்து சென்று கொண்டிருந்தபோது மீனவர்கள் சிலர் அவரை மீட்டனர்.

என் நண்பர் தன் ஆழ்மனத்தின் பேரறிவின்மீது கொண்டிருந்த அளப்பரிய விசுவாசமும் உறுதியான நம்பிக்கையும்தான் ஒரு கனவின் வடிவில் அவருடைய உயிரைக் காப்பாற்றியது என்பது நிச்சயம்.

நாம் எல்லோருமே மனமென்னும் பெருங்கடலில் மூழ்கியிருக்கிறோம். விபத்துக்கள், துரதிர்ஷ்டங்கள், பேரழிவுகள், நோய்கள், குற்றங்கள் ஆகியவை குறித்த எண்ணங்களையும், மூடநம்பிக்கைகள், வெறுப்புகள், பொறாமை போன்ற பிற அழிவுப்பூர்வமான, எதிர்மறையான எண்ணங்கள் மற்றும் உணர்ச்சிகளையும் நாம் அப்பெருங்கடலில் சேர்க்கிறோம். பெரும்பாலான மக்களின் மனங்களில் இத்தகைய எண்ணங்களும் உணர்ச்சிகளும்தான் ஊடுருவியுள்ளன. சில நேர்மறையான எண்ணங்களும் இருக்கத்தான் செய்கின்றன, ஆனால் பெரும்பாலானவை அச்சுறுத்தும் விதத்தில் எதிர்மறையானவையாக இருக்கின்றன. இந்த பயங்கள் மற்றும் பொய்யான நம்பிக்கைகளுக்கு எதிரான நேர்மறையான நம்பிக்கைகளை நமக்குள் நாம் வளர்த்துக் கொள்ளாவிட்டால், இந்த எதிர்மறை உணர்ச்சிகள் நம்முடைய மனங்களை ஆக்கிரமித்துக் கொள்ளும். அவை ஒரு கட்டத்தில் விபத்துக்களையும் துரதிர்ஷ்டங்களையும் பல்வேறு சீரழிவுகளையும் நம்மிடம் கவர்ந்திழுக்கும்.

என்னுடைய இந்த நண்பர் தன் மனத்தை நேர்மறையான எண்ணங்களால் நிரப்பினார். எனவே, அந்த விமான விபத்தில் அவர் சிக்கிக் கொள்ளவில்லை. எதிரெதிரான இரண்டு விஷயங்கள் ஒன்றையொன்று எதிர்க்கின்றன. இணக்கமும் முரண்பாடும் ஒரே இடத்தில் நிலை கொள்வதில்லை. கடவுளின் அன்பும் இணக்கமும் உங்களைச் சூழ்ந்திருப்பதாகவும் உங்களை ஆட்கொண்டிருப்பதாகவும் நம்புங்கள். இந்த உண்மையை நீங்கள் தினமும் சிந்திக்கும்போது, உங்கள் ஆழ்மனம் அதற்கேற்பச் செயல்விடை அளித்து ஒரு மகிழ்ச்சியான வாழ்க்கையை உங்களுக்கு ஏற்படுத்திக் கொடுக்கும்.

'கண்ணுக்குப் புலப்படாத கூட்டாளி' ஒருவர் இழந்தவற்றை அவருக்கு மீட்டுக் கொடுத்தக் கதை

சமீபத்தில், லாஸ் வேகஸ் நகரில் என் நண்பரான டாக்டர் டேவிட் ஹோவே நடத்தி வந்த தேவாலயத்தில் நான் சில சொற்பொழிவுகளைக் கொடுத்தேன். அவருடைய

தேவாலயத்தைச் சேர்ந்த ஒருவர், தன் வாழ்வில் நிகழ்ந்த ஒரு சுவாரசியமான சம்பவத்தை என்னிடம் பகிர்ந்து கொண்டார். கடவுள்மீது நாம் கொள்ளும் விசுவாசம் மற்றும் நம்பிக்கையின் சக்தியைப் பற்றி அவர் விவரித்தார். சில வருடங்களுக்கு முன்பு தான் ஒரு மிகப் பெரிய சூதாடியாக இருந்ததாகவும், தான் முதன்முதலில் லாஸ் வேகஸ் நகருக்கு வந்தது அங்கிருந்த சூதாட்ட விடுதிகளில் சூதாடுவதற்குத்தான் என்றும் அவர் கூறினார். முதல் இரண்டு நாட்களில் இரண்டு லட்சம் டாலர்களை அவர் அந்த சூதாட்டத்தில் இழந்தார். மூன்றாம் நாள் இரவில் அவர் கையில் சல்லிக்காசுகூட இருக்கவில்லை. தன் ஹோட்டல் செலவுகளுக்கும் வீட்டிற்குத் திரும்பிச் செல்வதற்கான பயணச் செலவுகளுக்கும்கூட அவர் தன் வீட்டிலிருந்து பணம் வரவழைக்க வேண்டியிருந்தது.

அதன் பிறகு சில நாட்கள் கழித்து, ‘ஆழ்மனத்தின் அற்புத சக்தி’ என்ற புத்தகத்தை யாரோ அவரிடம் கொடுத்தனர். அதை அவர் மும்முரமாகப் படித்தார். அனைத்துப் பரிவர்த்தனைகளும் மனத்தில்தான் நடைபெறுகின்றன என்பதைக் கற்றுக் கொண்ட அவர், மனத்தின் மூலமாக மட்டுமே தன்னால் லாபம் சம்பாதிக்கவோ அல்லது பணத்தை இழக்கவோ முடியும் என்பதை உணர்ந்து கொண்டார். எனவே, தன் சொந்த வழியில், “நான் இழந்த 2,25,000 டாலர்கள் பணம் தெய்வீகமான முறையில் பன்மடங்கு பெருகி என்னிடம் திரும்பி வருகிறது,” என்று அவர் சுயபிரகடனம் செய்தார்.

தன்னுடைய ஆழ்விருப்பம் என்றேனும் தன் ஆழ்மனத்தில் பதிந்துவிடும், அது தன் விருப்பத்தை மெய்யாக்கும் என்பதை அறிந்திருந்த அவர், தொடர்ந்து இவ்வாறு பிரார்த்தித்துக் கொண்டே இருந்தார். மூன்று மாதங்கள் உருண்டோடின. ஆனாலும் அவரது ஆழ்மனத்திலிருந்து அவருக்கு எந்த பதிலும் வரவில்லை. ஆனாலும் அவர் தன் நேர்மறையான மனநிலையைத் தக்கவைத்துக் கொண்டார். திடீரென்று ஒருநாள் இரவில், ஒரு கனவில், லாஸ் வேகஸ் நகரில் ஒரு சூதாட்ட விடுதியில் ஒரு குறிப்பிட்ட மேசையில் அவர் சூதாடிக் கொண்டிருந்தார். பிறகு அவர் அந்த இடத்தைக் காலி செய்தபோது, அங்கிருந்த காசாளர் அவருக்கு 2,50,000 டாலர்கள் பணத்தைக் கொடுத்துவிட்டு, “நீங்கள் இழந்ததைவிட அதிகப் பணத்தை சம்பாதித்துவிட்டீர்கள்,” என்று கூறினார்.

இக்கனவைத் தொடர்ந்து, அவருடைய நிறுவனம் அவரை லாஸ் வேகஸ் நகருக்கு இடமாற்றம் செய்தது. முதல் நாள்

இரவில், தான் தன் கனவில் கண்டிருந்த அதே மேசைக்கு அவர் சென்றார். அந்த மேசையில் அமர்ந்திருந்த நபர்களின் முகங்களை அவர் அடையாளம் கண்டுகொண்டார். ஏனெனில், தன் கனவில் அவர் அவர்களைப் பார்த்திருந்தார். தான் இன்று வெற்றி பெறுவோம் என்பதை அவர் அறிந்தார். அன்றிரவு அவர் தொட்டதெல்லாம் பொன்னாக மாறியது. அவர் 2,50,000 டாலர்களை வென்றார். அவரிடம் பணத்தைக் கொடுத்தக் காசாளர், மூன்று மாதங்களுக்கு முன்பு இந்நபரின் கனவில் கூறிய அதே வார்த்தைகளை அவரிடம் கூறினார். ஆழ்மனத்தின் சக்திகள்மீது அவர் கொண்டிருந்த அசைக்க முடியாத நம்பிக்கை இறுதியில் பெரும் வெகுமதி அளித்தது. அவருடைய ஆழ்மனம் அவருடைய விருப்பத்தை நிறைவேற்றியது.

சுருக்கமாக . . .

1. விசுவாசம் என்பது ஒரு விதமான சிந்தனை முறை. அங்கு கொள்கைகள் மற்றும் காலத்தால் அழியாப் பேருண்மைகளின் கண்ணோட்டத்திலிருந்து நீங்கள் சிந்திக்கிறீர்கள். உங்கள் விசுவாசம் உங்கள் மனத்தின் படைப்புவிதிகள்மீது இருக்க வேண்டும்.

2. காரோட்டுவது, சமைப்பது, ஒரு தொலைபேசி அழைப்பு விடுப்பது, வீணை வாசிப்பது போன்ற எதுவொன்றையும் நீங்கள் விசுவாசத்துடனேயே செய்கிறீர்கள். ஒரு குறிப்பிட்டச் செயலை மீண்டும் மீண்டும் செய்வதன் மூலம் நீங்கள் அதன் செயல்முறையின்மீது உங்கள் விசுவாசத்தை வளர்த்துக் கொள்கிறீர்கள்.

3. எல்லோரும் எதன்மீதாவது விசுவாசம் கொள்கின்றனர். கடவுள் நம்பிக்கையற்ற ஒருவர், தான் மறுக்கின்ற 'கண்ணுக்குப் புலப்படாத சக்தியை'ப் பயன்படுத்திக் கொண்டிருக்கிறார். எடுத்துக்காட்டாக, அவர் ஒரு நாற்காலியைத் தூக்கும்போது, கண்ணுக்குப் புலப்படாத ஒரு சக்தியை அவர் பயன்படுத்திக் கொண்டிருக்கிறார். அவர் சிந்திக்கும்போது அவருடைய எண்ணம் படைப்பாற்றலைப் பெறுகிறது. படைப்புசக்தியை நீங்கள் கண்டுகொள்ளும்போது, கடவுளை நீங்கள் கண்டுகொள்கிறீர்கள். ஏனெனில், ஒரே ஒரு படைப்புசக்திதான் இருக்கிறது.

4. நீங்கள் உங்கள் ஆழ்மனத்தைக் கொண்டு கனவு காண்கிறீர்கள். கனவுகள் உங்கள் ஆழ்மனத்தின் தொலைக்காட்சித் தொடர்கள்.

5. நாம் எல்லோருமே மனமென்னும் பெருங்கடலில் மூழ்கியிருக்கிறோம். விபத்துக்கள், துரதிர்ஷ்டங்கள், பேரழிவுகள், நோய்கள், குற்றங்கள் ஆகியவை குறித்த எண்ணங்களையும், மூடநம்பிக்கைகள், வெறுப்புகள், பொறாமை போன்ற பிற அழிவுப்பூர்வமான, எதிர்மறையான எண்ணங்கள் மற்றும் உணர்ச்சிகளையும் நாம் அப்பெருங்கடலில் சேர்க்கிறோம். இவற்றுக்கு எதிரான நேர்மறையான நம்பிக்கைகளை நமக்குள் நாம் வளர்த்துக் கொள்ளாவிட்டால், இந்த எதிர்மறை உணர்ச்சிகள் நம்முடைய மனங்களை ஆக்கிரமித்துக் கொண்டு, எதிர்மறையான விளைவுகளை நமக்குப் பெற்றுக் கொடுக்கும். கடவுளின் உண்மைகளால் உங்கள் மனத்தை நிரப்பி, இந்த எதிர்மறையான அதிர்வுகளையும் அலைவரிசைகளையும் முறியடியுங்கள்.

12

சரியான தீர்மானங்களை எடுப்பதற்குத் தொலையுணர்வு எவ்வாறு உதவுகிறது

பிரபஞ்சத்தில் 'சரியான நடவடிக்கைக் கோட்பாடு' என்ற ஒன்று இயங்கிக் கொண்டிருக்கிறது. உங்கள் நோக்கம் சரியானதாக இருக்கும்போது, உங்கள் குறிக்கோள் உன்னதமானதாக இருக்கும்போது, ஒரு தீர்மானம் மேற்கொள்வதில் நீங்கள் தயக்கம் காட்ட வேண்டியதில்லை, நீங்கள் தடுமாற வேண்டியதில்லை.

வாழ்வில் அனைத்து வெற்றிகரமான மனிதர்களிடத்திலும் ஒரு தனித்துவமான பண்புநலன் இருப்பதை உங்களால் காண முடியும். சரியான தீர்மானங்களை மேற்கொள்வதற்கும், தாங்கள் மேற்கொண்ட தீர்மானத்தைச் செவ்வனே நிறைவேற்றுவதற்குமான திறன்தான் அது.

தீர்மானம் எடுக்க முடியாத பெண்

சமீபத்தில் என்னிடம் ஆலோசனைக்காக வந்த ஒரு பெண், "எனக்கு ஒரே குழப்பமாக இருக்கிறது. என்னால் தீர்மானம் எதுவும் எடுக்க முடிவதில்லை. நான் எந்தவொரு தீர்மானமும் எடுக்கப் போவதில்லை," என்று என்னிடம் கூறினார். ஆனால் தான் ஏற்கனவே ஒரு தீர்மானம் மேற்கொண்டுவிட்டிருந்ததை அவர் கவனிக்கத் தவறிவிட்டார். தான் தீர்மானம் எடுக்கப் போவதில்லை என்று அவர் தீர்மானித்திருந்தார். அதாவது, மற்றவர்கள் தனக்காகத் தீர்மானம் மேற்கொள்ளட்டும் என்று அவர் முடிவெடுத்துவிட்டார். இவர் தன்னுடைய சொந்த மனத்தையும் தன் கட்டுப்பாட்டிற்குள் கொண்டுவர மறுத்தார்.

நாம் எல்லோருமே ஒரு மாபெரும் மனக்கடலில் மூழ்கிக் கிடக்கிறோம். கோடிக்கணக்கான மக்கள் தினமும் தங்களுடைய எதிர்மறை எண்ணங்களையும் பயங்களையும் பொய்யான

நம்பிக்கைகளையும் அதில் கொட்டிக் கொண்டிருக்கின்றனர். தனக்காகத் தான் தீர்மானிக்கவில்லை என்றால், தன் விஷயத்தில் வேறொருவரின் மனம் தனக்காகத் தீர்மானிக்கும் என்பதை இறுதியில் இப்பெண் உணர்ந்து கொண்டார்.

வழிகாட்டிக் கொள்கை ஒன்று தன் ஆழ்மனத்தில் இருக்கிறது, தன்னுடைய எண்ணங்களுக்கு ஏற்ப அது தனக்குச் செயல்விடை அளிக்கும் என்பதை அவர் பார்க்கத் தொடங்கினார். தனக்காகத் தான்தான் சிந்திக்க வேண்டும், இல்லையென்றால் தன் மனத்திற்குப் பிடித்தத் தீர்மானங்களை வேறு யாரோ ஒருவர் தன்மீது திணிக்கக்கூடும் என்பதை அவர் அறிந்து கொண்டார். எனவே அவர் தன் மனப்போக்கை மாற்றிக் கொண்டு, பின்வரும் வழியில் சுயபிரகடனம் செய்தார்:

"சிந்திப்பதற்கும், தேர்ந்தெடுப்பதற்கும், காரண காரியங்களை அலசி ஆராய்வதற்குமான திறன் எனக்கு இருக்கிறது. என் மனரீதியான செயல்முறை மற்றும் ஆன்மீகரீதியான செயல்முறையின் நாணயத்தை நான் முழுமையாக நம்புகிறேன். நான் சரியான விஷயத்தையே செய்ய விரும்புகிறேன். ஒரு தெளிவான, திட்டவட்டமான தீர்மானத்தை நான் மேற்கொள்ள வேண்டியிருக்கும்போதெல்லாம், 'நான் கடவுளாக இருந்தால் நான் என்ன தீர்மானம் மேற்கொள்வேன்?' என்று என்னை நானே கேட்டுக் கொள்கிறேன். என் நோக்கம் உன்னதமானதாக இருக்கும்போது, மற்றவர்களுக்கு நல்லதே நிகழ வேண்டும் என்ற நல்ல மனப்போக்கு எனக்கு இருக்கும்போது, நான் மேற்கொள்ளும் எந்தவொரு தீர்மானமும் சரியானதாகவே இருக்கும் என்பதை நான் அறிவேன்."

தனக்கு நிச்சயிக்கப்பட்டிருந்த ஒரு நபரைத் தான் திருமணம் செய்து கொள்ள வேண்டுமா வேண்டாமா என்று இப்பெண்ணால் ஒரு தீர்மானத்திற்கு வர முடியவில்லை. மேலே குறிப்பிடப்பட்டப் பிரார்த்தனையை அவர் தினமும் பல முறை தொடர்ந்து கூறி வந்ததை அடுத்து, ஒருநாள் இரவில், தனக்கு நிச்சயிக்கப்பட்டிருந்த நபர் ஓர் அழுக்கான, இருண்ட, மாசுபட்ட, பார்ப்பதற்கு அவலமாக இருந்த ஆற்றில் நீந்திக் கொண்டிருந்ததுபோல அவர் கனவு கண்டார். அந்நபரிடம் ஏதோ கோளாறு இருந்தது என்பதைத்தான் தன் ஆழ்மனம் தனக்கு இவ்வாறு வெளிப்படுத்திக் கொண்டிருந்ததாக அப்பெண் நம்பினார்.

மறுநாள் அவர் அந்நபரை சந்தித்து, தான் கண்ட கனவைப் பற்றி அவரிடம் கூறினார். தான் ஒரு தீவிர மனநலப் பிரச்சனையால் பாதிக்கப்பட்டிருந்ததாகவும், தான் தொடர்ந்து மனநல

மருத்துவச் சிகிச்சை எடுத்துக் கொண்டிருந்ததாகவும் அந்நபர் இப்பெண்ணிடம் ஒப்புக் கொண்டார். மேலும், தற்கொலை எண்ணங்களும் தனக்கு அடிக்கடித் தோன்றியதாகவும் அவர் கூறினார். பிறகு இவருவரும் மனம்விட்டுப் பேசி, இவ்வுறவை முறித்துக் கொள்வதென்று இணக்கமாக முடிவு செய்தனர்.

தனக்குள் ஒரு பேரறிவு இருந்தது என்பதையும், தன்னுடைய வெளிமனத்தில் தான் மேற்கொள்ளும் திட்டவட்டமான தீர்மானங்களுக்கு அது செயல்விடை அளிக்கும் என்பதையும் இப்பெண் கண்டறிந்தார். தனக்கு நேரவிருந்த ஒரு மிகப் பெரிய சீரழிவைத் தன்னால் தடுத்து நிறுத்த முடிந்தது குறித்து அவர் பேருவகை கொண்டார்.

தேர்ந்தெடுப்பதற்கும் தீர்மானிப்பதற்குமான சக்திதான் மனிதனின் முதன்மைப் பண்புநலன், அதுவே அவனுடைய மிக உயர்ந்த தனிச்சிறப்புரிமை. எது நியாயமானது, நேர்மையானது, தூய்மையானது, அழகானது என்று உங்கள் மனத்திற்குத் தோன்றுகிறதோ, அதை இக்கணத்திலிருந்து தேர்ந்தெடுக்கத் துவங்குங்கள்.

தீர்மானிப்பதற்கான துணிச்சல் ஒருவருடைய வாழ்க்கையை மாற்றிய கதை

ஐம்பது வயது கொண்ட ஒருவர், பல வருடங்களாகத் தான் உழைத்து வந்திருந்த நிறுவனம் இன்னொரு நிறுவனத்தால் வாங்கப்பட்டபோது தன் வேலையை இழந்துவிட்டார். அவருடைய சக ஊழியர்களும் நண்பர்களும், "பீட்டர், வாழ்வின் யதார்த்தத்தை நீங்கள் எதிர்கொண்டாக வேண்டும். இப்போது உங்களுக்கு ஐம்பது வயதாகிவிட்டது. இந்த வயதில் இன்னொரு நிறுவனத்தில் ஒரு நல்ல வேலை கிடைப்பது மிகவும் கடினம்," என்று அவரிடம் கூறினர்.

ஆனால் நான் அவருக்கு வேறு விதமாகப் பரிந்துரைத்தேன். 'வாழ்வின் யதார்த்தத்தை' எதிர்கொள்ள வேண்டும் என்ற அவநம்பிக்கை மனப்போக்கைக் கொண்ட தன் நண்பர்கள் தன்மீது எதிர்மறையான தாக்கம் ஏற்படுத்துவதற்கு அவர் ஒருபோதும் அனுமதிக்கக்கூடாது என்று நான் அவரிடம் கூறினேன். யதார்த்தம் நிரந்தரமானது அல்ல. அது மாறுதலுக்கு உட்பட்டது. தனக்குள் இருக்கும் முடிவில்லாப் பேரறிவு, அதன் ஞானம், சக்தி ஆகிய, ஒருபோதும் மாறாத உண்மைகளின்மீதே தான் தன் கவனத்தை ஒருமுகப்படுத்த வேண்டும் என்பதை அவர் உணர்ந்து கொள்ளத் தொடங்கினார்.

அவர் ஒரு திட்டவட்டமான தீர்மானத்திற்கு வர வேண்டும் என்றும், **"என்னுடைய திறமைகளும் அனுபவமும் பெரிதும் கொண்டாடப்படுகின்ற ஒரு நல்ல வேலை எனக்குக் கிடைப்பதற்கு நான் தெய்வீகமான முறையில் வழிநடத்தப்படுகிறேன். நான் நாணயமாகவும் நியாயமாகவும் நடந்து கொள்கிறேன். அதற்கு ஏற்றவாறு எனக்கு ஓர் அற்புதமான வருவாய் கிடைத்துக் கொண்டிருக்கிறது,"** என்று துணிச்சலாக சுயபிரகடனம் செய்ய வேண்டும் என்றும் நான் அவருக்குப் பரிந்துரைத்தேன். அவர் தன் வெளிமனத்தில் ஒரு திட்டவட்டமான தீர்மானத்திற்கு வரும்போது, அவருடைய விருப்பம் நிறைவேறுவதற்கான திட்டத்தை வெளிப்படுத்துவதன் மூலம் அவருடைய ஆழ்மனம் அவருக்கு ஒரு வழியைத் திறந்துவிட்டுச் செயல்விடை அளிக்கும் என்று நான் அவரிடம் விளக்கினேன்.

தன்னுடைய முன்னாள் நிறுவனம் விற்பனை செய்த அதே வகையான பொருட்களைக் கையாண்ட இன்னொரு நிறுவனத்தில் வேலைக்கு விண்ணப்பிப்பதற்கு அவருக்குள் ஒரு தீவிரமான தூண்டுதல் எழுந்தது. அவர் அந்நிறுவனத்தின் மேலாளரை சந்தித்து, தனக்கு இருந்த அற்புதமான மனிதத் தொடர்புகளைப் பற்றி அவரிடம் எடுத்துக்கூறி, இப்புதிய நிறுவனத்தின் விற்பனையைத் தன்னால் எப்படி ஓர் அற்புதமான வழியில் அதிகரிக்க முடியும் என்பதையும் விளக்கினார். அந்நிறுவனத்தில் அவருக்கு உடனடியாக வேலை கொடுக்கப்பட்டது.

ஒரு நிறுவனத்தின் வருவாயைப் பெருக்கவோ அல்லது அவர்களுக்குப் பணத்தை மிச்சப்படுத்திக் கொடுக்கவோ உங்களால் எப்படி முடியும் என்பதை நீங்கள் அந்நிறுவனத்திற்கு விளக்கிக் காட்டும்போது, வேலை கிடைப்பதில் உங்களுக்கு எந்தப் பிரச்சனையும் இருக்காது. இங்கு நீங்கள் உங்கள் வயதையோ அல்லது நரைமுடியையோ விற்றுக் கொண்டிருக்கவில்லை, மாறாக, இத்தனை வருட உழைப்பின் மூலமாக நீங்கள் சேகரித்து வந்துள்ள உங்கள் திறமைகளையும் அறிவையும் அனுபவத்தையும்தான் நீங்கள் விற்றுக் கொண்டிருக்கிறீர்கள் என்பதை எப்போதும் நினைவில் வைத்துக் கொள்ளுங்கள். வருடங்கள் உருண்டோடும்போது உங்கள் வயது ஏறுவதில்லை, மாறாக உங்களுக்கு ஞானம் பிறக்கிறது.

ஒரு பெருங்கடலில் பயணித்துக் கொண்டிருக்கின்ற ஒரு சிறிய கப்பலுக்குள் தண்ணீர் நுழையாதவரை, அக்கப்பலை அப்பெருங்கடலால் மூழ்கடிக்க முடியாது என்பதும் நீங்கள் நினைவில் வைத்துக் கொள்ளத்தக்க ஒரு முக்கியமான

விஷயமாகும். அதேபோல, பிரச்சனைகள், சவால்கள், இன்னல்கள் ஆகியவை உங்களுக்குள் நுழைய நீங்கள் அனுமதிக்காதவரை, அவற்றால் உங்களை மூழ்கடிக்க முடியாது.

பிரபல ஆங்கிலேய நூலாசிரியரான வில்லியம் ஷேக்ஸ்பியர் இவ்வாறு எழுதியுள்ளார்:

நம்முடைய சந்தேகங்கள் நம்பிக்கைத் துரோகிகள்
நாம் முயற்சித்தால் நமக்கு வெற்றி கிடைக்கும்
என்ற நிலையில்கூட
முயற்சிக்க பயப்படும்படி செய்வதன் மூலம்
அவை நம்மைத் தோல்வியுறச் செய்கின்றன.

சரியான தீர்மானத்தை மேற்கொள்வதற்கு உதவக்கூடிய ஓர் எளிய, நடைமுறைச் சாத்தியமுள்ள பிரார்த்தனை

வினையும் எதிர்வினையும் என்ற ஓர் உலகளாவிய கோட்பாடு இருக்கிறது. உங்கள் வெளிமனத்தில் மேற்கொள்ளப்படும் தீர்மானம்தான் வினை. உங்கள் தீர்மானத்தின் இயல்புக்கு ஏற்றவாறு உங்கள் ஆழ்மனம் தானாக அளிக்கும் செயல்விடைதான் எதிர்வினை. சரியான நடவடிக்கையை மேற்கொள்வதற்குப் பின்வரும் பிரார்த்தனையைப் பயன்படுத்திக் கொள்ளுங்கள்:

"என் ஆழ்மனத்தின் முடிவில்லாப் பேரறிவு என் ஊடாக இயங்கிக் கொண்டிருக்கிறது, எனக்குத் தெரிந்திருக்க வேண்டியவற்றை எனக்கு வெளிப்படுத்திக் கொண்டிருக்கிறது என்பதை நான் அறிவேன். எனக்கான விடை எனக்குள் இருக்கிறது என்பதையும், அது இப்போது எனக்குத் தெரிவிக்கப்பட்டுக் கொண்டிருக்கிறது என்பதையும் நான் அறிவேன். என் ஆழ்மனத்தின் முடிவில்லாப் பேரறிவும் எல்லையற்ற ஞானமும் என் ஊடாக அனைத்துத் தீர்மானங்களையும் மேற்கொள்கின்றன. என் வாழ்வில் சரியான நடவடிக்கைகளும் சரியான தீர்மானங்களுமே எடுக்கப்படுகின்றன. என் வெளிமனத்திற்கு வருகின்ற சமிக்கைகளை நான் புரிந்து கொள்கிறேன். இதை நான் தவறவிடுவதற்குச் சாத்தியமே இல்லை. எனக்கான விடை தெளிவாகவும் திட்டவட்டமாகவும் வருகிறது. என் பிரார்த்தனைக்கு விடையளிக்கப்பட்டிருப்பது குறித்து நான் நன்றி கூறுகிறேன்."

அடுத்து நீங்கள் என்ன கூற வேண்டும், என்ன செய்ய வேண்டும், அல்லது என்ன தீர்மானம் மேற்கொள்ள வேண்டும் என்று தெரியாமல் நீங்கள் குழம்பிப் போயிருக்கும்போது, ஓரிடத்தில் அமைதியாக உட்கார்ந்து, உங்களை

ஆசுவாசப்படுத்திக் கொண்டு, உங்கள் கவலைகளைத் தூக்கி எறிந்துவிட்டு, மேற்கூறப்பட்டுள்ள உண்மைகளை மெதுவாகவும் அமைதியாகவும் உணர்ச்சிப்பூர்வமாகவும் கூறுங்கள். இதை ஓர் ஆசுவாசமான, அமைதியான மனநிலையில் இரண்டு அல்லது மூன்று முறை கூறுங்கள். அப்போது உங்கள் ஆழ்மனத்திலிருந்து ஒரு தூண்டுதலோ அல்லது சமிக்கையோ உங்களுக்குக் கிடைக்கும். உங்கள் பிரார்த்தனைக்கான விடை ஒரு வலிமையான உள்ளுணர்வின் வடிவிலோ அல்லது உங்கள் மனத்தை முழுமையாக ஆட்கொள்கின்ற ஒரு யோசனையின் வடிவிலோ உங்களுக்கு வரும்.

ஒருவரின் தீர்மானம் இரண்டு உயிர்களைக் காப்பாற்றியது பற்றிய கதை

காலம் சென்ற பிரபல உளவியலாளரான டாக்டர் டேவிட் சீபரி, இரண்டு முறை பக்கவாதம் ஏற்பட்டதால் முற்றிலுமாகச் செயலிழந்து போயிருந்த தன்னுடைய நண்பர் ஒருவரைப் பற்றி என்னிடம் ஒருமுறை கூறினார். ஒரு சமயம், அந்நபர் தன் பேரக்குழந்தைகள் இருவருடன் தன் வீட்டில் தனியாக இருந்தார். அப்போது ஒரு பயங்கரமான சூறாவளிக் காற்று அந்நகரைத் தாக்கியது. எல்லோரும் பதுங்குக் குழிகளுக்குச் செல்லுமாறு தன்னுடைய அறையில் இருந்த வானொலியில் கூறப்பட்ட அறிவிப்பை அவர் கேட்டார். ஆனால் தன்னுடைய நிலைமையின் காரணமாக அவரால் பதுங்குக் குழிக்குச் செல்ல முடியவில்லை. எனவே அவர் தன் மனத்திற்குப் பிடித்தமான ஒரு பிரார்த்தனையை வாய்விட்டுக் கூறத் தொடங்கினார். பிறகு, “பக்கத்து அறையில் தூங்கிக் கொண்டிருக்கும் என்னுடைய இரண்டு பேரக்குழந்தைகளையும் நான் காப்பாற்றப் போகிறேன்,” என்று அவர் தனக்குத் தானே கூறிக் கொண்டார்.

அவர் ஒரு தெளிவான தீர்மானத்திற்கு வந்தார். என்ன விலை கொடுக்க வேண்டியிருந்தாலும் சரி, தன் பேரக்குழந்தைகளைத் தான் காப்பாற்றியே ஆக வேண்டும் என்ற ஒரு தீவிர உந்துதல் அவருக்குள் எழுந்தது. தன் உடலின் ஆற்றல் முழுவதையும் ஒன்றுதிரட்டி, மிகவும் கஷ்டப்பட்டு, அவர் தன் படுக்கையைவிட்டு எழுந்து நின்றார். பிறகு அங்கிருந்து நடக்கத் தொடங்கினார். அவர் தன் பக்கத்து அறைக்குச் சென்று, இரண்டு சிறுவர்களையும் தன் கைகளில் தூக்கிக் கொண்டு, கீழே பதுங்குக் குழியை நோக்கிச் சென்றார். ஒருசில நிமிடங்களுக்குப் பிறகு அந்த வீட்டைச் சூறாவளிக் காற்று அடித்துச் சென்றுவிட்டது.

ஆனால், முன்பு செயலிழந்து கிடந்த அந்நபர் தன்னையும் தன் இரண்டு பேரன்களையும் வெற்றிகரமாகக் காப்பாற்றியிருந்தார். மேலும், அவர் முழுமையாக குணமடைந்தார். அவரால் நன்றாக நடக்க முடிந்தது. அவர் மேலும் பல ஆண்டுகள் உயிர் வாழ்ந்தார்.

நடப்பதற்கான சக்தி இந்நபருக்குள் எப்போதும் இருந்து வந்திருந்தது. அது அவருடைய ஆழ்மனத்தில் உறங்கிக் கொண்டிருந்தது. ஆனால் ஒரு நெருக்கடி ஏற்பட்ட சமயத்தில், தன் பேரன்களைக் காப்பாற்ற வேண்டும் என்ற எண்ணம் அவருடைய மனத்தை ஆக்கிரமித்தபோது, தான் முடமாக்கப்பட்டுக் கிடந்தோம் என்பதை அவர் மறந்துவிட்டார். முடிவில்லா இருத்தலின் சக்தி முழுவதும் அவர் கவனம் செலுத்திய விஷயத்தின்மீது ஒன்றுகுவிந்தது.

இப்படிப்பட்ட ஆயிரக்கணக்கான நிகழ்வுகள் மருத்துவ வரலாற்றில் நிரம்பி வழிகின்றன. ஒரு மாபெரும் நெருக்கடியை எதிர்கொள்ளும் நேரத்தில் ஒரு தனிநபரின் எல்லையில்லா சக்தி முடுக்கிவிடப்படுகிறது. மனிதனை அவனுடைய நம்பிக்கைதான் முடக்கிப் போடுகிறது. ஆனால் அவனுக்குள் இருக்கும் ஆன்மா நோய்வாய்ப்படுவதில்லை, முடக்கப்படுவதில்லை. அது சர்வவல்லமை வாய்ந்தது, எங்கும் நிறைந்துள்ளது. இந்த ஆன்மா மட்டுமே இப்பிரபஞ்சத்தில் உள்ள ஒரே இருத்தல், ஒரே சக்தி, ஒரே மூலாதாரம்.

“கடவுள் எனக்காகத் தீர்மானிக்கட்டும்”

கடவுள் தனக்காக எல்லாவற்றையும் தீர்மானிக்கட்டும் என்று விட்டுவிடப் போவதாக சமீபத்தில் ஒரு பெண் என்னிடம் கூறினார். அதாவது, தனக்கு வெளியே விண்ணில் எங்கோ ஒரு கடவுள் இருந்ததாக அவர் கூறினார். கடவுளோ அல்லது முடிவில்லாப் பேரறிவோ அவருக்காக வேலை செய்வதற்கான ஒரே வழி அவருடைய எண்ணத்தின் மூலமாகத்தான் என்று நான் அவருக்கு விளக்கினேன். பிரபஞ்ச அம்சம் ஒன்று தனிநபர் தளத்தில் இயங்க வேண்டும் என்றால், அது ஒரு தனிநபராக ஆக வேண்டும். தனக்குள் இருக்கும் ‘வாழும் ஆன்மா’தான் கடவுள் என்பதையும், தன் எண்ணம் படைப்பாற்றல் கொண்டது என்பதையும் அவர் உணர்ந்து கொண்டார். மேலும், தனக்கென்று விருப்பங்கள் இருந்தன, தான் தேர்ந்தெடுப்பதற்காகப் படைக்கப்பட்டிருந்தோம் என்பதையும் அவர் உணர்ந்து கொண்டார். இதுதான் அவருடைய தனித்தன்மையின்

அடித்தளம். இறுதியில், தனக்குள் இருந்த தெய்வீகத்தையும், தனக்காகத் தீர்மானங்கள் மேற்கொள்வதற்கான பொறுப்பையும் தான் ஏற்றுக் கொள்வதென்று அவர் தீர்மானித்தார்.

எது சிறந்தது என்பது அடுத்தவருக்கு எப்போதும் தெரியும் என்று நினைத்துவிடாதீர்கள். அது உண்மையல்ல. நீங்கள் உங்களுக்காகத் தீர்மானிக்க மறுக்கும்போது, உங்கள் தெய்வீகத்தை நீங்கள் நிராகரிக்கிறீர்கள், பலவீனம் மற்றும் தாழ்வுநிலையின் கண்ணோட்டத்திலிருந்து நீங்கள் சிந்திக்கிறீர்கள் என்பதை நினைவில் கொள்ளுங்கள்.

வாழ்க்கையை மாற்றிய தீர்மானம்

சில வருடங்களுக்கு முன்பு, நியூயார்க் நகரில் அமைந்த 'செவன்த் ரெஜிமென்ட் ஆர்மரி' அமைப்பின் உறுப்பினர்களிடையே பேசுவதற்காக, காலம் சென்ற திரு. எம்மெட் ஃபாக்ஸ் அவர்களை நான் அழைத்திருந்தேன். அந்த அமைப்பில் நானும் ஓர் உறுப்பினர். அமெரிக்காவின் வரலாற்றிலும், அந்த அற்புதமான கட்டடத்தில் காட்சிக்கு வைக்கப்பட்டிருந்த எண்ணற்றப் பொருட்களிலும் அவர் அதிக ஆர்வம் காட்டினார். இரவில் நாங்கள் உணவருந்திக் கொண்டிருந்தபோது, இங்கிலாந்தில் தான் ஒரு கட்டடப் பொறியாளராக வேலை பார்த்துக் கொண்டிருந்த சமயத்தில், ஆழ்மனம் குறித்து நீதிபதி தாமஸ் டுரோவர்டு ஆற்றிய சொற்பொழிவுகளைத் தான் கேட்டிருந்ததாகவும், அவை தன்மீது ஓர் அளப்பரிய தாக்கத்தை ஏற்படுத்தியதாகவும் டாக்டர் ஃபாக்ஸ் என்னிடம் கூறினார்.

அவர் அது பற்றிப் பேசியபோது, "அப்படிப்பட்ட ஒரு சொற்பொழிவின்போது, 'நான் அமெரிக்காவுக்குப் போகப் போகிறேன். அங்கு ஆயிரக்கணக்கானோரின் முன்னிலையில் நான் பேசப் போகிறேன்,' என்று எனக்கு நானே கூறிக் கொண்டேன்," என்று குறிப்பிட்டார். அவர் தன் தீர்மானத்தின்படி நடந்து கொண்டார். ஒருசில மாதங்களுக்குள் அனைத்துக் கதவுகளும் அவருக்காகத் திறந்தன. அவர் நியூயார்க் நகருக்கு வந்தார். பல வருடங்களாக, ஒவ்வொரு ஞாயிற்றுக்கிழமையன்றும் சுமார் ஐயாயிரம் நபர்களுக்கு முன்னால் அவர் சொற்பொழிவாற்றினார். அவருடைய தீர்மானம் அவருடைய ஆழ்மனத்தில் பதிவு செய்யப்பட்டது. அவரது ஆழ்மனத்தின் ஞானம், அவரது உறுதியான, திட்டவட்டமான தீர்மானத்தை நிறைவேற்றுவதற்குத் தேவையான அனைத்துக் கதவுகளையும் திறந்துவிட்டது.

சுருக்கமாக . . .

1. பிரபஞ்சத்தில் 'சரியான நடவடிக்கைக் கோட்பாடு' என்ற ஒன்று இயங்கிக் கொண்டிருக்கிறது. உங்கள் நோக்கம் சரியானதாக இருக்கும்போது, உங்கள் குறிக்கோள் உன்னதமானதாக இருக்கும்போது, ஒரு தீர்மானம் மேற்கொள்ளத் தயங்காதீர்கள்.

2. சரியான தீர்மானங்களை மேற்கொள்வதற்கும், தாங்கள் மேற்கொண்ட தீர்மானத்தைச் செவ்வனே நிறைவேற்றுவதற்குமான திறன் உலகிலுள்ள அனைத்து வெற்றிகரமான மனிதர்களிடமும் இருக்கிறது.

3. யதார்த்தத்தில், 'தீர்மானமின்மை' என்ற ஒன்று இல்லவே இல்லை. தீர்மானமின்மை என்பது உண்மையில், தீர்மானிக்க வேண்டாம் என்று நீங்கள் தீர்மானித்திருக்கிறீர்கள் என்பதைக் குறிக்கிறது, அவ்வளவுதான். ஆனால் இது முட்டாள்தனமானது. ஏனெனில், உங்களுக்கு என்ன வேண்டும் என்பதை நீங்கள் தீர்மானிக்காவிட்டால், மற்றவர்கள் உங்களுக்காக அதைச் செய்வார்கள். நீங்கள் பயப்படும்போது அல்லது கவலை கொள்ளும்போது, அதாவது, நீங்கள் தடுமாறும்போது,நீங்கள் சிந்தித்துக்கொண்டிருக்கவில்லை என்று பொருள். மற்றவர்களின் சிந்தனைகள் உங்கள் மனத்தில் ஓடிக் கொண்டிருக்கின்றன என்று பொருள். உண்மையான சிந்தனையில் பயத்திற்கு இடமில்லை. ஏனெனில், பிரபஞ்சக் கோட்பாடுகள் மற்றும் நிரந்தரமான உண்மைகளின் கண்ணோட்டத்திலிருந்து நீங்கள் சிந்திக்கிறீர்கள்.

4. நீங்கள் உங்கள் வெளிமனத்தில் ஒரு தெளிவான, திட்டவட்டமான தீர்மானத்திற்கு வரும்போது, உங்கள் ஆழ்மனம் நிச்சயமாகச் செயல்விடை அளிக்கும். இது ஒரு கனவில் நிகழக்கூடும். அக்கனவை நீங்கள் சிரமமின்றிப் புரிந்து கொள்வதற்கு ஏற்ற விதத்தில் அது விலாவாரியானதாகவும் குறிப்பிடத்தக்கதாகவும் இருக்கும்.

5. தேர்ந்தெடுப்பதற்கும் தீர்மானிப்பதற்குமான திறன்தான் மனிதனின் முதன்மைப் பண்புநலன், அதுவே அவனுடைய மிக உயர்ந்த தனிச்சிறப்புரிமை.

6. அனைத்து யதார்த்தங்களும் நிரந்தரமானவை அல்ல. எல்லாமே மாறுதலுக்கு உட்பட்டவை. என்றென்றும் எது மாறாமல் நிலையாக இருக்கிறதோ, அதன்மீது உங்கள் கவனத்தையும் நம்பிக்கையையும் வையுங்கள். கடவுளின் பேரறிவும் ஞானமும் சக்தியும் எப்போதுமே நிலையாக இருக்கின்றன. அவை ஒருபோதும் மாறுவதில்லை.

7. வினையும் எதிர்வினையும் உலகளாவியவை. வெளிமனத்தில் ஒரு திட்டவட்டமான, தெளிவான தீர்மானத்திற்கு நீங்கள் வரும்போது, அத்தீர்மானத்தின் இயல்புக்கு ஏற்றபடி உங்கள் ஆழ்மனத்திடமிருந்து தானாக ஒரு செயல்விடை வரும்.

8. உங்கள் ஆழ்மனத்திடமிருந்து வரும் விடை வழக்கமாக ஒரு வலிமையான உள்ளுணர்வின் வடிவிலோ அல்லது உங்கள் மனத்தை முழுமையாக ஆட்கொள்கின்ற ஒரு யோசனையின் வடிவிலோ உங்களுக்கு வரும்.

9. "கடவுள் எனக்காகத் தீர்மானிக்கட்டும்," என்று ஒருவர் கூறினால், தனக்கு வெளியே ஒரு கடவுள் இருப்பதாக அவர் கூறுகிறார் என்று அர்த்தம். ஆனால், தீர்மானம் மேற்கொள்ளும் திறன் கொண்டவர் நீங்கள். உங்கள் சொந்தத் தீர்மானங்களை மேற்கொள்வதற்காகத்தான் நீங்கள் இங்கு இருக்கிறீர்கள். பிரபஞ்சம் உங்களுக்காக எதையும் செய்யாது. அது உங்கள் எண்ணங்கள், மனக்காட்சிகள், நம்பிக்கைகள் ஆகியவற்றின் வாயிலாக உங்களின் ஊடாகச் செயல்படும். நீங்கள்தான் உங்கள் தேர்ந்தெடுப்புகளை மேற்கொள்ள வேண்டும். அப்போது உங்கள் ஆழ்மனத்தின் முடிவில்லாப் பேரறிவு உங்களுக்குச் செயல்விடை அளிக்கும். உங்கள் சொந்த தெய்வீகத்தை ஏற்றுக் கொள்ளுங்கள். அதை நீங்கள் மறுத்தால், உங்களுக்குள் இருக்கும் முடிவில்லாப் பேரறிவையும் சக்தியையும் நீங்கள் நிராகரிக்கிறீர்கள் என்று பொருள்.

13

தொலையுணர்வும் ஆழ்மனத்தின் அற்புதங்களும்

நியூயார்க் நகரைச் சேர்ந்த ஒரு பெண் எனக்கு எழுதிய பின்வரும் கடிதம், உங்கள் ஆழ்மனத்தின் அற்புதமான குணமாக்கும் சக்தியை நீங்கள் எவ்வாறு அனுபவிக்கலாம் என்பதைக் காட்டுகிறது:

> அன்புள்ள டாக்டர் மர்ஃபி,
>
> நான் கண்படல நோயால் பாதிக்கப்பட்டிருந்தேன். கண்களுக்குப் பயன்படுத்தப்படும் வழக்கமான சொட்டு மருந்துச் சிகிச்சை எனக்குப் பலனளிக்கவில்லை. 'அமேசிங் லாஸ் ஆஃப் காஸ்மிக் மைண்ட் பவர்' என்ற உங்கள் புத்தகத்தில் கொடுக்கப்பட்டிருந்த ஒரு குறிப்பிட்டப் பிரார்த்தனையைப் பயன்படுத்தி என்னுடைய கண்படல நோயை நானே குணப்படுத்திக் கொண்டேன். நான் முழுமையாக நலமடைவதற்கு ஐந்து மாதங்கள் ஆயின. இந்த நோயைப் பற்றிய பேச்சு எழும்போதெல்லாம், உங்கள் நூலின் பிரதிகளை மற்றவர்களுக்கு நான் கொடுக்கிறேன்.
>
> ஜி.வி.
> நியூயார்க்

அவர் பயன்படுத்திய பிரார்த்தனையை நான் இங்கே கொடுத்திருக்கிறேன்:

"என் உடலை உருவாக்கிய படைப்பாற்றல் கொண்ட பேரறிவு இப்போது என் கண்களை மறுசீரமைத்துக் கொண்டிருக்கிறது. என் நோயை எப்படி குணப்படுத்துவது என்பது எனக்குள் இருக்கும் குணமாக்கும் இருத்தலுக்குத் தெரியும். அது என் உடலின்

ஒவ்வோர் உயிரணுவையும் கடவுளின் கச்சிதமான வடிவமைப்பிற்கு ஏற்றபடி உருமாற்றிக் கொண்டிருக்கிறது. நான் முழுமையாக நலமடைந்துவிட்டதாக என்னுடைய மருத்துவர் என்னிடம் கூறுவது என் காதுகளில் விழுகிறது, அவரை என்னால் நன்றாகப் பார்க்க முடிகிறது. 'நீங்கள் குணமடைந்துவிட்டீர்கள். இது ஓர் அதிசயம்,' என்று அவர் என்னிடம் கூறுவதுபோல நான் இப்போது என் மனத்தில் காட்சிப்படுத்திக் கொண்டிருக்கிறேன். இந்த ஆக்கப்பூர்வமான மனக்காட்சி என் ஆழ்மனத்தில் ஆழப் பதிந்து கொண்டிருப்பதை நான் அறிவேன். என் ஆழ்மனம் அதற்குச் செயல்விடை அளிக்கும் என்பதையும் நான் அறிவேன். எனக்குள் இருக்கும் முடிவில்லா குணமாக்கும் இருத்தல் என்னை இப்போது மீண்டும் முழுமையாக்கிக் கொண்டிருக்கிறது. நான் இதை உணர்கிறேன், இதை நம்புகிறேன். கச்சிதமான ஆரோக்கியத்தை நான் அனுபவித்துக் கொண்டிருக்கிறேன்."

இப்பெண்ணுக்கு எப்படிக் குறிப்பிடத்தக்க விளைவுகள் கிடைத்தன என்பதை இப்போது உங்களால் பார்க்க முடியும் என்று நினைக்கிறேன். மீண்டும் மீண்டும் கூறுதல், விசுவாசத்தோடு இருத்தல், நேர்மறையான விளைவுகளை எதிர்பார்த்தல் ஆகியவற்றின் மூலமாக இந்த உண்மைகளைத் தான் தன் ஆழ்மனத்திற்குத் தெரியப்படுத்திக் கொண்டிருந்தோம் என்பதை அவர் அறிந்திருந்தார். எனவே அவர் தன் முயற்சியில் விடாப்பிடியாக இருந்தார். அவருடைய ஆழ்மனத்தின் குணமாக்கும் சக்தி அவருடைய பிரார்த்தனைக்கு ஏற்றபடி அவருடைய கண்களை முற்றிலுமாக குணமாக்கியது.

ஆரோக்கியம் குறித்துப் பிரார்த்தித்த ஒரு பெண்ணின் உடல்நலம் மேலும் மோசமானது ஏன்

நேற்று என்னை நேரில் சந்தித்த ஒரு பெண், கச்சிதமான ஆரோக்கியம் குறித்து ஒரு மாதகாலமாகத் தான் பிரார்த்தித்து வந்திருந்தும் தன் உடல்நிலை மெல்ல மெல்ல மோசமாகிக் கொண்டே போனதாக என்னிடம் கூறினார். அவருடைய நாட்பட்டக் கவலையும் பகையுணர்வும்தான் அவருடைய வயிற்றுப் புண்கள் ஆறாமல் இருந்ததற்குக் காரணம் என்று அவருடைய மருத்துவர் அவரிடம் கூறியிருந்தார்.

தனக்குள் இருக்கும் குணமாக்கும் சக்தியிடம் அவர் தன் எதிர்ப்பைக் கைவிட வேண்டும் என்று நான் அவருக்கு விளக்கினேன். தன் உடல்நிலைக்கும் தன் மனத்திற்கும் எந்தத் தொடர்பும் இல்லை என்று அவர் நம்பினார். ஆனால்,

கோபம், பகையுணர்வு, வெறுப்பு போன்ற நோய் எண்ணங்கள் அவருடைய மனம் முழுக்க நிரம்பியிருந்தன. உண்மையில், அவர் நலமடைவதற்கு அவருடைய மருத்துவர் அவருக்குக் கொடுத்தப் பரிந்துரைகளை அவர் தடுத்துக் கொண்டிருந்தார். தன் மருத்துவர் தனக்குக் கொடுத்திருந்த மருந்துகளின் விளைவையும் அவர் ஒன்றுமில்லாமல் செய்து கொண்டிருந்தார்.

ஒப்புக்குக் கூறப்படும் சுயபிரகடனங்களை ஆழ்மனம் ஏற்றுக் கொள்வதில்லை, மாறாக, வெளிமனம் கொண்டிருக்கின்ற நம்பிக்கைகளைத்தான் அது ஏற்றுக் கொள்கிறது என்பதை அவர் ஒருவழியாகப் புரிந்து கொள்ளத் துவங்கினார். மேலும், அவர் தன்னைத் தானே மன்னித்துக் கொள்ள வேண்டியிருந்தது. மற்றவர்களை மன்னிப்பதைவிட நம்மை நாமே மன்னித்துக் கொள்வதுதான் அதிக சிரமமான வேலை.

எதிர்மறையான, அழிவுப்பூர்வமான எண்ணங்களை வளர்த்தெடுப்பதை நிறுத்துவதென்றும், எதிர்மறை எண்ணங்கள் தன்னுள் தோன்றியபோதெல்லாம் நேர்மைறையான எண்ணங்களை சிந்திப்பதென்றும் அவர் தீர்மானித்தார். தான் யார்மீதெல்லாம் கோபம் கொண்டிருந்தாரோ, அவர்கள் அனைவரும் நலமாகவும் மகிழ்ச்சியாகவும் மனஅமைதியோடும் இருப்பதற்காக அவர் பிரார்த்தனை செய்யத் துவங்கினார். கோபம், பகையுணர்வு, வெறுப்பு போன்ற எண்ணங்களால் வயிற்றுப் புண்களை உருவாக்க முடியும் என்றால், இதற்கு நேரெதிரானதும் உண்மையாகத்தான் இருக்க வேண்டும் என்பதை அவர் உணர்ந்தார்.

அவர் தன் எதிர்ப்பைக் கைவிட்டுவிட்டு, தனக்குள் இருந்த குணமாக்கும் சக்தி இயங்குவதற்கு அனுமதித்தார். எல்லோருடைய வாழ்க்கையிலும் இணக்கம், அன்பு, அமைதி, மகிழ்ச்சி, சரியான நடவடிக்கை, நல்லெண்ணம் ஆகியவை நிலவ வேண்டும் என்று தொடர்ந்து சிந்தித்தன் மூலம் அவர் தன் மனத்தை ஒழுங்குபடுத்தத் தொடங்கினார். விரைவில், தனக்குள் இருந்த குணமாக்கும் சக்தி, தன்னுடைய உடலில் சமநிலையையும் இணக்கத்தையும் கச்சிதமான ஆரோக்கியத்தையும் மீட்டெடுப்பதற்கு அவர் ஏற்புத்தன்மையுடன் நடந்து கொண்டார், திறந்த மனத்துடன் இருந்தார். ஆரோக்கியம் மற்றும் இணக்கம் குறித்து சுயபிரகடனம் செய்துவிட்டு, அதே சமயத்தில், உங்களை யாராலும் குணமாக்க முடியாது என்பது போன்ற அவநம்பிக்கைகளையும் எதிர்மறையான

மற்றும் அழிவுப்பூர்வமான உணர்ச்சிகளையும் நீங்கள் உங்கள் ஆழ்மனத்தில் வளர்த்தெடுத்தால், அதனால் எந்தப் பயனும் இருக்காது. முடிவில்லா இருத்தலின் குணமாக்கும் சக்தியும் அன்பும் ஒரு மாசுபட்ட மனத்தின் ஊடாகப் பாய்ந்தோடுவதில்லை.

தன் ஆழ்மனத்தின் அற்புதத்தை அவர் எவ்வாறு கண்டுகொண்டார்

லாஸ் ஏஞ்சலீஸ் டைம்ஸ் பத்திரிகையின் வெளியீடான 'வெஸ்ட் மேகசீன்' என்ற இதழில் 1972ம் ஆண்டு ஏப்ரல் 23ம் தேதியன்று ஒரு சுவாரசியமான கட்டுரை வெளியாகியிருந்தது. அதில் இடம்பெற்றிருந்த சில முக்கியமான விஷயங்களை நான் இங்கே கொடுத்திருக்கிறேன்:

> *சிக்காகோ நகரில் அமைந்த 'ரோட்டரி இன்டர்நேஷனல்' அமைப்பில் ஓர் எடுபிடிச் சிறுவனாகத் தன் வாழ்க்கையைத் துவக்கிய லியர், எட்டாம் வகுப்புவரை மட்டுமே படித்திருந்தார். ஆனால் அவர் தன் ஆழ்மனத்தைப் பயன்படுத்தி 28 கோடி டாலர்கள் மதிப்புவாய்ந்த சொத்துக்களுக்குச் சொந்தக்காரராக ஆனார். அவர் இவ்வாறு கூறியுள்ளார்: 'உலகின் தேவைகள் என்ன என்பதைக் கண்டறிந்து, அவற்றை நிறைவேற்றுவதற்கான வழிகளைக் கண்டுபிடிப்பதில் நான் என் வாழ்நாள் முழுவதையும் செலவிட்டு வந்துள்ளேன். நான் ஏகப்பட்டத் தகவல்களைத் திரட்டுகிறேன். ஆனால் முக்கியமானவற்றை மட்டும் வைத்துக் கொண்டு, மற்றவற்றை நான் தூக்கியெறிந்துவிடுகிறேன். நான் எப்போதும் என் இலக்கின்மீது குறியாக இருக்கிறேன். எந்தவொரு பிரச்சனையையும் மிகக் குறைந்த செலவில் தீர்ப்பதில் நான் கண்டிப்புடன் நடந்து கொள்கிறேன்.*
>
> *'படைப்பாற்றல்மிக்க இச்செயல்முறையில் ஆழ்மனம் ஒரு முக்கியப் பங்கு வகிக்கிறது. உங்கள் ஆழ்மனம் ஒரு கணினியைப் போன்றது. உங்களால் முடிந்த அனைத்துத் தகவல்களையும் நீங்கள் அதனிடம் கொடுங்கள். பிறகு, அதைத் தனியே விட்டுவிடுங்கள். சுமார் முப்பது நாட்களில் உங்களுக்கான விடையை நீங்கள் அதனிடமிருந்து பெறுவீர்கள். உங்களுடைய தகவல்கள் உங்களுக்கான விடைகளைப் பெற்றுக் கொடுக்கின்றன.*
>
> *'தங்கள் ஆழ்மனத்தின் சக்திகளை எப்படிப் பயன்படுத்திக் கொள்வது என்பது மாணவர்களுக்குக் கற்றுக் கொடுக்கப்படுவதில்லை என்பது நம்முடைய கல்வி அமைப்புமுறையைப் பற்றிய*

துரதிர்ஷ்டமான விஷயங்களில் ஒன்று. அவர்களிடம் ஒரு கணினி இருக்கிறது, அது ஏகப்பட்ட முக்கியமற்றத் தகவல்களைத் தன்னகத்தே கொண்டுள்ளது, அது அவற்றைத் தொடர்புபடுத்திப் பார்த்துவிட்டுச் சரியான விடையை நமக்கு வழங்குகிறது என்பதை நாம் நம் மாணவர்களுக்குக் கற்றுக் கொடுப்பதில்லை.

'உங்கள் ஆழ்மனத்தைப் பற்றித் தெரியாமலேயே நீங்கள் உங்கள் ஆழ்மனத்தை எப்போதும் பயன்படுத்திக் கொண்டிருக்கிறீர்கள். திடீரென்று ஒரு பெயர் உங்களுக்கு மறந்துவிடும், ஆனால் ஒருசில நிமிடங்களுக்குப் பிறகு அது உங்கள் நினைவுக்கு வந்துவிடும். இந்த அனுபவம் உங்களுக்கு வாய்த்திருக்கிறதா? இங்கு என்ன நிகழ்ந்தது? நீங்கள் ஒரு தகவலை உங்கள் ஆழ்மனத்திற்குக் கொடுத்துவிட்டு, பிறகு வேறு எதைப் பற்றியோ சிந்திக்கப் போய்விட்டீர்கள். ஆனால் உங்கள் ஆழ்மனம் அதன்மீது நடவடிக்கை எடுத்து, அப்பெயரை உங்களுக்கு நினைவுபடுத்தியது. இதை எவ்வாறு செய்வது என்பதை மாணவர்களுக்கு நாம் கற்றுக் கொடுப்பதில்லை. அவர்களுக்கு ஆழ்மனம் என்ற ஒன்று இருக்கிறது என்பதைக்கூட நாம் அவர்களிடம் கூறுவதில்லை. தாங்கள் துரதிர்ஷ்டசாலிகள் என்று கூறிக் கொள்கின்ற நபர்கள் துரதிர்ஷ்டங்களை எதிர்கொள்வதில் வியப்பில்லை. ஏனெனில், தங்கள் எண்ணங்கள் மூலமாக அவர்கள்தான் அதற்கு வழிவகுத்துக் கொடுத்துள்ளனர். தாங்கள் அதிர்ஷ்டசாலிகள் என்று நம்புகின்ற மக்கள், தங்களுக்கான விடைகளை நிச்சயமாகப் பெற்றுவிடுகின்றனர். ஏனெனில், வெற்றி குறித்த யோசனையை அவர்கள் தங்கள் ஆழ்மனத்திற்குள் பதிய வைத்துள்ளனர். முன்பெல்லாம், எப்படிப் பிரார்த்தனை செய்ய வேண்டும் என்பதைக் குழந்தைகளுக்கு நாம் கற்றுக் கொடுத்தபோது, இந்த ஆழ்மனச் செயல்முறையை நாம் அவர்களுக்குக் காட்டினோம். பிரார்த்தனைகூட உங்கள் ஆழ்மனத்திற்குத் தகவல்களைக் கொடுப்பதற்கான இன்னொரு வழிதான்.'

உங்கள் ஆழ்மனத்திற்குள் அளப்பரிய சக்திகள் ஒளிந்து கிடக்கின்றன. நீங்கள் எதிர்கொள்கின்ற பிரச்சனை எதுவாக இருந்தாலும் சரி, அதற்கான தீர்வை நீங்கள் தேடிக் கொண்டிருக்கிறீர்கள் என்றால், அத்தீர்வு பற்றி உங்களால் சேகரிக்க முடிகின்ற அனைத்துத் தகவல்களையும் ஒன்றுதிரட்டுங்கள். வேறு வார்த்தைகளில் கூறினால், அப்பிரச்சனைக்கு உங்கள் வெளிமனத்தைக் கொண்டு தீர்வு காண முயற்சி செய்யுங்கள். அது பலனளிக்காவிட்டால், முழுமையான நம்பிக்கையோடும் விசுவாசத்தோடும் உங்கள்

ஆழ்மனத்திடம் அப்பிரச்சனையை ஒப்படையுங்கள். அது தனக்குத் தேவையான எல்லாத் தகவல்களையும் சேகரித்துக் கொள்ளும். பிறகு அவற்றை ஆய்வு செய்து, ஒரு முழுமையான தீர்வை அது உங்கள் வெளிமனத்திற்கு அனுப்பி வைக்கும்.

தொடர்ச்சியான பிரார்த்தனை எப்படிப் பலனளித்தது

சமீபத்தில் நான் மெக்சிகோ நாட்டிற்குச் சென்றபோது, நான் என்னுடைய நண்பர்கள் சிலரை சந்தித்தேன். ஒரு குறிப்பிட்ட நண்பரின் வீட்டில் நடைபெற்ற ஒரு விருந்தில், ஆழ்மனத்தின் சக்திகளைப் பற்றி நாங்கள் அனைவரும் பேசிக் கொண்டிருந்தோம். அங்கு வந்திருந்தவர்களில் ஒருவர், வேறொரு நாட்டிலிருந்து குடிபெயர்ந்து வந்து, கடந்த இருபது வருடங்களாக மெக்சிகோ சிட்டியில் வாழ்ந்து வந்திருந்தார். இருபது வருடங்களுக்கு முன்னால் தனக்குப் புற்றுநோய் இருந்ததாக அவர் என்னிடம் கூறினார். அவரது புற்றுநோய் அவருடைய உடல் முழுக்கப் பரவியிருந்ததால் அவர் உயிர்வாழ்வதற்கு மூன்று மாதங்கள் மட்டுமே இருந்ததாக சான்பிரான்சிஸ்கோ நகரைச் சேர்ந்த ஒரு மருத்துவர் அவரிடம் கூறினார். அச்சமயத்தில் அவருக்கு ஒரு வயதில் ஒரு மகள் இருந்தாள். அவருடைய மனைவி அக்குழந்தையை அவரிடம் விட்டுவிட்டு அவரிடமிருந்து விலகிப் போய்விட்டார். இந்நிலையில், அம்மருத்துவர் கூறிய விஷயம் அவருக்குப் பெரும் அதிர்ச்சியளித்தது.

மெக்சிகோவில் டியுவானா என்ற இடத்தில் இருந்த ஒரு குறிப்பிட்ட மருத்துவமனையில் புற்றுநோய்க்கு ஒரு தனித்துவமான சிகிச்சை அளிக்கப்பட்டுக் கொண்டிருந்ததாகவும், அங்கு வந்த நோயாளிகளுக்கு அற்புதமான விளைவுகள் கிடைத்துக் கொண்டிருந்ததாகவும், எனவே அவர் அங்கு சென்று சிகிச்சையெடுத்துக் கொள்ள வேண்டும் என்றும் அவருடைய நண்பர்கள் அவருக்கு அறிவுறுத்தினர். இதை ஏற்றுக் கொண்ட அவர், தன் மகளைத் தத்துக் கொடுப்பதற்கான ஏற்பாடுகளைச் செய்தார். இதற்கான வேலைகளில் ஈடுபட்ட ஒரு நிறுவனம், அக்குழந்தை ஒரு நல்ல வீட்டில் வாழ்வதற்குத் தாங்கள் எல்லா முயற்சிகளையும் மேற்கொள்வோம் என்று அவருக்கு வாக்குக் கொடுத்தது. டியுவானா மருத்துவமனையில் சுமார் பத்து ஊசிகள் போட்டுக் கொண்ட பிறகு அவர் முற்றிலுமாக குணமடைந்தார். அதன் பிறகு அவருக்கு மீண்டும் ஒருபோதும்

புற்றுநோய் வரவே இல்லை. அந்த மருத்துவமனையில் வழங்கப்பட்டச் சிகிச்சையின்மீது அவர் ஆழ்ந்த நம்பிக்கை கொண்டிருந்ததால், அவருடைய ஆழ்மனம் அந்த நம்பிக்கைக்கு ஏற்றாற்போலச் செயல்விடை அளித்தது.

நீங்கள் நம்பும் விஷயம் உண்மையாக இருந்தாலும் சரி, அல்லது பொய்யாக இருந்தாலும் சரி, உங்கள் ஆழ்மனத்திடமிருந்து எப்போதும் அதே விளைவுகளையே நீங்கள் பெறுவீர்கள். உங்கள் மனத்தில் எந்த நம்பிக்கை ஆழமாக வேரூன்றியிருக்கிறதோ, உங்கள் ஆழ்மனம் அதற்கு ஏற்றபடிதான் செயல்விடை அளிக்கும். இந்தக் குறிப்பிட்ட நபருக்கு ஏப்ரிகாட் பழத்தின் சாறு ஓர் ஊசி மூலம் செலுத்தப்பட்டது. ஆனால் அது தன்னை குணமாக்கும் என்று அவர் கொண்டிருந்த தீவிர நம்பிக்கைதான் அவரை குணமாக்கியது.

சிகிச்சை முடிந்து சான்பிரான்சிஸ்கோவிற்குத் திரும்பி வந்த அவர், தன் மகளைக் கண்டுபிடிக்க முயன்றார். ஆனால் யார் அவளைத் தத்தெடுத்திருந்தார்கள் என்பது பற்றிய எந்த விபரத்தையும் அவரால் பெற முடியவில்லை. அக்குழந்தையைத் தத்துக் கொடுத்த நிறுவனம், சட்டப்பூர்வமாக அது பற்றிய தகவல்களை அவருக்குக் கொடுக்க முடியாது என்று கூறி, அவருக்கு எந்தவொரு விபரத்தையும் கொடுக்க மறுத்துவிட்டது. எனவே, சான்பிரான்சிஸ்கோவில் இருந்த ஒரு நண்பருடன் அவர் கலந்து பேசினார். அவருடைய நண்பர், "விடாமல் பிரார்த்தனை செய்யுங்கள். அப்போது உங்கள் மகளை நீங்கள் கண்டுபிடிப்பீர்கள்," என்று அவருக்குப் பரிந்துரைத்தார். அதற்கு அவர், "எப்படி?" என்று கேட்டார். "நீங்கள் உங்கள் மகளை நேசிக்கிறீர்கள். விடாமல் தொடர்ந்து அவளை உங்களால் நேசிக்க முடியும். உங்கள் மகளை நேசிப்பதை நீங்கள் ஒருபோதும் நிறுத்துவதில்லை. நாள் முழுவதும் நீங்கள் அவளைப் பற்றி நினைத்துக் கொண்டே இருக்க வேண்டியதில்லை. ஆனால் உங்கள் அன்பு ஒருபோதும் மடிந்து போவதில்லை, ஒருபோதும் உறங்குவதில்லை, ஒருபோதும் களைப்புறுவதில்லை. உங்கள் அன்பு உங்களை அவளிடம் வழிநடத்திச் செல்லும்," என்று அந்த நண்பர் பதிலளித்தார்.

எனவே அவர் தினமும் இரவில் தன் ஆழ்மனத்திடம், "அன்பு எனக்கான பாதையைக் காட்டுகிறது. நான் என் குழந்தையை மீண்டும் சந்திக்கிறேன்," என்று மீண்டும் மீண்டும் சுயபிரகடனம் செய்தார். சுமார் ஒரு வாரத்திற்குப் பிறகு, அவர்

ஒரு விலாவாரியான கனவு கண்டார். அதில் தன் குழந்தை தன்னுடைய புதிய பெற்றோர்களுடன் இருந்ததை அவர் தெளிவாகப் பார்த்தார். அவளுடைய புதிய வீட்டின் முகவரியும் அக்கனவில் அவருக்குத் தெளிவாகச் சுட்டிக்காட்டப்பட்டது.

மறுநாள் அவர் அவ்வீட்டிற்குச் சென்று, தன் மகளைத் தத்தெடுத்திருந்த தம்பதியரிடம் தன்னை அறிமுகப்படுத்திக் கொண்டு, தன் குழந்தையைத் தான் மீண்டும் பார்க்க விரும்பியதாகத் தெரிவித்தார். தன் மகளை அவர்களிடமிருந்து திரும்பப் பெற்றுக் கொள்ள வேண்டும் என்ற எண்ணம் எதுவும் தனக்கு இல்லை என்பதையும் அவர் அவர்களிடம் தெளிவாக விளக்கினார். தான் உயிர்வாழ்வதற்கு வெறும் மூன்று மாதங்களே இருந்ததாகத் தன்னிடம் கூறப்பட்டபோது தான் அனுபவித்தப் பரிதவிப்பையும் பீதியையும் பற்றி அவர்களிடம் விளக்கிய அவர், தன் குழந்தை பத்திரமாகப் பேணி வளர்க்கப்பட வேண்டும் என்று தான் விரும்பியிருந்ததாகவும், தான் இருந்த நெருக்கடியான சூழலில், அவளைத் தத்துக் கொடுப்பதுதான் அதற்கான ஒரே வழி என்று தான் நினைத்ததாகவும் கூறினார்.

இவற்றையெல்லாம் புரிந்து கொள்வதற்கு அக்குழந்தைக்கு வயது போதாது என்றாலும், எந்த நேரத்தில் வேண்டுமானாலும் அவர் தன் குழந்தையைப் பார்ப்பதற்குத் தங்கள் வீட்டிற்கு வரலாம் என்று அத்தம்பதியர் அவருக்கு உறுதியளித்தனர். அவர்கள் அவரிடம் அன்பாக நடந்து கொண்டனர். அவரும் அவருடைய மகளும் இப்போது அடிக்கடிப் பேசிக் கொள்கின்றனர். அவள் பல முறை மெக்சிகோவிற்கு வந்து போயிருக்கிறாள். இந்நபர் தன் மகளைத் தன் ஆழ்மனத்தில் தொடர்ந்து நேசித்து வந்தார். எனவே, அவருடைய ஆழ்மனம் அவருடைய பிரார்த்தனைக்கு தெய்வீகமான முறையில் விடையளித்தது. அன்பு ஒருபோதும் தோற்பதில்லை.

ஒரு குழந்தை தன் தந்தையின் பிரச்சனையைத் தீர்த்தது பற்றிய கதை

சமீபத்தில் நான் சந்தித்த ஒருவர், தான் திவாலாகவிருந்ததாக என்னிடம் கூறினார். பதற்றமடைந்த அவர், தான் தோற்றுப் போனால் பலருக்கு இழப்பு ஏற்படும் என்பதை உணர்ந்தார். எனவே, அமைதியும் விடுதலையும் வேண்டிக் கடவுளிடம் பிரார்த்தனை செய்யுமாறு அவர் தன் சின்னஞ்சிறு மகளிடம் கேட்டுக் கொண்டார். தான் 'பிரச்சனையில்' இருந்ததாக

அவர் அச்சிறுமியிடம் விளக்கினார். திடீரென்று அவருடைய நண்பர்கள் அவருக்குப் பண உதவி செய்து, அவரை மீட்டெடுத்து, அவருடைய நிதிப் பிரச்சனைகளைத் தீர்த்தனர்.

தன்னுடைய ஒரு கனவில் ஒரு தேவதை தோன்றியிருந்ததாகவும், தன் தந்தையின் நிலைமை சரிசெய்யப்படும் என்று அந்த தேவதை தன்னிடம் கூறியதாகவும் அச்சிறுமி தன் தந்தையிடம் ஏற்கனவே கூறியிருந்தாள். தன் கனவில் கூறப்பட்டவற்றை அவள் முழுமையாக நம்பினாள். பிரார்த்தனை செய்யும்போது நீங்களும் ஒரு குழந்தையாக மாறிவிட வேண்டும். குழந்தைகள் யாரையும் விமர்சிப்பதில்லை, பகுப்பாய்வு செய்வதில்லை, யார்மீதும் பாரபட்சம் காட்டுவதில்லை. ஆன்மீகரீதியான பெருமிதமானது பிரார்த்தனையில் உள்ள ஒரு மிகப் பெரிய பின்னடைவாகும். உங்களை ஆசுவாசப்படுத்திக் கொண்டு, உங்கள் ஆழ்மனத்தின்மீது நம்பிக்கை கொள்ளுங்கள். ஒரு குழந்தைக்கு இருக்கும் விசுவாசத்துடன் இருங்கள். உங்களுக்கான விடை விரைவில் உங்களை வந்தடையும்.

ஒரு வங்கியாளர் தன் ஆழ்மனத்தைப் பயன்படுத்தும் விதம்

என்னுடைய நண்பர்களில் ஒருவரான ஒரு வங்கியாளர், பின்வரும் முறையில் தன் பிரச்சனைகளைத் தீர்த்துக் கொள்வதாக என்னிடம் கூறினார்:

"எனக்குள் இருக்கும் முடிவில்லா இருத்தலைப் பற்றி நான் சிந்திக்கிறேன். கடவுள் எல்லையில்லா ஞானம் கொண்டவர், முடிவற்ற சக்தி படைத்தவர், அளப்பரிய அன்பு உடையவர், முடிவில்லாப் பேரறிவு பெற்றவர். அவருக்கு எல்லாமே சாத்தியம். 'கடவுள் என்னுடைய இந்தக் கோரிக்கையைப் பார்த்துக் கொள்கிறார். அவர் கொடுக்கும் விடையை இக்கணத்தில் நான் ஏற்றுக் கொள்கிறேன். நன்றி, இறைவா!' என்று நான் சுயபிரகடனம் செய்கிறேன்."

பணிவு, ஏற்றுக் கொள்ளுதல் ஆகிய இரண்டு குணநலன்களை உள்ளடக்கிய இந்த உத்தி ஒருபோதும் தோற்பதில்லை என்று அவர் கூறுகிறார். உங்கள் மனத்தில் ஓர் எதிர்மறை எண்ணம் தோன்றும்போதெல்லாம், அதைப் பார்த்துச் சிரியுங்கள். மனத்தளவில் ஆசுவாசம் கொள்ளுங்கள்.

சுருக்கமாக . . .

1. கண்படல நோயால் பாதிக்கப்பட்ட ஒரு பெண், தன் கண்களை உருவாக்கிய தன் ஆழ்மனத்தின் படைப்பாற்றல்மிக்கப் பேரறிவு தன் கண்களை குணமாக்கும் என்று நம்பியதன் மூலம் தன்னைத் தானே குணப்படுத்திக் கொண்டார். "என் உடலை உருவாக்கிய படைப்பாற்றமிக்கப் பேரறிவு இப்போது என் கண்களை மறுசீரமைத்துக் கொண்டிருக்கிறது," என்று அவர் அடிக்கடி சுயபிரகடனம் செய்தார்.

2. ஆரோக்கியம் குறித்துப் பிரார்த்தனை செய்த ஒரு பெண்ணுக்கு எந்த மேம்பாடும் ஏற்படவில்லை. ஏனெனில், அவர் பல்வேறு நபர்கள் குறித்துக் கோபத்தையும் வெறுப்பையும் பகையுணர்வையும் தன்னுள் வளர்த்துக் கொண்டிருந்தார். இது அவர் குணமாவதற்குத் தடையாக இருந்தது. எனவே அவருடைய உடல்நிலை மேன்மேலும் மோசமாகியது. இத்தகைய மோசமான எண்ணங்களைக் கைவிட்டுவிட்டு, நல்ல எண்ணங்களை அவர் தன்னுள் வளர்த்துக் கொள்ளத் தொடங்கியபோது, அவர் மெல்ல மெல்ல குணமடைந்தார்.

3. இடைவிடாமல் பிரார்த்தனை செய்யுங்கள். ஆனால் தினமும் இருபத்து நான்கு மணிநேரமும் பிரார்த்தனை செய்ய வேண்டும் என்று இதற்கு அர்த்தமில்லை. நீங்கள் ஆக்கப்பூர்வமாகவும் அன்பாகவும் சிந்திக்க வேண்டும், அவ்வளவுதான்.

4. கட்டாயப்படுத்துதலின் மூலம் எதுவொன்றையும் உங்கள் ஆழ்மனத்தில் உங்களால் வெற்றிகரமாகப் பதிய வைக்க முடியாது. உங்களை நீங்களே ஆசுவாசப்படுத்திக் கொண்டு, விசுவாசத்தோடும் உறுதியான நம்பிக்கையோடும் உங்கள் கோரிக்கையை உங்கள் ஆழ்மனத்திடம் முன்வையுங்கள். உங்களுக்கான விடை உங்களுக்குக் கிடைக்கும் என்று நம்புங்கள்.

5. திவாலாகவிருந்த ஒருவர் பீதியடைந்து, தனக்காகப் பிரார்த்தனை செய்யுமாறு தன் குழந்தையிடம் கேட்டுக் கொண்டார். கடவுள் தன் தந்தையின் பிரச்சனையைத் தீர்ப்பார் என்பதில் அக்குழந்தை முழுமையான

நம்பிக்கை கொண்டிருந்தாள். அவளுடைய ஆழ்மனம் ஓர் அழகான தேவதையின் வடிவில் அவளுக்கு விடையளித்தது. நண்பர்கள் வந்து அந்நபருக்குப் பண உதவி செய்து அவருடைய பிரச்சனையைத் தீர்த்து வைத்தனர். நாம் பிரார்த்தனை செய்யும்போது, நம்முடைய அகங்காரத்தையும் பொய்யான பெருமிதத்தையும் நாம் ஒதுக்கி வைத்துவிட வேண்டும்.

14

தொலையுணர்வைப் பயன்படுத்தி உங்கள் வாழ்வில் சிறப்பானவற்றைக் கொண்டுவருவது எப்படி

கடந்த வாரம் என்னை சந்தித்த ஒரு பெண்மணி முற்றிலும் மனமொடிந்து உளச்சோர்வுடன் காணப்பட்டார். திருமணமாகி முப்பது வருடங்களுக்குப் பிறகு இப்போது தன் கணவர் இன்னொரு பெண்ணின்பால் ஈர்க்கப்பட்டுத் தன்னை விவாகரத்து செய்யவிருந்ததுதான் தன் அவலமான நிலைக்குக் காரணம் என்று அப்பெண் கூறினார். இவ்விஷயம் தன்னைப் பேரதிர்ச்சிக்கு ஆளாக்கியிருந்ததாகவும் அவர் குறிப்பிட்டார். என்ன நிகழ்ந்தாலும் சரி, தன் சொந்த ஆழ்மனத்திற்குள் இருக்கும் தெய்வீக இருத்தல் தனக்காக அற்புதமான ஏதோ ஒன்றை நிகழ்த்தவிருக்கிறது என்பதை உணர்ந்து அவர் மகிழ்ச்சியாக இருக்க வேண்டும் என்று நான் அவருக்குப் பரிந்துரைத்தேன். அவர் தன் மனத்தையும் இதயத்தையும் திறந்து வைத்து, தன் ஆழ்மனத்திலிருந்து வரவிருந்த அற்புதமான பரிசை ஏற்றுக் கொள்ளத் தயாராக இருக்க வேண்டும் என்றும் நான் அவரிடம் கூறினேன்.

தன் கணவரைத் தன் மனத்திலிருந்து விடுவித்துவிட்டு, வாழ்வின் அனைத்து ஆசீர்வாதங்களும் அவருக்குக் கிடைக்க வேண்டும் என்று அவர் தன் மனப்பூர்வமாக வாழ்த்த வேண்டும் என்றும், தன்னுடைய கணவருக்கும் தெய்வீக வழிகாட்டுதல் கிடைத்துக் கொண்டிருக்கிறது என்பதை அவர் அறிய வேண்டும் என்றும் நான் அப்பெண்ணுக்கு மேலும் பரிந்துரைத்தேன். தன் கணவருக்கு எது சரியான நடவடிக்கையோ, தனக்கும் அது சரியான நடவடிக்கைதான் என்பதை அவர் உணர வேண்டும் என்று நான் கூறினேன். அதன்படி, அவர் தன் கணவரைத்

தன் மனத்திலிருந்து முழுமையாக விடுவித்தார். அதையடுத்து, அவர்கள் இருவருக்கும் லாஸ் வேகஸ் நகரில் வைத்து விவாகரத்து வழங்கப்பட்டது. "இப்போது என் வாழ்வில் கடவுளின் ஆசீர்வாதங்களும் அற்புதங்களும் செயல்பட்டுக் கொண்டிருக்கின்றன. அதற்காக நான் மகிழ்ச்சியோடு நன்றி கூறுகிறேன்," என்று அப்பெண் தனக்குத் தானே மீண்டும் மீண்டும் கூறிக் கொண்டார்.

அவரது இந்த மனப்போக்கின் விளைவாக, அவரது முன்னாள் கணவரிடமிருந்து ஓர் அற்புதமான செயல்விடை வந்தது. இதற்கிடையே, அக்கணவர் மீண்டும் திருமணம் செய்து கொண்டார். ஒப்புக் கொண்டதைவிட அதிகமாக ஐம்பதாயிரம் டாலர்கள் பணத்தை அவர் இப்பெண்ணுக்குக் கொடுத்தார். சில மாதங்களுக்குப் பிறகு, இவர்கள் இருவரின் விவாகரத்து வழக்கைக் கையாண்ட வழக்கறிஞர் இப்பெண்ணின் விருப்பத்தைக் கேட்டுவிட்டு அவரை மணந்து கொண்டார். இப்போது இவர்கள் இருவரும் மகிழ்ச்சியான திருமண வாழ்க்கையை அனுபவித்துக் கொண்டிருக்கின்றனர். அவர்களுடைய திருமணத்தை நடத்தி வைக்கும் பாக்கியம் எனக்குக் கிடைத்ததில் எனக்கு மிக்க மகிழ்ச்சி.

"தொலையுணர்வு என்றால் முடிவில்லா இருத்தலுடன் தொடர்பு கொண்டு பேசுவது என்பதை இப்போது நான் புரிந்து கொண்டேன்," என்று அப்பெண் என்னிடம் கூறினார். நீங்கள் மனவேதனையுடன் இருக்கும்போதோ, நோய்வாய்ப்பட்டு இருக்கும்போதோ, அல்லது ஒரு துயரமான சூழ்நிலையை அனுபவித்துக் கொண்டிருக்கும்போதோ நீங்கள் மகிழ்ச்சியாக இருக்க வேண்டும் என்று நான் கூறவில்லை. மாறாக, உங்களை குணப்படுத்தி, உங்களை மீண்டும் நல்ல நிலைமைக்குக் கொண்டுவருவதற்கு உங்களுக்குள் ஒரு முடிவில்லா குணமாக்கும் இருத்தல் எப்போதும் தயாராக இருக்கிறது என்பதை உணர்ந்து நீங்கள் மகிழ்ச்சி கொள்ள வேண்டும், அதற்காக நீங்கள் நன்றி கூற வேண்டும் என்றுதான் நான் கூறுகிறேன். ஆனால் நீங்கள் திறந்த மனத்தோடும் ஏற்றுக் கொள்ளத் தயாராக உள்ள ஓர் இதயத்தோடும் இருக்க வேண்டியது அவசியம். மேலும், சுதந்திரமும் மகிழ்ச்சியும் சமாதானமும் வலிமையும் நிரம்பிய ஓர் அபரிமிதமான வாழ்க்கையை நீங்கள் வாழ வேண்டும் என்பதுதான் உங்கள் ஆழ்மனத்தில் குடியிருக்கும் முடிவில்லா இருத்தலின் விருப்பம். வாழ்க்கை எப்போதும் உங்களின் ஊடாகத் தன்னை உயர்ந்த நிலைகளில் வெளிப்படுத்திக்

கொள்ளத் துடித்துக் கொண்டிருக்கிறது. தொலையுணர்வைப் பயன்படுத்துவதில் வல்லவராக ஆகுங்கள். உங்கள் ஆழ்மனத்தில் இருக்கும் முடிவில்லா வளங்களுடன் தொடர்பு கொள்ளுங்கள். உங்களுக்கு ஓர் அற்புதமான, அசாதாரணமான பதில் கிடைக்கும்.

தொலையுணர்வு ஒருவருடைய வாழ்வில் வெற்றியைக் கொண்டு வந்த கதை

சில வருடங்களுக்கு முன்பு, ஓர் அற்புதமான பின்புலத்தைக் கொண்டிருந்த ஒருவருடன் நான் பேசினேன். "என் வாழ்வில் முன்னேற்றம் என்ற ஒன்று இல்லவே இல்லை என்பதுபோலத் தோன்றுகிறது," என்று அவர் கூறினார். அவருக்குத் தன் மனத்தைப் பற்றியும், அதனோடு எப்படிக் கருத்துப் பரிமாற்றத்தில் ஈடுபடுவது என்பது பற்றியும் தெரிந்திருக்கவில்லை.

ஒரு வெற்றிகரமான வாழ்க்கைக்கும் ஒரு மனிதனின் எண்ண ஓட்டங்களுக்கும் மனக்காட்சிகளுக்கும் இடையே ஒரு திட்டவட்டமான உறவு இருப்பதாக நான் அவருக்கு விளக்கினேன். தன்னை வெற்றியுடன் அடையாளம் காண முடியாத எந்தவொரு மனிதனாலும் உண்மையில் ஒரு வெற்றியாளனாக ஆக முடியாது. அது சாத்தியமே இல்லை. வெற்றிகரமாக வாழ்ந்து கொண்டிருப்பதுதான் வெற்றியாகும். அதாவது, உங்கள் பிரார்த்தனை வாழ்க்கை, மற்றவர்களுடனான உங்கள் உறவுகள், நீங்கள் தேர்ந்தெடுத்துள்ள உங்கள் வேலை, உங்கள் சொந்த மனத்துடனான தொடர்பு மற்றும் கருத்துப் பரிமாற்றம் ஆகியவற்றில் நீங்கள் வெற்றிகரமாக இருக்கிறீர்கள் என்று அர்த்தம்.

இந்தக் குறிப்பிட்ட நபர் பல வருடங்களாகத் தன்னைக் குழப்பத்தோடும் பயத்தோடும் தோல்வியோடும் அடையாளப்படுத்தி வந்திருந்தார். இப்போது அவர் தன மனப்போக்கை முற்றிலுமாக மாற்றிக் கொண்டு, பின்வருமாறு சுயபிரகடனம் செய்தார்:

"வெற்றி, இணக்கம், சமாதானம், அபரிமிதம் ஆகியவற்றோடு மனரீதியாகவும் உணர்ச்சிரீதியாகவும் என்னை நான் அடையாளப்படுத்திக் கொண்டிருக்கிறேன். இக்கணத்திலிருந்து நான் ஒரு காந்தம்போலச் செயல்பட்டு, என் ஆழ்மனத்தின் சக்திகளைப் பயன்படுத்தி, நான் சுயபிரகடனம் செய்கின்ற விஷயங்களை என் நிஜ வாழ்வில் அனுபவிப்பேன்."

அவர் இந்த உண்மைகளை உணர்ச்சிப்பூர்வமாகவும் தெளிவான புரிதலோடும் தினமும் பல முறை சுயபிரகடனம் செய்தார். பய எண்ணங்களோ அல்லது தோல்வி பற்றிய எண்ணங்களோ தனக்கு வந்தபோது, அவர் அந்த எதிர்மறை எண்ணங்களைக் களைந்துவிட்டு, அவற்றுக்கு பதிலாக, “வெற்றியும் செல்வமும் இப்போது என் வசமாகின்றன,” என்று தனக்குத் தானே கூறிக் கொண்டார். எதிர்மறை எண்ணங்கள் அவருடைய மனக்கதவை வலிமையாகத் தட்டியபோதெல்லாம், அவர் ஓர் ஆக்கப்பூர்வமான சிந்தனையாளராக மாறினார்.

தன்னுடைய ஆன்மாவுடனான இந்தக் கருத்துப் பரிமாற்றத்தின்போது, மனவிதிகளையும் ஆன்மீக விதிகளையும் கற்றுக் கொடுக்கின்ற ஓர் ஆசானாகத் தான் ஆக வேண்டும் என்ற ஒரு தீவிர விருப்பம் அவருக்குள் எழுந்தது. இன்று அவர் ஒரு பாதிரியாராக இருக்கிறார், மனவிதிகளை மற்றவர்களுக்குக் கற்றுக் கொடுக்கிறார். அவர் தன் வேலையை மிகவும் நேசிக்கிறார். அவர் தன் வாழ்வின் அனைத்துத் தளங்களிலும் வெற்றிகரமாகத் திகழ்கிறார். அவர் தன்னுடைய ஆழ்மனத்துடன் இவ்வாறு சரியான வழியில் பேசத் தொடங்கியபோது, அந்த ஆழ்மனம் அவருக்குச் செயல்விடை அளித்தது. வாழ்வில் அவருடைய உண்மையான இடத்தை அது அவருக்கு வெளிப்படுத்தியது. அதே சமயம், அவருடைய இதயத்தின் விருப்பம் நிறைவேறும் விதத்தில் அனைத்துக் கதவுகளையும் அது திறந்துவிட்டது.

உங்கள் மனத்திற்குப் பிடித்தமான வேலையை நீங்கள் செய்து கொண்டிருக்கும்போது, நீங்கள் மகிழ்ச்சியாகவும் வெற்றியாளராகவும் இருக்கிறீர்கள்.

எந்த விதி உங்களைக் கட்டுப்படுத்துகிறதோ, அதே விதிதான் உங்களை விடுவிக்கிறது

நல்லதை நினைத்தால் நல்லது பின்தொடரும்; பற்றாக்குறையைப் பற்றி சிந்தித்தால் பற்றாக்குறை பின்தொடரும். எந்தவொரு சக்தியையும் இரண்டு வழிகளில் உங்களால் பயன்படுத்த முடியும். இணக்கம், ஆரோக்கியம், சமாதானம், அபரிமிதம், சரியான நடவடிக்கை ஆகியவற்றைப் பற்றிப் பிரக்ஞையோடு தொடர்ந்து சிந்தித்து, உங்கள் மனத்தை இத்தகைய எண்ணங்களால் நிரப்புவதில் நீங்கள் மும்முரமடையும்போது, நீங்கள் விதைப்பவற்றை நீங்கள் அறுவடை செய்வீர்கள். அதேபோல, தோல்வி, பற்றாக்குறை,

குறைபாடு, பயம் போன்றவற்றைப் பற்றி நீங்கள் பிரக்ஞையோடு தொடர்ந்து சிந்தித்தால், உங்களுடைய இந்த எதிர்மறையான சிந்தனையின் விளைவுகளை நீங்கள் அனுபவிப்பீர்கள்.

உன்னதமான எண்ணங்கள்மீது நீங்கள் உங்கள் கவனத்தைக் குவிக்கும்போது, அது உங்கள் வாழ்வில் அற்புதங்களை நிகழ்த்தும். காற்றால் ஒரு படகைப் பாறைகள்மீது தூக்கியடிக்கவும் முடியும், அதைப் பாதுகாப்பாகக் கரையில் கொண்டு சேர்க்கவும் முடியும்.

ஒரு கப்பல் கிழக்கு நோக்கிச் செல்கிறது
இன்னொன்று மேற்கு நோக்கிச் செல்கிறது
ஆனால் அதே காற்றுதான் இரண்டு திசைகளிலும் வீசுகிறது
நாம் எந்த வழியில் செல்ல வேண்டும் என்பதை
நம் கப்பல்களின் பாய்மரங்கள்தான் தீர்மானிக்கின்றனவே அன்றி,
காற்று அல்ல.

"இவ்வுலகம் கனவு கண்டுள்ளதைவிட மிக அதிகமான விஷயங்கள் பிரார்த்தனையின் மூலம் பெறப்படுகின்றன," என்று டென்னிசன் கூறியுள்ளார். பிரார்த்தனை என்பது ஒரு வகையான சிந்தனை முறை. உங்கள் ஆழ்மனத்தில் பதியப்படும் எதுவொன்றும் நிஜ வாழ்வில் மெய்ப்படும் என்ற விழிப்புணர்வுடன்கூடிய ஓர் ஆக்கப்பூர்வமான மனப்போக்கு அது.

ஒரு சிறுவனின் தொலையுணர்வு அவனுடைய தாயின் உயிரைக் காப்பாற்றியது பற்றிய கதை

சுமார் பத்து வயது நிரம்பிய சிறுவன் ஒருவன், தினமும் காலையில் வானொலியில் நான் ஆற்றும் சொற்பொழிவுகளைக் கேட்பதை வழக்கமாகக் கொண்டிருந்தான். ஒருசில மாதங்களுக்கு முன்பு நான் அவனுக்கு ஒரு பிரார்த்தனையை எழுதி அனுப்பியிருந்தேன். தினமும் இரவில் தூங்கப் போவதற்கு முன்பாகத் தான் அப்பிரார்த்தனையைத் தவறாமல் கூறிக் கொண்டிருந்ததாக அவன் எனக்கு ஒரு கடிதம் எழுதினான். அப்பிரார்த்தனை இதுதான்:

"நான் மனஅமைதியுடன் தூங்குகிறேன். காலையில் நான் மகிழ்ச்சியாகக் கண்விழிக்கிறேன். கடவுள் என்னையும் என் தாயாரையும் நேசிக்கிறார். அவர் எங்களைப் பாதுகாக்கிறார். எல்லா இடங்களிலும் எல்லா நேரங்களிலும் எனக்குத் தெரிந்திருக்க வேண்டியவற்றை அவர் என்னிடம் கூறுகிறார்."

இச்சிறுவனுக்குக் கெட்டக் கனவுகள் அடிக்கடி ஏற்பட்டன. ஆனால் மேற்கூறப்பட்டப் பிரார்த்தனையை ஒவ்வோர் இரவும் அவன் தவறாமல் பயன்படுத்தியது அவனை இந்த எதிர்மறையான நிகழ்வுகளிலிருந்து குணமாக்கியது.

ஒருநாள் அவன் தன் பள்ளிக்கூடத்திலிருந்து திரும்பி வந்தபோது, அவனுடைய தாயார் அவனுக்காக ஏதோ சமைத்துக் கொண்டிருந்தார். அவன் வேகமாக சமையலறைக்கு ஓடிச் சென்று, "அம்மா, உடனே இங்கிருந்து வெளியேறுங்கள்! இப்போது ஏதோ ஒன்று வெடிக்கப் போகிறது!" என்று பெருங்குரலெடுத்துக் கத்தினான். அவனுடைய தாயார் அவனை ஏறிட்டுப் பார்த்தபோது, பேயறைந்தாற்போல இருந்த அவனது முகத்தையும் நடுங்கிக் கொண்டிருந்த அவனது உடலையும் கண்டார். உடனே அவர்கள் இருவரும் தங்கள் வீட்டைவிட்டு வெளியேறி முற்றத்திற்கு ஓடினர். ஒருசில நிமிடங்களில் அவர்களுடைய சமையலறையில் இருந்த கேஸ் வெடித்தது. இச்சிறுவன் தனக்குள் இருந்து தனக்குக் கட்டளையிட்ட ஓர் உட்குரலுக்குச் செவி சாய்த்து, அதன்படி நடந்து கொண்டான்.

கடவுள் தன்னையும் தன் தாயாரையும் பாதுகாத்துக் கொண்டிருந்ததாகவும், எல்லா நேரங்களிலும் தான் தெரிந்திருக்க வேண்டிய விஷயங்கள் தனக்குத் தெரிவிக்கப்படும் என்றும் இச்சிறுவன் தினமும் இரவில் பிரார்த்தனை செய்து வந்திருந்தான். அவன் தன் ஆழ்மனத்துடன் இவ்வாறு தொடர்ந்து பேசி வந்தது அவனுடைய தாயின் உயிரைக் காப்பாற்றுவதற்குத் தேவையான தகவலை அதனிடமிருந்து வரவழைத்துக் கொடுத்தது.

தனக்குள் இருந்த எதிர்மறைகளைக் களைவதற்குத் தொலையுணர்வைப் பயன்படுத்திய பெண்

சில மாதங்களுக்கு முன்பு, நான்காவது முறையாக விவாகரத்துப் பெற்றிருந்த ஓர் இளம்பெண் என்னை சந்திக்க வந்தார். அவரிடம் கோபமும் பொறாமையும் அளவுக்கதிகமாக இருந்தன. அவை உண்மையில் கொடிய நஞ்சுகள். தன்னுடைய முதல் கணவன்மீது அவர் கொண்டிருந்த ஆழமான பெருங்கோபம், ஆழ்மன விதிப்படி, அதேபோன்ற நபர்களை அவரிடம் கவர்ந்திழுத்தது. அவர் தன் முன்னாள் கணவனை ஒருபோதும் மன்னித்திருக்கவே இல்லை. உண்மையில், தன்னுடைய நிலைமைக்கு அப்பெண்ணால் வேறு யாரையும் குறைகூற முடியாது.

தன்னுடைய கோபம் ஓர் எதிர்மறையான, அழிவுப்பூர்வமான உணர்ச்சி என்பதையும், தன் ஒட்டுமொத்த உடலையும் பாதித்த ஒரு மனப்பிரச்சனையாக அது உருவெடுத்திருந்தது என்பதையும் அவர் உணரத் தொடங்கினார். தன் கோபம் சுயஅழிவுக்கு இட்டுச் சென்று கொண்டிருந்ததை அவர் உணர்ந்து கொண்டார்.

அடுத்து அவரைச் சீரழித்துக் கொண்டிருந்தது அவருடைய பொறாமை. ஆழமான பாதுகாப்பின்மை உணர்வும் தாழ்வு மனப்பான்மையும் பயமும் சேர்ந்து உருவாக்குகின்ற நச்சு இது. இன்னொருவரை அரியணையில் கொலுவேற்றிவிட்டு, தன்னைத் தானே தாழ்த்திக் கொள்வதற்குப் பெயர்தான் பொறாமை என்பதை அவர் உணரத் தொடங்கினார். தன்னை மற்றவர்களோடு ஒப்பிடுவதை அவர் நிறுத்தினார். தான் தனித்துவமானவள், தன்னைப்போல இவ்வுலகில் இன்னொருவர் இல்லை, தான் விரும்பியதைப் பெறுவதற்கான திறன் தனக்கு இருந்தது, தன் ஆழ்மனம் தன் விருப்பத்தை நிறைவேற்றும் என்பதையும் அவர் புரிந்து கொள்ளத் தொடங்கினார். அவர் பின்வருமாறு பிரார்த்தனை செய்தார்:

“என்னுடைய முன்னாள் வாழ்க்கைத்துணைவர்கள் அனைவரையும் கடவுளிடம் முழுமையாக நான் ஒப்படைக்கிறேன். அவர்கள் அனைவருக்கும் வாழ்வின் அனைத்து ஆசீர்வாதங்களும் கிடைக்க வேண்டும் என்று நான் மனதார விரும்புகிறேன். அவர்களுடைய அதிர்ஷ்டம்தான் என்னுடைய அதிர்ஷ்டம் என்பதையும், அவர்களுடைய வெற்றிதான் என்னுடைய வெற்றி என்பதையும் நான் அறிவேன். அன்பும் பொறாமையும் ஒரே இடத்தில் சேர்ந்து இருக்க வாய்ப்பில்லை என்பதும் எனக்குத் தெரியும். கடவுளின் அன்பு என் ஆன்மாவை நிரப்புகிறது, அவரது அமைதி என் மனத்தை ஆட்கொள்கிறது. ஒவ்வொரு விதத்திலும் என்னுடன் இசைவாக இருக்கின்ற ஓர் ஆண்மகனை இப்போது நான் என்னிடம் கவர்ந்திழுத்துக் கொண்டிருக்கிறேன். எங்கள் இருவருக்கும் இடையே பரஸ்பர அன்பும் சுதந்திரமும் மரியாதையும் நிலவுகின்றன. எதிர்மறையான எண்ணங்களை என்னுள் வளர்த்தெடுத்ததற்காக என்னை நானே மன்னித்துக் கொள்கிறேன். என் முன்னாள் வாழ்க்கைத்துணைவர்களின் முகங்கள் என் மனத்தில் தோன்றும்போது அவர்கள்மீது எனக்குக் கோபம் ஏற்படாமல் இருக்குமானால், அவர்கள் எல்லோரையும் நான் மன்னித்துவிட்டேன் என்பதை நான் அறிவேன். நான் அவர்களுடன் சமாதானமாக இருக்கிறேன். நான் மனஅமைதியை அனுபவிக்கிறேன்.”

அவர் இந்த உண்மைகளை ஒவ்வொரு நாளும் பல முறை கூறினார். இவ்வாறு சுயபிரகடனம் செய்ததன்

மூலம் தான் இவற்றைத் தன் ஆழ்மனத்தில் பதிய வைத்துக் கொண்டிருந்தோம் என்பதையும் அவர் அறிந்தார். அகத்திலும் புறத்திலும் அவர் ஒரு பரிபூரணமான மாற்றத்தை அனுபவித்தார். அவர் இப்போது ஓர் அற்புதமான மதபோதகரைத் திருமணம் செய்து கொண்டுள்ளார். அவர்களுடைய திருமண வாழ்க்கை அமைதியும் மகிழ்ச்சியும் நிரம்பிய ஒன்றாகவும், கடவுளை நோக்கிய ஒன்றாகவும் இருக்கிறது.

கோபம் என்பது நீங்கள் யார்மீது கோபம் கொண்டிருக்கிறீர்களோ அவருடன் உங்களுக்கு ஒரு நிரந்தரமான பிணைப்பை ஏற்படுத்துகின்ற ஓர் இணைப்பு என்பதை இப்பெண் கற்றுக் கொண்டார். யார் உங்களைக் காயப்படுத்தியிருப்பதாக நீங்கள் நினைக்கிறீர்களோ, அவரை நீங்கள் மன்னித்து ஆசீர்வதிக்கும்போது நீங்கள் சுதந்திரமானவராக ஆகிறீர்கள். உங்கள் மன்னிப்பு உண்மையானதாக இருக்கும்போது, நீங்கள் வெறுத்த நபரின் உருவம் உங்கள் மனத்தில் தோன்றும்போது, அது உங்களைக் கொதித்தெழச் செய்யாது. உங்கள் மனமும் அமைதியாக இருக்கும். அன்பும் நல்லெண்ணமும் கோபத்தையும் பொறாமையையும் விரட்டியடித்துவிடும்.

சுருக்கமாக . . .

1. நீங்கள் பிரச்சனையில் உழன்று கொண்டிருக்கும்போது மகிழ்ச்சி கொள்வது சாத்தியமற்றதுதான். ஆனால், உங்களுக்குள் இருக்கும் தெய்வீக இருத்தலிடம் நீங்கள் முறையிட்டால், அது உங்களுக்குச் செயல்விடை அளிக்கும், உங்களை குணப்படுத்தும், உங்கள் கண்ணீரைத் துடைக்கும், மகிழ்ச்சிக்கும் மனஅமைதிக்குமான பாதையில் உங்களைக் கூட்டிச் செல்லும்.
2. வெற்றியோடு தன்னை அடையாளம் காணாத ஒருவனால் ஒருபோதும் ஒரு வெற்றியாளனாக ஆக முடியாது. வெற்றிகரமாக வாழ்வதுதான் உண்மையான வெற்றி. பயம், தோல்வி ஆகியவை குறித்த எதிர்மறையான எண்ணங்கள் உங்கள் மனத்தில் தலைதூக்கும்போதெல்லாம், வெற்றி மற்றும் செல்வம் குறித்த எண்ணங்களை உடனடியாக அங்கு கொலுவேற்றுங்கள். சிறிது நேரத்திற்குப் பிறகு, உங்கள் மனம் வெற்றிக்கும் செல்வத்திற்கும் பக்குவப்பட்டுவிடும். உங்கள் ஆழ்மனத்துடன் இவ்விதத்தில் நீங்கள் கருத்துப்

பரிமாற்றம் மேற்கொள்ளும்போது, உங்களுடைய உண்மையான திறமைகளும் ஆசீர்வாதங்களும் உங்களுக்கு வெளிப்படுத்தப்படும். நீங்கள் வெற்றி பெற உந்தப்படுவீர்கள்.

3. எந்த விதி உங்களைக் கட்டுப்படுத்துகிறதோ, அதே விதிதான் உங்களை விடுவிக்கிறது. நல்லதை நினைத்தால் நல்லது பின்தொடரும்; எதிர்மறையாக சிந்தித்தால் எதிர்மறையானவை பின்தொடரும். பற்றாக்குறை, குறைபாடு, தோல்வி ஆகிய யோசனைகளை நீங்கள் உங்கள் ஆழ்மனத்தில் பதிய வைத்திருந்தால், வெற்றி, செழிப்பு, சமாதானம், இணக்கம், சரியான நடவடிக்கை ஆகியவை குறித்த எண்ணங்களால் உங்கள் மனப்பதிவுகளை மாற்றிவிடலாம்.பழைய எதிர்மறையான மனப்போக்குகளைக் களைந்துவிடும்போது, முந்தைய பிணைப்பிலிருந்து உங்கள் ஆழ்மனம் உங்களை விடுவிக்கும்.

4. எல்லாம் அறிந்த, எல்லாவற்றையும் பார்க்கின்ற ஒரு ஞானம் உங்களுக்குள் குடிகொண்டிருக்கிறது. எல்லா நேரங்களிலும் உங்களுக்குத் தெரிந்திருக்க வேண்டிய விஷயங்களை உங்களுக்கு வெளிப்படுத்துமாறு நீங்கள் அதனிடம் கேட்டால், அது உங்கள் கட்டளையை நிறைவேற்றும், அதையும் தாண்டி அதிக நன்மைகளைக் கொண்டுவரும்.

5. கோபம் ஒரு பிணைப்புச் சங்கிலி. உங்கள் வலிமையையும் உற்சாகத்தையும் ஆற்றலையும் உங்களிடமிருந்து பறித்துவிடுகின்ற ஓர் அழிவுப்பூர்வமான, மனரீதியான நஞ்சு அது. பொறாமையானது பயத்தின் ஒரு வாரிசு. பாதுகாப்பின்மை உணர்வு, தாழ்வு மனப்பான்மை ஆகியவற்றின் அடிப்படையில் அமைந்த ஓர் உணர்வு அது. கோபத்தையும் பொறாமையையும் விரட்டியடிக்கும் ஆற்றல் அன்புக்கும் நல்லெண்ணத்திற்கும் இருக்கிறது.

15

தொலையுணர்வைப் பயன்படுத்தி உங்கள் வாழ்க்கையைப் பரிபூரணமாக மாற்றுவது எப்படி

'ஆழ்மனத்தின் அற்புத சக்தி' என்ற என்னுடைய மிகப் பிரபலமான நூலைப் படித்திருந்த ஒரு வாசகர், என்னுடைய வானொலி நிகழ்ச்சிகளைத் தவறாமல் கேட்கின்றவர். பின்வரும் கடிதத்தை அவர் எனக்கு எழுதினார். தன் பெயர் மற்றும் முகவரியோடு இக்கடிதத்தை இந்நூலில் பிரசுரிக்க அவர் எனக்கு அனுமதி கொடுத்திருந்தார்.

அன்புள்ள டாக்டர் மர்ஃபி,

சுமார் ஐந்து வருடங்களுக்கு முன்பு, நான் உங்களுடைய வானொலி ஒலிபரப்பைப் கேட்கத் தொடங்கினேன். உங்கள் நிகழ்ச்சி உடனடியாக என் கவனத்தைக் கவர்ந்தது. ஏனெனில், நீங்கள் உங்கள் கருத்துக்களைத் துணிச்சலாகவும் நேர்மறையாகவும் வலிமையாகவும் எடுத்துரைத்தீர்கள். நீங்கள் கூறிய பல கருத்துக்கள், என் ஐம்பது வருட வாழ்க்கையில் என்னிடம் கூறப்பட்டு வந்துள்ள விஷயங்களுக்கு நேரெதிரானவையாக இருந்தன. பொருளாதாரரீதியாகவும் ஆன்மீகரீதியாகவும் தனிப்பட்ட முறையிலும் என் வாழ்க்கை பெரும் குழப்பத்தில் இருந்தது. எனவே, உங்களுடைய போதனைகளை முயற்சித்துப் பார்த்தால் எனக்குப் பெரிதாக என்ன இழப்பு ஏற்பட்டுவிடும் என்று நான் யோசித்தேன்.

வில்ஷயர் எபெல் அரங்கில் ஞாயிற்றுக்கிழமைதோறும் நீங்கள் நடத்துகின்ற சொற்பொழிவுகளில் நான் கலந்து கொள்ளத் தொடங்கினேன். பிறகு, 'ஆழ்மனத்தின் அற்புத சக்தி' என்ற உங்கள் புத்தகத்தையும் நான் வாங்கினேன். அப்புத்தகம், நான் என்னுடைய சிந்தனையைப் பெருமளவில் மாற்றிக் கொள்ளும்படி செய்தது. என் சிந்தனை மாறியபோது, என் சூழல்களும் மாறின.

நான் முதன்முதலில் உங்கள் சொற்பொழிவில் கலந்து கொள்ளத் தொடங்கியபோதும், உங்களுடைய புத்தகங்களைப் படிக்கத் தொடங்கியபோதும், நான் ஹைறதர்காலத்துக் கார் ஒன்றை வைத்திருந்தேன். மற்றவர்கள் அந்தப் பழைய வண்டியைப் பார்த்து எள்ளி நகையாடிவிடக்கூடாது என்ற பயத்தில் நான் அதை உங்கள் சொற்பொழிவு அரங்கிலிருந்து வெகுதூரத்தில் நிறுத்துவது வழக்கம். அப்போது நான் எந்த வேலையிலும் இருக்கவில்லை. எந்த வகையான வேலையைத் தேட வேண்டும் என்பதும் எனக்குத் தெரிந்திருக்கவில்லை. நானும் என் குடும்பத்தினரும் ஒரு நெரிசலான குடியிருப்பில் வாழ்ந்து கொண்டிருந்தோம். நான் பல மாதங்களாக அந்த வீட்டிற்கு வாடகையும் செலுத்தியிருக்கவில்லை. நான் எப்போதும் பயத்திலேயே வாழ்ந்து கொண்டிருந்தேன். முற்றிலும் மனம் தளர்ந்து போயிருந்த எனக்கு, எந்தத் திசையில் பயணிக்க வேண்டும் என்பதும் தெரிந்திருக்கவில்லை.

என் வாழ்க்கை இப்போது உண்மையிலேயே மாறியுள்ளது. இந்த அற்புதமான விஷயங்களெல்லாம் உண்மையிலேயே என் வாழ்வில் நிகழ்ந்து கொண்டிருக்கின்றனவா என்று என்னை நானே அடிக்கடிக் கிள்ளிப் பார்த்துக் கொள்ள வேண்டியிருக்கிறது. இதில் உங்களுக்குப் பெரும் பங்கு இருக்கிறது. ஏனெனில், நான் எந்தெந்தத் திருப்பங்களில் திரும்ப வேண்டும் என்பதை நீங்கள் கற்றுக் கொடுத்த விஷயங்கள்தான் எனக்குக் காட்டின. அன்றிலிருந்து நான் உங்களுடைய பல புத்தகங்களைப் படித்து வந்திருக்கிறேன்.

இப்போது நான் சொந்தமாகத் தொழில் நடத்திக் கொண்டிருக்கிறேன். ஒவ்வொரு நாளும் என் தொழில் வளர்ச்சியடைந்து கொண்டே இருப்பதைக் கண்டு நான் உற்சாகமாக இருக்கிறேன். எனக்கென்று சொந்தமாக ஓர் அழகான வீடு இருக்கிறது. எனக்கும் என் மனைவிக்கும் சகல வசதிகளுடன்கூடிய தனித்தனிக் கார்கள் இருக்கின்றன. எங்களுக்கு அற்புதமான நண்பர்கள் வாய்த்திருக்கின்றனர். எங்களுடைய ஆறு குழந்தைகளுக்கும் திருமணமாகிவிட்டது. என் வியாபாரம் கொழித்துக் கொண்டிருக்கிறது. இதற்கு மேல் எங்களுக்கு என்ன வேண்டும் என்று எனக்குத் தெரியவில்லை.

ஒவ்வொரு மாதமும் உங்களுடைய வானொலி நிகழ்ச்சிக்கு ஐந்து டாலர்கள் பணம் செலுத்த நான் விரும்புகிறேன். நீங்கள் இச்சொற்பொழிவுகளைத் தொடர்ந்து ஒலிபரப்ப நான் உங்களுக்கு உதவ விரும்புகிறேன். உங்களுக்கு என் இதயப்பூர்வமான நன்றி. கடவுள் உங்களைச் செழிப்பாக ஆசீர்வதிக்கட்டும்.

என்றும் அன்புடன்,
லூயிஸ் மெனால்டு

பின்குறிப்பு: என் பெயரும் முகவரியும் உட்பட, இக்கடிதத்தின் ஏதேனும் ஒரு பகுதியையோ அல்லது இதை மொத்தமாகவோ நீங்கள் உங்கள் விருப்பம்போலப் பயன்படுத்திக் கொள்ளலாம். என் முகவரி: 2688 பான்பரி பிளாசா, லாஸ் ஏஞ்சலிஸ், கலிபோர்னியா. 90065

தொலையுணர்வு ஒரு கட்டடத் தொழிலதிபருக்கு நிகழ்த்திய அற்புதங்கள்

ஒருசில நாட்களுக்கு முன்பு, ஒரு கட்டடத் தொழிலதிபருடன் நான் ஒரு சுவாரசியமான உரையாடலில் ஈடுபட்டேன். சுமார் முப்பது வருடங்களாகத் தன் பிரச்சனைகளில் பெரும்பாலானவை தன் கனவுகளின் வாயிலாகத் தீர்க்கப்பட்டதாக அவர் என்னிடம் கூறினார். தினமும் இரவில் தூங்கப் போவதற்கு முன்பு அவர் தன் ஆழ்மனத்திடம் பின்வருமாறு பேசுகிறார்:

"இன்றிரவு நான் கனவு காணப் போகிறேன். காலையில் என் கனவு எனக்கு நினைவிருக்கும். என் பிரச்சனைக்கான தீர்வு என கனவில் எனக்குக் கொடுக்கப்படும். அக்கணத்தில் நான் கண்விழித்து, என் படுக்கைக்கு அருகில் இருக்கும் நோட்டுப் புத்தகத்தில் அதை நான் எழுதிக் கொள்வேன்."

அவர் இந்த உத்தியைப் பல வருடங்களாகப் பயன்படுத்தி வந்துள்ளார். இவ்வழியில் மிக அசாதாரணமான பதில்கள் அவருக்குக் கிடைத்துள்ளன. சமீபத்தில், ஐந்து லட்சம் டாலர்கள் கடன் அவருக்குத் தேவைப்பட்டது. ஆனால் எல்லா வங்கிகளும் அவருக்குக் கடன் கொடுக்க மறுத்துவிட்டன. அவருடைய பழைய நண்பர் ஒருவர் வங்கியாளராக இருந்தார். இருபது ஆண்டுகளுக்கு மேலாக அவரை இவர் சந்தித்திருக்கவில்லை. அவர் இத்தொழிலதிபரின் கனவில் தோன்றி, "நான் உங்களுக்குக் கடன் தருகிறேன்," என்று கூறினார். இவர் உடனடியாகக் கண்விழித்து, அச்செய்தியைப் பதிவு செய்து கொண்டார். காலையில் அவர் அந்த நண்பரைத் தொலைபேசியில் அழைத்துப் பேசினார். எந்தப் பிரச்சனையும் இல்லாமல் இவருக்குப் பணம் கிடைத்தது.

இன்னொரு முறை, தன் மகனோடு அவருக்கு ஏதோ பிரச்சனை ஏற்பட்டது. அப்போது அவருடைய தாயார் அவருடைய கனவில் தோன்றினார். அவரது மகன் ஒரு பாதிரியாராக ஆக விரும்பியதாகவும், அவனை தன் விருப்பம்போலச் செயல்பட அவனை அனுமதிக்கும்படியும் அவரது தாயார் அவரிடம் கூறினார். இத்தொழிலதிபர் தன்

மகனிடம் இது பற்றிப் பேசியபோது, தான் ஒரு பாதிரியாராக ஆக விரும்பியதாக அவன் கூறினான். இதுதான் தீர்வு என்பதை உணர்ந்து கொண்ட அவருக்கு அதன் பிறகு தன் மகனோடு எந்தப் பிரச்சனையும் ஏற்படவில்லை.

இவர் தன் ஆழ்மனத்திடம் தன் கோரிக்கைகளை முன்வைத்தார். தன் கனவில் தனக்கான விடைகள் தன் ஆழ்மனத்திடமிருந்து வரும் என்பதை அவர் அறிந்திருந்தார். ஏனெனில், ஆழ்மனம் எப்போதும் தூண்டுதலுக்கு உட்பட்டது. அவருடைய கனவுகளில் தோன்றும் நபர்கள் அனைவரும் அவருடைய ஆழ்மனத்தின் மிகையான சித்தரிப்புகளே. அவருடைய கவனத்தையும் முழுமையான நம்பிக்கையையும் பெறும் விதத்தில் அது அவ்வழியில் செயல்விடை அளிக்கிறது. அவர் தன் கனவுகளில் தனக்குப் பரிந்துரைக்கப்பட்ட நடவடிக்கைகளை மேற்கொண்டதன் மூலம் தன்னுடைய தனிப்பட்டப் பிரச்சனைகள் பலவற்றை வெற்றிகரமாகத் தீர்த்துக் கொண்டுள்ளார்.

உங்கள் பிரச்சனைகளுக்கு இப்போதே தீர்வு காணத் துவங்குங்கள்

இரவில் தூங்கப் போவதற்கு முன்பு, எந்தப் பிரச்சனை உங்களைத் தடுமாறச் செய்து கொண்டிருக்கிறதோ, அதன்மீது உங்கள் கவனத்தைக் குவியுங்கள். ஒரு கனவின் வாயிலாக அதற்கான விடை உங்களுக்கு வழங்கப்படும் என்று எதிர்பாருங்கள். ஒரு பிரச்சனை முதலில் தீர்க்கப்பட முடியாத ஒன்றாகத் தோன்றினாலும், உங்கள் கனவு நிலையிலோ அல்லது காலையில் நீங்கள் கண்விழிக்கும்போதோ, ஒரு புதிய உள்நோக்கும் ஒரு விடையும் உங்களுக்கு வழங்கப்பட்டிருப்பதை நீங்கள் காண்பீர்கள்.

ஒரு பெண் தன் விரக்தியிலிருந்து மீண்ட விதம்

சமீபத்தில் என்னிடம் ஆலோசனைக்காக வந்த ஒரு பெண் என்னிடம் நீண்டநேரம் உரையாடினார். அப்போது, தன்னுடைய மாமியார் தனக்குப் பைத்தியம் பிடிக்கச் செய்து கொண்டிருந்ததாக அவர் என்னிடம் கூறினார். கீறல் விழுந்த ஓர் இசைத்தட்டைப்போல அவர் இதை மீண்டும் மீண்டும் சொல்லிக் கொண்டே இருந்தார். அவர்

ஏதை வலியுறுத்தினாரோ, அவருடைய ஆழ்மனம் அதை வேதவாக்காக எடுத்துக் கொண்டது என்று நான் அவருக்கு விளக்கினேன். தனக்குப் பைத்தியம் பிடித்துவிடும் என்று அவர் தொடர்ந்து கூறிக் கொண்டே இருந்தால், அவரது ஆழ்மனம் அவருடைய கோரிக்கையை ஏற்றுக் கொண்டு, அவருக்கு மனநலப் பிரச்சனைகளை ஏற்படுத்தும் என்று நான் அவரிடம் கூறினேன்.

அவரைத் தொந்தரவு செய்யும் சக்தி அவரது மாமியாருக்கு இல்லை என்பதை நான் அப்பெண்ணுக்கு விளக்கியபோது, அவர் தன் மனப்போக்கை மாற்றிக் கொண்டு, பின்வருமாறு சுயபிரகடனம் செய்தார்:

"என் உடல் இந்த வீட்டில் இருக்கிறது. ஆனால் என் எண்ணங்களும் உணர்வுகளும் எனக்குள் இருக்கும் முடிவில்லா இருத்தலிடம் இருக்கின்றன. கடவுள்தான் என்னுடைய வழிகாட்டி, என் ஆலோசகர், என் மூலாதாரம். கடவுளின் அமைதியும் சமாதானமும் என் ஆன்மாவை நிரப்புகின்றன. நான் என் சொந்த வீட்டில் தெய்வீக ஒழுங்கின்படி இருக்கிறேன். எனக்குள் இருக்கும் ஆன்மாவான கடவுளைத் தவிர வேறு யாருக்கும் எந்த சக்தியையும் நான் இனி ஒருபோதும் கொடுக்க மாட்டேன்."

அவர் தன் மாமியாரைப் பற்றி நினைத்தபோது, அல்லது அவருடைய மாமியார் அவரைப் பற்றி மோசமாகப் பேசியபோது, "கடவுள் என்னுடைய வழிகாட்டி. அவர் என் ஊடாக சிந்திக்கிறார், பேசுகிறார், செயல்படுகிறார். நான் உங்கள்மீதான பிடிமானத்தைத் தளர்த்துகிறேன், உங்களை என்னிடமிருந்து விடுவிக்கிறேன்," என்று அவர் தனக்குத் தானே கூறிக் கொண்டார்.

அவர் இந்த உத்தியை சுமார் ஒரு வாரம் பயன்படுத்தினார். அந்த வாரத்தின் முடிவில், அவருடைய மாமியார் தன் பெட்டிப் படுக்கையுடன் அங்கிருந்து புறப்பட்டு எங்கோ சென்றுவிட்டார்.

தன்னுடைய பிரச்சனைகளுக்குத் தன் மாமியார் காரணமல்ல என்பதை இப்பெண் உணர்ந்து கொண்டபோது அவருடைய பிரச்சனை தீர்ந்தது. இது நமக்கு ஒரு படிப்பினையைக் கற்றுக் கொடுக்கிறது: 'வேறொருவருக்கோ, வேறொரு சூழ்நிலைக்கோ அல்லது சூழலுக்கோ ஒருபோதும் சக்தியைக் கொடுக்கக்கூடாது. மாறாக, நம்முடைய முழுமையான விசுவாசமும் அர்ப்பணிப்பும் நமக்குள் இருக்கும் படைப்பாற்றமிக்க தெய்வீக இருத்தலுக்குத்தான் கொடுக்கப்பட வேண்டும்.'

எதுவொன்றாலும் உங்களைக் காயப்படுத்த முடியாதது ஏன்

சமீபத்தில், பாராளுமன்ற உறுப்பினர் ஒருவர் என்னிடம் பேசியபோது, தன்னைப் பற்றிப் பல பொய்யான விஷயங்கள் கூறப்பட்டுக் கொண்டிருந்ததாகவும், தன்மீது பல அவதூறுகள் சுமத்தப்பட்டுக் கொண்டிருந்ததாகவும், ஆனால் இவையெல்லாம் தன்னைத் தொந்தரவு செய்யாமல் இருப்பதற்குத் தன்னைத் தான் பழக்கப்படுத்திக் கொண்டிருந்ததாகவும் என்னிடம் கூறினார். மற்றவர்களுடைய நடவடிக்கைகளோ அல்லது விமர்சனங்களோ முக்கியமல்ல, மாறாக, அவற்றுக்குத் தான் அளிக்கும் செயல்விடைதான் முக்கியம் என்பதைத் தான் உணர்ந்திருந்ததாக அவர் சுட்டிக்காட்டினார். வேறு வார்த்தைகளில் கூறினால், அவருடைய சொந்த எண்ணங்கள்தான் எப்போதும் எல்லாவற்றுக்கும் காரணமாக இருந்து வந்திருந்தன. எனவே, "கடவுளின் அமைதியும் சமாதானமும் என்னுடைய மனத்தையும் இதயத்தையும் நிரப்புகின்றன. கடவுள் என்னை நேசிக்கிறார். அவர் என்மீது அக்கறை கொண்டிருக்கிறார்," என்று சுயபிரகடனம் செய்ததன் மூலம் தனக்குள் இருந்த தெய்வீக இருத்தலுடன் தன்னை அடையாளம் காணும் பழக்கத்தை அவர் ஏற்படுத்தியிருந்தார்.

தனக்குள் இருக்கும் கடவுளின் இருத்தலுடன் தன்னை அடையாளம் காண்பதன் மூலம், தன்னைப் பற்றிய விமர்சனங்களையும் கண்டனங்களையும் அவர் வெற்றிகரமாக எதிர்கொண்டு அவற்றிலிருந்து மீள்கிறார். இந்த மனப்போக்கு அவருக்கு ஒரு நெடுங்காலப் பழக்கமாக ஆகிவிட்டது. இவ்வழியில், தன்மீது ஏவப்படுகின்ற கூர்மையான விமர்சனங்களுக்கு எதிராகத் தன்னைப் பாதுகாத்துக் கொள்ளும் விதத்தில் அவர் ஓர் எதிர்ப்பு அமைப்புமுறையை உருவாக்கிக் கொண்டுள்ளார்.

தொலையுணர்வு ஒருவருடைய அவலமான நிலையை மாற்றியது பற்றிய கதை

வில்ஷயர் எபெல் அரங்கில் ஒரு ஞாயிற்றுக்கிழமையன்று நடைபெற்ற ஒரு சொற்பொழிவை அடுத்து, அங்கு வந்திருந்தவர்களில் ஒருவர் என்னிடம் சிறிது நேரம் பேசினார். அவருடைய தோற்றம் ஒளிமயமாக இருந்தது. அவருடைய கண்கள் பிரகாசமாக மின்னின. ஒருசில

வாரங்களுக்கு முன்பு, தன் மகன்கள் இருவரும் வியட்நாம் போரில் கொல்லப்பட்டிருந்ததாகவும், தன் மனைவி மூளைப் புற்றுநோயால் இறந்துவிட்டிருந்ததாகவும், தன் மனைவி நீண்டகாலம் நோய்வாய்ப்பட்டிருந்த சமயத்தில் தன் மகள் தற்கொலை செய்து கொண்டிருந்ததாகவும் அவர் என்னிடம் கூறினார். அவருடைய கடை ஊழியர்கள் அவரிடமிருந்து ஏராளமாகத் திருடியிருந்ததில், இறுதியில் அவர் முழுவதுமாக திவாலாகியிருந்தார்.

இத்தகைய கொடுமைகளை எதிர்கொண்ட அவர், சிறிது காலம் குழப்பத்தில் இருந்தார். அவருக்கு விசுவாசமாக இருந்த அவருடைய செயலாளர், 'மிரக்கிள் ஆஃப் மைன்ட் டைனமிக்ஸ்' என்ற என்னுடைய புத்தகத்தை அவருக்குக் கொடுத்தார். அவர் அப்புத்தகத்தை ஆவலோடு படித்தார். குறிப்பாக, அன்புக்குரியவர்களின் மரணத்தைக் கையாள்வது பற்றிய அத்தியாயத்தை அவர் படித்தார். வாழ்க்கையைப் பற்றிய ஒரு புதிய உள்நோக்கை அது அவருக்குக் கொடுத்தது. புதிய தொடுவானங்களையும் அது அவருக்குத் திறந்துவிட்டது. அவருடைய மனநிலையிலும் தெளிவு ஏற்பட்டது. அவர் ஓர் அற்புதமான மனஅமைதியை அனுபவித்தார். தன்னுடைய பாரம் இறக்கி வைக்கப்பட்ட உணர்வு அவருக்கு ஏற்பட்டது. அவருடைய தோற்றம் ஒளிமயமாக ஆனது.

'வாழ்வில் மிகச் சிறந்தவற்றையே எதிர்பாருங்கள்' என்ற என்னுடைய சொற்பொழிவில் கலந்து கொண்டதையடுத்து, தன்னை மணமுடிக்க சம்மதமா என்று அவர் தன் செயலாளரிடம் கேட்டார். அப்பெண் அவரை மணந்து கொள்ள சம்மதித்தார். ஒரு வாரத்திற்குப் பிறகு நான் அவர்களுடைய திருமணத்தை நடத்தி வைத்தேன். இவருக்கு இப்போது அரசாங்கத்தில் ஒரு புதிய வேலை கொடுக்கப்பட்டுள்ளது. அவர் அற்புதமான வருவாய் ஈட்டிக் கொண்டிருக்கிறார்.

உங்களுக்குள் இருக்கும் முடிவில்லா இருத்தலுடன் நீங்கள் தொடர்பு ஏற்படுத்திக் கொள்ளும்போது எந்தச் சூழ்நிலையும் அவலமானது அல்ல என்பது இப்போது உங்களுக்குப் புரிந்திருக்கும்.

வார்த்தைச் சிகிச்சை

சான்பிரான்சிஸ்கோ நகரைச் சேர்ந்த, காலம் சென்ற டாக்டர் டேன் கஸ்டர், 'மனத்தின் அறிவியல்' என்ற தலைப்பில் அந்நகரில் பல ஆண்டுகளாகச் சொற்பொழிவாற்றினார். அவர்

என்னுடைய நீண்டகால நண்பரும்கூட. 'வார்த்தைச் சிகிச்சை' என்ற ஒன்றை அவர் கடைபிடித்தார். எடுத்துக்காட்டாக, தான் பதற்றமாக உணர்ந்தால், 'அமைதி' என்ற வார்த்தையை அவர் மீண்டும் மீண்டும் அமைதியாகத் தனக்குள் கூறுவார். எதைக் குறித்தாவது பயமோ அல்லது கவலையோ ஏற்பட்டால், 'துணிச்சல்' என்று அவர் அமைதியாக சுயபிரகடனம் செய்வார். ஒரு தீவிரப் பிரச்சனை ஏற்படும்போது, 'வெற்றி' என்று அவர் மீண்டும் மீண்டும் கூறுவார்.

இந்த வார்த்தைகளை மீண்டும் மீண்டும் தான் கூறியது தன் வாழ்நாள் நெடுகிலும் அதிசயங்களை நிகழ்த்தியதாக டாக்டர் கஸ்டர் கூறினார். அவர் இந்த வார்த்தைகளைக் கூறியபோது, அவர் உண்மையில் தன் ஆழ்மனத்தின் சக்திகளை முடுக்கிவிட்டுக் கொண்டிருந்தார். இந்த சக்திகள் அவருடைய வாழ்வில் துடிப்பான ஆற்றல்களாக மாறின.

சுருக்கமாக . . .

1. ஐம்பது ஆண்டுகளாக எதிர்மறையாக சிந்தித்து வந்திருந்த ஒரு பெண், 'ஆழ்மனத்தின் அற்புத சக்தி' நூலைப் படித்துவிட்டு, குழப்பமான தன் வாழ்க்கையை அமைதியும் மகிழ்ச்சியும் நிறைந்த ஒன்றாக மாற்றினார். அந்நூலில் கொடுக்கப்பட்டுள்ள உத்திகளை அவர் நடைமுறையில் செயல்படுத்தியதன் மூலம் அவருடைய வாழ்வின் அனைத்துத் தளங்களிலும் பரிபூரண மாற்றம் ஏற்பட்டது.
2. இரவில் தூங்கப் போவதற்கு முன்பாக, "இன்றிரவு நான் கனவு காணப் போகிறேன். நாளை காலையில் என் கனவு எனக்கு நினைவிருக்கும். எனக்கான தீர்வு என் கனவில் எனக்குக் கொடுக்கப்படும். அக்கணத்தில் நான் கண்விழித்து என் படுக்கைக்கு அருகில் இருக்கும் காகிதத்தில் அதை நான் எழுதிக் கொள்வேன்," என்று நீங்கள் உங்கள் ஆழ்மனத்திடம் பேசுங்கள். உங்கள் ஆழ்மனம் தூண்டுதலுக்கு உட்பட்டது. அது கொடுக்கும் விடைகளைக் கண்டு நீங்கள் அசந்து போவீர்கள்.
3. தூங்கப் போவதற்கு முன்பாக, உங்களைக் குழப்பிக் கொண்டிருக்கும் ஏதோ ஒரு பிரச்சனையின்மீது உங்கள் கவனத்தைக் குவியுங்கள். நீங்கள் தூங்கும்போது,

உங்கள் ஆழ்மனத்தின் ஞானம் உங்களுக்கான தீர்வைக் கண்டுபிடிப்பதில் மும்முரமாகச் செயல்பட்டு, உங்களுக்கான விடையை முழுமையாகக் கொடுக்கும்.

4. நீங்கள் வலியுறுத்திக் கூறும் விஷயங்களை உங்கள் ஆழ்மனம் அப்படியே ஏற்றுக் கொள்ளும். உங்கள் ஒப்புதல் இல்லாமல் உங்களைத் தொந்தரவு செய்யும் சக்தி யாருக்கும் இல்லை. உங்கள் உடல் வேண்டுமானால் உங்கள் வீட்டில் இருக்கலாம், ஆனால் உங்கள் எண்ணம் உங்களுக்குள் இருக்கும் கடவுளின் இருத்தலோடு இருக்க வேண்டும்.

5. மற்றவர்களின் விமர்சனங்களோ அல்லது நடவடிக்கைகளோ உங்களைத் தொந்தரவு செய்வதில்லை. மாறாக, அவற்றுக்கு நீங்கள் அளிக்கும் செயல்விடைதான் உங்களைத் தொந்தரவு செய்கிறது. உங்களுக்குள் இருக்கும் கடவுளின் இருத்தலைப் பற்றி சிந்திப்பதன் மூலம் இத்தகைய விமர்சனங்கள் மற்றும் கண்டனங்களுக்கு எதிரான ஒரு பாதுகாப்பு அரணை உருவாக்கிக் கொள்ளுங்கள். இதை நீங்கள் ஒரு பழக்கமாக ஆக்கிக் கொள்ளும்போது, மற்றவர்களுடைய எதிர்மறை எண்ணங்களாலும் வார்த்தைகளாலும் உங்களை எதுவும் செய்ய முடியாது.

6. வார்த்தைச் சிகிச்சையைப் பயன்படுத்துங்கள். உங்களுக்குள் பய உணர்வு மேலோங்கும்போது, 'துணிச்சல்' என்ற வார்த்தையை அமைதியாக மீண்டும் மீண்டும் கூறுங்கள். நீங்கள் குழப்பமாக இருக்கும்போது, 'அமைதி' என்று சுயபிரகடனம் செய்யுங்கள். ஒரு பிரச்சனை எழும்போது, 'வெற்றி' என்று கூறுங்கள். நீங்கள் பதற்றமாக இருக்கும்போது, 'நிம்மதி' என்று கூறுங்கள். நீங்கள் இந்த வார்த்தைக்ளை மீண்டும் மீண்டும் கூறும்போது, உங்கள் ஆழ்மனத்தின் சக்திகள் முடுக்கிவிடப்படும். அப்போது உங்கள் வாழ்வில் அற்புதங்கள் நிகழும்.

16

தொலையுணர்வைப் பயன்படுத்தி ஒரு புதிய சுயபிம்பத்தை உருவாக்கிக் கொள்வது எப்படி

சில மாதங்களுக்கு முன்பு, ஒரு தம்பதியரின் அழைப்பின் பேரில் ரீனோ நகருக்கு நான் சென்றேன். அவர்களுக்குத் திருமணமாகி இருபது ஆண்டுகள் ஆகியிருந்தன. ஆனால் இப்போது அவர்கள் விவாகரத்தைப் பற்றி யோசித்துக் கொண்டிருந்தனர். நான் அவர்களிடம் பேசியபோது, தன் கணவனை எப்போதும் மட்டம் தட்டிப் பேசும் பழக்கம் அப்பெண்ணிடம் இருந்ததை நான் கண்டுகொண்டேன். வெளியிடங்களிலும் சமூக நிகழ்வுகளிலும் தன் கணவனை எல்லோர் முன்னிலையிலும் தான் அடிக்கடி சிறுமைப்படுத்தியதை அப்பெண் ஒப்புக் கொண்டார். வேறு பெண்களுடன் தகாத உறவில் தான் ஈடுபட்டதாகத் தன் மனைவி தன்மீது எப்போதும் அபாண்டமாகப் பழி சுமத்தி வந்ததாக அக்கணவர் அப்பெண்மீது குற்றம் சுமத்தினார்.

இப்பெண் கண்மூடித்தனமாகக் கோபப்படுபவராக இருந்தார். அவர் அடிக்கடிக் கோபப்பட்டார். அவரிடம் அளவுக்கதிகமான பொறாமையும் இருந்தது. தன் திருமண உறவில் ஏற்பட்டிருந்த பிரச்சனைக்குத் தான் எந்த விதத்திலும் காரணம் அல்ல என்பதிலும் அவர் விடாப்பிடியாக இருந்தார். ஆனால் அவருடைய கணவர் அவருடைய இந்தக் கோப வெளிப்பாடுகளையும் மோசமான மனப்போக்கையும் கண்டும் காணாதவராக இருந்தார். தன் மனைவியின் இத்தகைய நடத்தையை ஒருவர் பொறுத்துக் கொள்கிறார் என்றால், அவர்மீதும் ஓரளவு குற்றம் இருக்கிறது என்றுதான் மற்றவர்கள் நினைத்துக் கொள்வர்.

தன்னுடைய தாயார் தன் தந்தையின்மீது எப்போதும் ஆதிக்கம் செலுத்தி வந்ததாகவும், அவரை எல்லா நேரங்களிலும்

ஏமாற்றியதாகவும் இப்பெண் கூறினார். "என் தாயாருக்கு நல்லொழுக்கம் எதுவும் கிடையாது. அவர் கொடூரமானவர். அவர் ஒரு சோம்பேறியும்கூட. என் தந்தை ஒரு முட்டாள். அவர் எதையும் தீவிரமாக எடுத்துக் கொள்ளாதவர். தன் கண் முன்னால் நடந்து கொண்டிருந்தவற்றைக் காண முடியாதவராக அவர் இருந்தார். என் தாயாருக்கு அவர் முற்றிலும் அடிபணிந்து கிடந்தார்," என்று அப்பெண் தன் பெற்றோரைப் பற்றிக் குறிப்பிட்டார்.

இப்பெண் ஏன் தன் கணவனிடம் மோசமாக நடந்து கொண்டார் என்பதை என்னால் பார்க்க முடிந்தது. அதை நான் அவரிடம் எடுத்துக்கூறினேன். முதலில், தன் குழந்தைப்பருவத்தில் கிடைத்திருக்க வேண்டிய உண்மையான அன்பு இவருக்குக் கிடைக்கவில்லை. அவருடைய தாயார் அவரைக் கண்டுகொள்ளவில்லை. அதோடு, அவர் இப்பெண்ணைச் சிறுமைப்படுத்தினார், வேண்டப்படாத ஒருத்தியாக நடத்தினார். எனவே, கடந்த இருபது வருடங்களாக, இப்பெண் தன் கணவனிடம் அந்த வஞ்சத்தைத் தீர்த்துக் கொண்டிருந்தார். அவரிடம் இருந்த பொறாமையானது, ஒருவித பயம், பாதுகாப்பின்மை உணர்வு, தாழ்வு மனப்பான்மை ஆகியவற்றிலிருந்து முளைத்திருந்தது. அவர் தன் கணவருக்கு அன்பைக் கொடுக்க மறுத்ததுதான் அவருடைய அடிப்படைப் பிரச்சனை என்பதை நான் அவருக்குச் சுட்டிக்காட்டினேன்.

அவருடைய கணவர் வயிற்றுப் புண்களாலும் உயர் ரத்த அழுத்தத்தாலும் பாதிக்கப்பட்டிருந்தார். அவர் தன் மனைவியின்மீது ஆழமான கோபமும் தீவிர வெறுப்பும் கொண்டிருந்தார். ஆனாலும் அவர் அவற்றை வெளிக்காட்டாமல் தனக்குள் அடக்கி வைத்திருந்தார். தன் மனைவியின்மீது இருந்த பயத்தால் அவர் அவரை எதிர்த்து ஒரு வார்த்தைகூடப் பேசவில்லை. இருபது ஆண்டுகளாக அவர் தன் வீட்டில் இத்தகைய சூழ்நிலைக்கு மௌனமாக அடிபணிந்து போயிருந்தார்.

இப்போது அக்கணவனும் மனைவியும் தங்களைத் தாங்களே ஆய்வு செய்யத் தொடங்கினர். தன்னைச் சிறுமைப்படுத்தவும் அடக்கி ஆளவும் நச்சரிக்கவும் அனுமதித்த ஓர் ஆண்மகனைத் தான் திருமணம் செய்து கொண்டிருந்தோம் என்பதை அப்பெண் திடீரென்று உணர்ந்தார். உண்மையான பாசம் தன்னிடமிருந்து முற்றிலுமாகப் போய்விட்டிருந்ததை அவர் கண்டார். தன் கணவர் மற்றும் அவரது பெண்

உறவினர்கள்மீது தான் கொண்டிருந்த பொறாமையுணர்வு உண்மையில் குழந்தைப்பருவத்தில் தனக்குக் கிடைத்திராத அன்பிற்கான ஒரு தீவிர ஏக்கமே என்பதையும், தன் தந்தையைப் போன்ற குணங்களைக் கொண்ட ஒருவரைத் தான் திருமணம் செய்திருந்ததையும் அவர் பார்க்கத் தொடங்கினார்.

அக்கணவர் இறுதியாக, "இவள் நடந்து கொள்ளும் விதத்தை இனியும் என்னால் பொறுத்துக் கொள்ள முடியாத ஒரு நிலையை நான் எட்டிவிட்டேன். இவளுடைய நிரந்தர நச்சரிப்பு என்னை நோயாளியாக்குகிறது, என் வாழ்க்கையைச் சீரழிக்கிறது," என்று கூறினார்.

ஆனால் தங்கள் திருமண உறவுக்கு இன்னொரு வாய்ப்புக் கொடுத்துப் பார்க்க அவர்கள் இருவரும் விரும்பினர். தன் கணவனைக் காயப்படுத்திய மற்றும் சிறுமைப்படுத்திய அனைத்து விஷயங்களையும் செய்வதையும் கூறுவதையும் தான் நிறுத்த வேண்டும் என்பதுதான் அப்பெண் எடுக்க வேண்டிய முதல் நடவடிக்கை என்று நான் அவரிடம் கூறினேன். ஓர் ஆண்மகன் என்ற முறையிலும், ஒரு கணவன் என்ற முறையிலும், தன்னுடைய உரிமைகளையும் சலுகைகளையும் வலியுறுத்துவதற்கு அக்கணவர் ஒப்புக் கொண்டார். தன் மனைவியின் தகாத வார்த்தைகளுக்கும் மோசமான நடத்தைக்கும் இனியும் தான் பணிந்து போகப் போவதில்லை என்று அவர் தீர்மானித்தார்.

அவர்கள் இருவருக்கும் ஆளுக்கொரு பிரார்த்தனையை நான் கொடுத்தேன். 'கண்ணாடிச் சிகிச்சை' என்று அதற்குப் பெயர். தன் படுக்கையறையில் இருந்த ஆளுயரக் கண்ணாடியின் முன்னால் நின்று கொண்டு தினமும் மூன்று முறை பின்வருமாறு சுயபிரகடனம் செய்வதற்கு அப்பெண் ஒத்துக் கொண்டார்:

"நான் கடவுளின் குழந்தை. கடவுள் என்னை நேசிக்கிறார். அவர் என்மீது அக்கறையும் கரிசனமும் கொண்டுள்ளார். நான் என் கணவரிடத்திலும் அவருடைய உறவினர்களிடத்திலும் அன்பையும் சமாதானத்தையும் நல்லெண்ணத்தையும் வெளிப்படுத்துகிறேன். நான் என் கணவரைப் பற்றி சிந்திக்கும் ஒவ்வொரு முறையும், 'நான் உங்களை நேசிக்கிறேன், உங்கள்மீது அக்கறையோடு இருக்கிறேன்,' என்று கூறுவேன். நான் மகிழ்ச்சியாகவும் அன்பாகவும் பரிவாகவும் இணக்கமாகவும் இருக்கிறேன். கடவுளின் அன்பை நான் தினமும் அதிக அளவில் வெளிப்படுத்துகிறேன்."

அவர் இந்தப் பிரார்த்தனையை மனப்பாடம் செய்தார். தினமும் தன் கண்ணாடி முன்னால் நின்று தொடர்ந்து இதைக்

கூறி வந்தால், இந்த உண்மைகள் தன் வாழ்வில் மெய்யாகும் என்பதை அவர் அறிந்தார். ஏனெனில், அவருடைய மனம் ஒரு கண்ணாடி போன்றது. அதன் முன்னால் அவர் எதை நிலைப்படுத்துகிறாரோ, அது அவரிடம் பிரதிபலிக்கப்படும். அவருடைய விடாமுயற்சியும் உழைப்பும் வீண்போகவில்லை. இரண்டு மாதங்களின் முடிவில், அவர் என்னை சந்திக்க வந்தார். முற்றிலும் மாறிவிட்டிருந்த ஒரு பெண்ணை நான் அவரிடம் கண்டேன். அன்பும் பரிவும் மென்மையும் கொண்ட ஒரு பெண்ணாக அவர் காட்சியளித்தார். தன் புதிய வாழ்க்கை குறித்த உற்சாகம் அவரிடம் பொங்கி வழிந்தது. அவருடைய கணவருக்கு நான் கொடுத்திருந்த ஆன்மீகப் பரிந்துரை பின்வருமாறு:

"நான் வலிமையானவன், சக்திவாய்ந்தவன், அன்பானவன், இணக்கமானவன், அறிவும் உத்வேகமும் கொண்டவன். நான் ஒரு மிகப் பெரிய வெற்றியாளனாகவும் மகிழ்ச்சியாகவும் செழிப்பாகவும் இருக்கிறேன். நான் என் மனைவியை நேசிக்கிறேன். அவளும் என்னை நேசிக்கிறாள். நான் அவளைப் பற்றி சிந்திக்கும்போதெல்லாம், 'நான் உன்னை நேசிக்கிறேன். நான் உன்மீது அக்கறை கொண்டிருக்கிறேன்,' என்று கூறுவேன். முரண்பாடு இருந்த இடத்தில் இணக்கமும், வேதனை இருந்த இடத்தில் மனஅமைதியும், பகைமை இருந்த இடத்தில் அன்பும் இப்போது நிலவுகின்றன."

இந்த உண்மைகள் அவருடைய ஆழ்மனத்திற்குள் ஆழமாகப் பதிந்தன. ஆழ்மன விதிப்படி, தாங்கள் எவற்றை சுயபிரகடனம் செய்தனரோ, அவற்றின்படி நடந்து கொள்வதற்கு அவர்கள் இருவரும் மனரீதியாகக் கட்டாயப்படுத்தப்பட்டனர். அவர்களுடைய பிரார்த்தனைகள் பலனளித்தன.

ஒரு புதிய சுயபிம்பம் உருவான கதை

சமீபத்தில், வீட்டைவிட்டு ஓடிப் போன ஓர் இளைஞனுடன் நான் பேசினேன். அவனுடைய அத்தை அவனை என்னிடம் அழைத்து வந்தார். அவனுடைய பிரச்சனையைப் பற்றி அவர்களிடம் கலந்து பேசியபோது, அவனது தாயாரிடமிருந்து எந்தவிதமான அன்போ அல்லது புரிதலோ அவனுக்குக் கிடைத்திருக்கவில்லை என்பதும், அது அவன்மீது ஓர் எதிர்மறையான தாக்கத்தை ஏற்படுத்தி, தன்னைப் பற்றிய ஒரு மோசமான சுயபிம்பத்தை அவனுக்குக் கொடுத்திருந்தது என்பதையும் நான் தெரிந்து கொண்டேன். அவனால் நினைவுபடுத்திப் பார்க்க முடிந்தவரை, அவனுடைய

குழந்தைப்பருவத்திலிருந்து பதினைந்து வயதுவரை, விமர்சனம் மற்றும் உடல்ரீதியான தண்டனையின் வாயிலாக அவனது தாயார் அவனைக் கீழ்ப்படியச் செய்திருந்தார்.

தன் பதினெட்டாவது வயதில் பெண்கள் தொடர்பாக அவனுக்கு ஏராளமான பிரச்சனைகள் ஏற்பட்டன. யாருடனும் சுமூகமாகப் பழகுவது தனக்குக் கடினமாக இருந்ததாக அவன் கூறினான். அன்பும் இணக்கமும் நிலவிய தன் வீட்டிற்குத் தான் அவனை அழைத்துச் சென்றதாக அவனுடைய அத்தை கூறினார். தன் அத்தையின் குழந்தைகள்மீது அவனுக்குப் பொறாமை ஏற்பட்டது. அவர்களுக்கு ஓர் அன்பான அன்னையும் தந்தையும் வாய்த்திருந்ததைக் கண்டு அவன் வயிற்றெரிச்சல் கொண்டான்.

அவன் தற்போது கொண்டிருந்த மனப்போக்கு ஒரு தற்காப்பு முயற்சி மட்டுமே என்று கூறிய நான், அன்பான மற்றும் தோழமையுணர்வு கொண்ட மக்களை அவன் நிராகரிக்கும்படி செய்வது அந்த மனப்போக்குதான் என்பதை அவனுக்கு விளக்கினேன். குழந்தைப்பருவத்தில் அவனுக்குக் கிடைத்த மோசமான அனுபவங்கள்தான் அவனுடைய இந்த மனப்போக்கிற்கான காரணம் என்பதையும் நான் அவனுக்குச் சுட்டிக்காட்டினேன். அவன் ஒரு வயதுக் குழந்தையாக இருந்தபோது, அவனுடைய தந்தை அவனையும் அவனுடைய தாயாரையும் விட்டுவிட்டு ஓடிப் போய்விட்டார். எனவே, அவர்மீது இவனுக்குத் தீவிரப் பகையுணர்வு ஏற்பட்டது. அவனுடைய தந்தை அவனை அதன் பிறகு ஒருபோதும் பார்க்கவுமில்லை, அவனைத் தொடர்பு கொண்டு பேசவும் இல்லை.

தன் தாயார் தன்னைத் தானே வெறுத்தார் என்பதை இந்த இளைஞன் புரிந்து கொள்ளத் துவங்கினான். ஏனெனில், ஒருவர் மற்றவர்களை வெறுப்பதற்கு முன்னால் தன்னைத் தானே வெறுத்தாக வேண்டும். அதுதான் இயற்கை நியதி. அந்த வெறுப்பை அவர் தன் முன்னாள் கணவன்மீதும், தன் மகனின்மீதும், தனக்கு நெருக்கமானவர்கள்மீதும் காட்டிக் கொண்டிருந்தார்.

இந்த இளைஞனுக்கு நான் ஓர் எளிமையான பரிந்துரையைக் கொடுத்தேன். தன் தாயாரைப் பற்றி அவன் கொண்டிருந்த பிம்பத்தை மாற்றுவது மட்டும்தான் அவனுடைய வேலை என்று நான் அவனுக்கு விளக்கினேன். மனத்தின் விதிகளைப் பற்றி நாங்கள் பேசியபோது, தன் தாயாரைப் பற்றித் தான் கொண்டிருந்த அதே பிம்பத்தைத்தான் தன்னைப் பற்றியும்

தான் கொண்டிருந்தோம் என்பதை அவன் உணர்ந்து கொண்டான். ஏனெனில், அவன் தன் மனத்தில் எந்த பிம்பத்தை நிலைப்படுத்துகிறானோ, அதைத்தான் அவனுடைய ஆழ்மனம் உருவாக்கும். அது அவனுடைய சொந்த ஆளுமையில் வெளிப்படும்.

அவன் பின்பற்றிய உத்தி இதுதான்: தன் தாயாரை மகிழ்ச்சியானவராகவும் அமைதியானவராகவும் அன்பானவராகவும் அவன் தன் மனத்தில் காட்சிப்படுத்தினான். அவர் புன்னகைத்துக் கொண்டிருந்ததுபோலவும், உற்சாகமாக இருந்ததுபோலவும், தன்னை ஆரத் தழுவி, "நான் உன்னை நேசிக்கிறேன். நீ நம் வீட்டிற்குத் திரும்பி வந்தது குறித்து நான் பெரும் மகிழ்ச்சி அடைகிறேன்," என்று கூறியதுபோலவும் அவன் கற்பனை செய்தான்.

ஆறு வாரங்களுக்குப் பிறகு அந்த இளைஞன் என்னைத் தொடர்பு கொண்டான். அவன் இப்போது தன் தாயாரிடம் திரும்பிச் சென்றிருந்தான். ஒரு பெரிய நிறுவனத்தில் அவனுக்கு ஒரு நல்ல வேலை கிடைத்திருந்தது. தன் தாயாரைப் பற்றித் தான் கொண்டிருந்த மோசமான, அழிவுப்பூர்வமான, வெறுக்கத்தக்க பிம்பத்தை அவன் மாற்றினான். அதே சமயம், அவனும் ஒரு புதிய சுயபிம்பத்தைப் பெற்றான். அது அவனுடைய வாழ்க்கையை முற்றிலுமாக மாற்றியது. தெய்வீக அன்பு அவனுடைய இதயத்திற்குள் நுழைந்தது. அன்பு எல்லா எதிர்மறைகளையும் கரைத்தது.

ஒரு பெண்ணின் அன்பின் சக்தி

'ஃபேட்' பத்திரிகையின் 1969ம் ஆண்டு ஆகஸ்ட் மாதப் பதிப்பில் பின்வரும் கட்டுரை வெளியாகியிருந்தது:

"1968ம் ஆண்டின் வசந்தகாலத்தில், ஐந்தடி உயரமும் ஐம்பது கிலோ எடையும் கொண்ட ஒரு பெண், எழுநூறு கிலோ எடை கொண்ட ஒரு காருடன் வெற்றிகரமாகப் போராடித் தன் தந்தையின் உயிரைக் காப்பாற்றினாள். இருபது வயது இளம்பெண்ணான ஜேனட் ஸ்டோன், கலிபோர்னியா மாநிலத்தின் கோவீனா நகரைச் சேர்ந்த ராபர்ட் ஸ்டோனின் மகள். ராபர்ட் தன் காருக்கு அடியில் படுத்துக் கொண்டு அதைப் பழுது பார்த்துக் கொண்டிருந்தபோது, காரைத் தூக்கிப் பிடித்திருந்த 'ஜாக்கி' கழன்றுவிட்டதால் அந்தக் கார் ராபர்ட்மீது விழுந்தது. தன் தந்தையின் கதறல் ஜேனட்டிற்குக் கேட்டது.

காருக்கு அடியில் தன் தந்தை சிக்கிக் கொண்டிருந்ததை அவள் கண்டாள். அவளுடைய உடலில் திடீரென்று ஓர் உத்வேகம் பிறந்தது, ஆற்றல் ஊற்றெடுத்துப் பாய்ந்தது. அவள் அந்த கனமான காரைத் தூக்கி, தன் தந்தையை அதனடியிலிருந்து விடுவித்து, பிறகு அவரைத் தன்னுடைய காருக்கு சுமந்து சென்று, அவரை மருத்துவமனைக்குக் கூட்டிச் சென்றாள்."

இந்த இளம்பெண்ணின் அன்பும், தன் தந்தையை எப்படியும் காப்பாற்றியே தீர வேண்டும் என்ற அவளுடைய தீவிர விருப்பமும் அவளுடைய மனத்தை இழுத்துப் பிடித்து, கடவுளின் சக்தி அவளின் ஊடாக இயங்கிச் செயல்விடை அளிக்கும்படி செய்தது. கடவுளின் சக்தி முழுவதும் உங்களுக்குள் இருக்கிறது என்பதை நினைவில் கொள்ளுங்கள். வாழ்வின் அனைத்துத் தளங்களிலும் அசாதாரணமான காரியங்களைச் செய்வதற்கான ஆற்றலை அது உங்களுக்குக் கொடுக்கும்.

ஒரு புதிய சுயபிம்பத்தை சுவீகரித்துக் கொண்ட ஒரு பாடகர்

லாஸ் வேகஸ் நகரில் அமைந்த கேளிக்கை விடுதிகளில் ஒன்றில் ஒரு பாடகராகப் பணியாற்றிய ஓர் அற்புதமான இளைஞருடன் நான் ஒருமுறை உரையாடினேன். பல வருடங்களாக ஓர் உணவகத்தில் ஒரு சாதாரணச் சிப்பந்தியாகத் தான் பணியாற்றியிருந்ததாகவும், ஆனால் ஒரு பாடகனாக ஆக வேண்டும் என்று தான் எப்போதுமே விரும்பி வந்திருந்ததாகவும் அவர் என்னிடம் கூறினார். அவர் பாடிய பாடல்களைக் கேட்ட அவருடைய நண்பர்கள் பலர், ஒரு தனித்துவமான பாடகனாக ஆவதற்கான அனைத்துத் திறமைகளும் பண்புகளும் அவருக்கு இருந்ததாகக் கூறினர்.

அவர் வேலை செய்து கொண்டிருந்த உணவகத்திற்கு வந்த வாடிக்கையாளர்களில் ஒருவர், 'ஆழ்மனத்தின் அற்புத சக்தி' என்ற புத்தகத்தை அவருக்குக் கொடுத்தார். இந்த இளைஞர் அப்புத்தகத்தை ஆர்வத்தோடு படித்தார். அப்புத்தகத்தில் குறிப்பிடப்பட்டிருந்த உத்திகளில் ஒன்றை ஒவ்வோர் இரவும் தவறாமல் அவர் பின்பற்றினார். தினமும் இரவில் சுமார் பத்து நிமிடங்கள் அமைதியாக உட்கார்ந்து கொண்டு, பெருந்திரளான மக்களின் முன்னால் ஒரு மேடையில் நின்று தான் பாடிக் கொண்டிருந்ததுபோல அவர் கற்பனை செய்தார். இந்த மனக்காட்சிப்படைப்பை அவர் விலாவாரியாகவும்

யதார்த்தமாகவும் செய்தார். பார்வையாளர்கள் கைதட்டித் தன்னைப் பாராட்டிக் கொண்டிருந்ததுபோலவும், தன்னுடைய அற்புதமான குரல் குறித்துத் தன் நண்பர்கள் தன்னைப் புகழ்ந்து கொண்டிருந்ததுபோலவும் அவர் கற்பனை செய்தார். அவர்கள் தன்னைப் பார்த்துப் புன்னகைத்ததுபோலவும், தன்னுடன் உற்சாகமாகக் கைகுலுக்கியதுபோலவும் அவர் தன் மனக்கண்ணில் பார்த்தார்.

மூன்று வாரங்களுக்குப் பிறகு அவருக்கான வாய்ப்பு வந்தது. தன் திறமையை வெளிப்படுத்துவதற்கு அவருக்கு ஒரு புதிய கதவு திறந்தது. தன் மனத்தில் தான் கற்பனை செய்து கொண்டிருந்ததை யதார்த்தத்தில் இப்போது அவர் அனுபவித்தார். அன்பு ஓர் உணர்ச்சிமயமான பற்று. தன்னைப் பற்றிய ஒரு மிகப் பெரிய சுயபிம்பத்துடன் அந்த இளைஞர் தன்னை அடையாளப்படுத்திக் கொள்ளத் துவங்கியபோது, அவருடைய ஆழ்மனம் அதற்கேற்றவாறு செயல்விடை அளித்தது. அவருடைய இதயத்தின் விருப்பம் நிறைவேறியது.

அன்பின் குணமாக்கும் சக்தி

இரண்டு வருடங்களுக்கு முன்பு, மிகவும் நோய்வாய்ப்பட்ட நிலையில் மருத்துவமனையில் அனுமதிக்கப்பட்டிருந்த ஒரு தொழிலதிபரை நான் பார்க்கச் சென்றேன். அவருக்குத் தீவிர மாரடைப்பும் ஏற்பட்டிருந்தது. பொருளாதாரரீதியாகவும் உடல்ரீதியாகவும் அவர் நொடிந்து போயிருந்தார். மோசமான முதலீடுகளின் காரணமாக, தன் வாழ்நாள் முழுவதும் தான் சேமித்து வைத்திருந்த பணம் முழுவதையும் அவர் இழந்திருந்தார். இது போதாதென்று, மரணம் பற்றிய பயமும் அவரை வாட்டி வதைத்துக் கொண்டிருந்தது.

அவருக்குப் பதினைந்து வயதில் ஒரு மகள் இருந்தாள். அவள்தான் அவருடைய ஒரே குழந்தை. அவள் பிறந்தவுடனேயே அவளுடைய தாயார் இறந்துவிட்டார். எனவே, அவருடைய அன்பும் பாசமும் கவனிப்பும் அவளுக்குத் தேவை என்பதை நான் அவருக்குச் சுட்டிக்காட்டினேன். இவற்றுக்கான உரிமை அவளுக்கு இருந்தது என்றும், அவளுக்கு அவருடைய பாதுகாப்பு அவசியம் என்றும், அவள் சிறப்பாகக் கல்வி கற்கவும் அவருடைய உதவி அவளுக்குத் தேவை என்றும் நான் அவரிடம் கூறினேன். அவர் தன் மகளை மிகவும் நேசித்ததாலும், அவரே அவளுக்குத் தாயாகவும் தந்தையாகவும்

இருந்து அவளை கவனித்துக் கொள்ள வேண்டியிருந்ததாலும், அவளுக்கு இந்த எல்லா அனுகூலங்களும் கிடைப்பதை அவர் உறுதி செய்ய வேண்டும் என்று நான் அவருக்கு விளக்கினேன்.

நான் அவருக்கு ஓர் எளிய உத்தியைப் பரிந்துரைத்தேன். அதன்படி, அவர் தன் வீட்டில் இருப்பதுபோலவும், தன் வீட்டைச் சுற்றி நடந்து கொண்டிருப்பதுபோலவும், தன் மேசையில் அமர்ந்து, தனக்கு வந்திருக்கும் கடிதங்களைப் படித்துக் கொண்டிருப்பதுபோலவும், தனக்கு வரும் தொலைபேசி அழைப்புகளுக்கு பதிலளித்துக் கொண்டிருப்பதுபோலவும் அவர் அடிக்கடிக் கற்பனை செய்ய வேண்டும்.

நான் அவருக்கு ஒரு பிரார்த்தனையையும் எழுதிக் கொடுத்துவிட்டு, அதை அவர் முழுமையான விசுவாசத்தோடு தினமும் பல முறை கூற வேண்டும் என்று அவரிடம் கூறினேன். அந்தப் பிரார்த்தனை பின்வருமாறு:

“அதிசயிக்கத்தக்க விதத்தில் இப்போது என் உடல் குணமாகிக் கொண்டிருப்பது குறித்து நான் கடவுளுக்கு நன்றி கூறுகிறேன். கடவுள் என்னை நேசிக்கிறார். அவர் என்மீது அக்கறை கொண்டிருக்கிறார்.”

அந்நபர் என்னுடைய அறிவுறுத்தல்களை விசுவாசத்தோடு கடைபிடித்தார். ஒருசில வாரங்களுக்குப் பிறகு, மருத்துவமனையில் இருந்தபடி அவர் மனக்காட்சிப்படுத்திக் கொண்டிருந்தபோது ஏதோ அதிசயம் நிகழ்ந்தது. அது பற்றிக் கூறிய அவர், “திடீரென்று ஏதோ நிகழ்ந்தது. கண்ணைக் கூசச் செய்யும் அளவுக்குப் பிரகாசமான ஓர் ஒளி இருட்டிற்குள் இருந்து என்னை வெளியே கொண்டு வந்தது. தெய்வீக அன்பு என் ஆன்மாவை நிரப்பிக் கொண்டிருந்தது போன்ற ஓர் உணர்வு எனக்கு ஏற்பட்டது. துயரத்திலிருந்து சொர்க்கத்திற்கு நான் இடமாற்றம் செய்யப்பட்டதுபோல நான் உணர்ந்தேன்,” என்று குறிப்பிட்டார்.

அவர் குறிப்பிடத்தக்க விதத்தில் குணமடைந்தார். இன்று அவர் ஒரு மகிழ்ச்சியான, தன் தொழில்வாழ்க்கையில் ஒரு வெற்றிகரமான மனிதராக விளங்குகிறார். அவர் தான் இழந்த பணத்தை மீட்டெடுத்தார். அவருடைய மகள் இப்போது கல்லூரியில் படித்துக் கொண்டிருக்கிறாள்.

ஒருவர் நோய்வாய்ப்பட்டும் மனம் சோர்வுற்றும் இருக்கும்போது, தன்னை ஆட்கொண்டுள்ள அன்பிடம் முறையிடுவது நல்ல பலனளிக்கும். ஏனெனில், அன்பு எல்லாவற்றையும் வெற்றி கொள்ளும் சக்தி படைத்தது.

சுருக்கமாக . . .

1. பொறாமை கொண்டுள்ள ஒருவர் உண்மையில் நோய்வாய்ப்பட்டுள்ளார். மேலும், தீவிரமான பாதுகாப்பின்மை உணர்வு, பயம், தாழ்வு மனப்பான்மை ஆகியவற்றாலும் அவர் துன்புற்றுக் கொண்டிருக்கிறார். பலருடைய விஷயங்களில், ஒருவருக்குத் தன் தந்தையிடமிருந்தோ அல்லது தாயிடமிருந்தோ உண்மையான அன்பும் பாசமும் கிடைக்காதபோது அந்நபரிடம் பொறாமையுணர்வு தலைதூக்கக்கூடும்.
2. இருபது வருடங்களாகத் தம்பதியராக வாழ்ந்து வந்திருந்த இருவர், திடீரென்று விவாகரத்து செய்து கொள்ள முடிவெடுத்தனர். ஆனால் தங்கள் திருமண உறவு தழைப்பதற்கு அவர்கள் மீண்டும் ஒரு வாய்ப்புக் கொடுக்க விரும்பினர். நான் பரிந்துரைத்தக் 'கண்ணாடிச் சிகிச்சை'யைப் பயன்படுத்தியதன் மூலம் அவர்கள் தங்கள் முரண்பாடுகளைக் களைந்து மீண்டும் ஒரு மகிழ்ச்சியான தம்பதியராக வாழத் தொடங்கினர்.
3. தன் தாயின் அன்பு கிடைக்காததால் வீட்டைவிட்டு ஓடிப் போன ஓர் இளைஞன், மற்றவர்களுடன் சுமூகமாகப் பழகுவதற்கு சிரமப்பட்டான். குழந்தைப்பருவத்தில் அவனுக்கு நேர்ந்த மோசமான அனுபவங்கள் அதற்கு முக்கியக் காரணமாக இருந்தன. தன் தாயாரைப் பற்றிய மோசமான எண்ணத்தைத் தன் மனத்திலிருந்து அகற்றிவிட்டு, அவரை ஓர் அன்பான, மகிழ்ச்சியான, அமைதியான பெண்ணாகத் தன் மனத்தில் சித்தரிக்குமாறு நான் அவனுக்குப் பரிந்துரைத்தேன். இப்புதிய பிம்பத்தையும் அன்பையும் அவன் தன் ஆழ்மனத்தில் பதிய வைத்தபோது, அவனது ஆழ்மனம் அதற்கேற்பச் செயல்விடை அளித்தது. அவன் மீண்டும் தன் வீட்டிற்குத் திரும்பிச் சென்று, தன் தாயுடன் சேர்ந்து மகிழ்ச்சியாக வாழத் தொடங்கினான். அன்பு எல்லா எதிர்மறைகளையும் களைந்துவிடுகிறது.
4. ஐம்பது கிலோ எடை கொண்ட ஓர் இளம்பெண், தன் தந்தையின்மீது விழுந்து கிடந்த எழுநூறு கிலோ எடை கொண்ட ஒரு காரைத் தூக்கித் தன் தந்தையைக் காப்பாற்றினாள். எப்படியாவது தன்

தந்தையைக் காப்பாற்றிவிட வேண்டும் என்ற எண்ணம் அவளுடைய மனத்தை ஆக்கிரமித்தபோது, அவளுடைய ஆழ்மனம் அவளுக்குச் செயல்விடை அளித்தது. அன்பு அற்புதங்களை நிகழ்த்துகிறது.

5. லாஸ் வேகஸ் நகரில் ஓர் உணவகத்தில் சிப்பந்தியாகப் பணி புரிந்து கொண்டிருந்த ஒருவர், 'ஆழ்மனத்தின் அற்புத சக்தி' என்ற புத்தகத்தைப் படித்துவிட்டு, தினமும் இரவில் பத்து நிமிடங்கள் அமைதியாக அமர்ந்து, தான் ஒரு மேடையில் நின்று சிறப்பாகப் பாடிக் கொண்டிருந்ததுபோலவும்,பார்வையாளர்கள்கைதட்டித் தன்னைப் பாராட்டிக் கொண்டிருந்ததுபோலவும், தன் நண்பர்கள் தன்னுடைய அற்புதமான குரலைப் புகழ்ந்து கொண்டிருந்ததுபோலவும் தன் மனத்தில் கற்பனை செய்தார். இது அவருடைய ஆழ்மனத்தில் ஆழமாகப் பதிந்ததில், அவருடைய ஆழ்மனம் அதற்கேற்பச் செயல்விடை அளித்தது. மூன்று வாரங்களுக்கு பிறகு ஒரு புதிய கதவு அவருக்காகத் திறந்தது. அவர் இன்று ஒரு வெற்றிகரமான பாடகராக இருக்கிறார். அவர் தன்னைப் பற்றிய ஒரு பிரம்மாண்டமான சுயபிம்பத்தைத் தன்னுள் வளர்த்திருந்தார்.

6. பொருளாதாரரீதியாகவும் உடல்ரீதியாகவும் நொடிந்து போயிருந்த ஒருவர், தன் மகள்மீது கொண்டிருந்த அன்பின்மீது தன் கவனத்தைக் குவித்தார். அந்த அன்பின் சக்தி, அவளுக்காக வாழ வேண்டும் என்ற ஒரு தீவிர விருப்பத்தை அவருக்குள் தோற்றுவித்தது. மரணம் குறித்துத் தான் கொண்டிருந்த பயத்திலிருந்து மீளவும் அது அவருக்கு உதவியது. அன்பே கடவுள். அன்பு எல்லாவற்றையும் வெற்றி கொள்கிறது.

17

தொலையுணர்வைப் பயன்படுத்திப் படைப்பாற்றல்மிக்க யோசனைகளையும் உத்வேகத்தையும் பெறுவது எப்படி

உங்கள் வெளிமனம் மற்றும் ஆழ்மனத்தின் அம்சங்களைப் பற்றி நீங்கள் முழுமையாகத் தெரிந்து கொள்ளும்போது, படைப்பாற்றல்மிக்க அற்புதமான யோசனைகளையும் உத்வேகத்தையும் உங்களால் பெற முடியும். உங்கள் வெளிமனம் பகுத்தாராயக்கூடியது, காரண காரியங்களை அலசிப் பார்க்கின்ற ஒன்று. நீங்கள் தூங்கப் போகும்போது, உங்கள் வெளிமனம் படைப்புத்திறனுடன் உங்கள் ஆழ்மனத்துடன் இணைந்து கொள்கிறது. நீங்கள் ஆழ்ந்த உறக்கத்தில் இருக்கும்போது உங்கள் உடலின் முக்கியச் செயல்பாடுகள் அனைத்திற்கும் உங்கள் மனம் முழுப் பொறுப்பு ஏற்றுக் கொள்கிறது. அதாவது, இச்செயல்முறைகள் அனைத்தும் உங்கள் மனத்தின் கட்டுப்பாட்டிற்குள் வந்துவிடுகின்றன. உங்கள் ஆழ்மனம் பிரபஞ்ச மனத்துடன் ஐக்கியப்பட்டுள்ளது. அது சர்வவல்லமையும் அளப்பரிய சக்தியும் படைத்தது.

இந்தப் பிரபஞ்ச மனத்தைத் தொடர்பு கொண்டு, படைப்பாற்றல்மிக்க யோசனைகளையும் உத்வேகத்தையும் உங்களால் பெற முடியும்.

உங்கள் ஆழ்மனத்தின் தொலையுணர்வு ஆற்றல்களைப் பயன்படுத்துவது எப்படி

தினமும் இருபத்து நான்கு மணிநேரமும் உங்கள் ஆழ்மனம் பிரபஞ்ச மனத்துடன் பிணைக்கப்பட்டுள்ளது. இந்தப் பிணைப்பு ஒருபோதும் துண்டிக்கப்படுவதில்லை. படைப்பாற்றல்மிக்க

ஏராளமான யோசனைகள் உங்கள் ஆழ்மனத்திலிருந்து வெளிமனத்திற்கு எப்போதும் பாய்ந்தோடிச் சென்று கொண்டே இருக்கின்றன.

லாஸ் வேகஸ் நகரில் அமைந்த ஓர் அழகான ஹோட்டலில் அமர்ந்து நான் இந்த அத்தியாயத்தை எழுதிக் கொண்டிருக்கிறேன். இந்நகரில் அமைந்த சமயரீதியான அறிவியல் அமைப்பின் தலைவரும் என்னுடைய நீண்டகால நண்பருமான டாக்டர் டேவிட் ஹோராவேயுடன் நான் இங்கு ஒரு நீண்ட உரையாடலில் ஈடுபட்டேன்.

பைபிளில் உள்ள ஒரு குறிப்பிட்ட வாசகத்தைத் தனக்குள் மீண்டும் மீண்டும் அமைதியாகக் கூறிக் கொள்வதன் மூலம் இவர் தன் வெளிமனத்தை அமைதிப்படுத்துகிறார். தன் மனம் சலனமற்று ஆசுவாசமாக இருக்கும்போது, படைப்பாற்றல்மிக்க யோசனைகளைத் தனக்கு வெளிப்படுத்துமாறு அவர் தன் ஆழ்மனத்திடம் கேட்கிறார். இவ்வழியில் பல அற்புதமான யோசனைகள் அவருடைய வெளிமனத்தில் உதித்துள்ளன. அவற்றைக் கொண்டு அவர் தன்னுடைய தேவாலயத்தை ஓர் அற்புதமான வழியில் விரிவுபடுத்தியுள்ளார்.

சமீபத்தில், தான் ஒரு நல்ல விடுமுறையைக் கழிப்பதற்குத் தனக்கு வழிகாட்டுமாறு அவர் தன் ஆழ்மனத்திடம் கோரினார். ஒருசில நாட்களில், ஒரு தம்பதியர் அவருடைய தேவாலயத்திற்கு வந்து, ஓர் உல்லாசக் கடற்பயணத்திற்கான பயணச்சீட்டுகளை அவருக்குக் கொடுத்தனர். அவர் அக்கப்பலில் முதல் வகுப்பில் பயணம் செய்வதற்கு அவர்கள் ஏற்பாடு செய்திருந்தனர். அவரும் அவருடைய கூட்டாளிகளும் தங்கள் ஆழ்மனங்களின் பேரறிவைப் பயன்படுத்திப் பெற்றுள்ள பல பரிசுகளில் இதுவும் ஒன்று.

"நான் இந்த வேலையை ஏற்றுக் கொள்ள வேண்டுமா?"

நான் நெவாடாவில் இருந்தபோது, ஓர் இளம் ஆசிரியை என்னை வந்து பார்த்தார். ஒரு குறிப்பிட்டப் பெண்கள் கல்லூரியில் தனக்குக் கொடுக்கப்பட்டிருந்த ஒரு பதவியைத் தான் ஏற்றுக் கொள்ள வேண்டுமா அல்லது கூடாதா என்று அவரால் ஒரு முடிவுக்கு வர முடியவில்லை. அன்றிரவு அவர் தூங்கப் போவதற்கு முன்பாக, தன் ஆழ்மனத்தின்மீது முழுமையான நம்பிக்கை வைத்து, "எனக்குக் கொடுக்கப்பட்டுள்ள இந்தப் பதவியை நான் ஏற்றுக் கொள்ள வேண்டுமா வேண்டாமா

என்பதை எனக்குத் தெரியப்படுத்து. நான் அந்த பதிலுக்காக உனக்கு நன்றி கூறுகிறேன்," என்று அதனிடம் கேட்கும்படி நான் அவருக்குப் பரிந்துரைத்தேன்.

மறுநாள் காலையில் அவர் கண்விழித்தபோது, "வேண்டாம்," என்று அவரது உட்குரல் கூறியது. "இப்போது என் மனம் அமைதியாக இருக்கிறது. நான் இப்போது பார்த்துக் கொண்டிருக்கும் வேலையிலேயே நான் தொடர்ந்து நீடிக்கப் போகிறேன்," என்று அந்த ஆசிரியை கூறினார். அவருக்கான விடை அவருடைய ஆழ்மனத்தின் அளப்பரிய ஞானத்திடமிருந்து வந்தது. அவருடைய ஆழ்மனம் எல்லாம் அறிந்தது, எல்லாவற்றையும் பார்க்கும் சக்தி கொண்டது. சரியான விடை வரும்போது, நீங்கள் எப்போதும் மனஅமைதியை உணர்வீர்கள்.

தொலையுணர்வும் 'கேள்வியும் பதிலும்'

நீங்கள் கேட்கின்ற எந்தவொரு கேள்விக்கும் உங்கள் ஆழ்மனம் விடையளிக்கும். ஆனால் நீங்கள் எந்தவிதமான பயமோ அல்லது சந்தேகமோ இன்றிக் கேட்க வேண்டும். மேலும், தெய்வீக அன்பின் ஊடாக தெய்வீக ஒழுங்கின்படி உங்கள் விடை உங்களிடம் வெளிப்படுத்தப்படும் என்றும் நீங்கள் உறுதியாக நம்ப வேண்டும். நீங்கள் விழித்திருக்கும் நேரங்களில்கூட உங்களால் விடைகளைப் பெற முடியும். நீங்கள் எதிர்கொண்டுள்ள ஒரு குழப்பமான சூழ்நிலைக்கு விடை தேடிக் கொண்டிருக்கின்ற அல்லது அதற்குத் தீர்வு காண முயன்று கொண்டிருக்கின்ற ஒரு தொழிலதிபராக நீங்கள் இருக்கக்கூடும். அல்லது, குடும்பச் செலவுகளை சமாளிப்பதற்குத் தேவையான பணத்தை சம்பாதிப்பதற்குத் தேவையான வழிகளைத் தேடிக் கொண்டிருக்கின்ற ஒரு குடும்பத்தலைவியாக நீங்கள் இருக்கக்கூடும். அல்லது, மிக முக்கியமான ஒரு பிரச்சனைக்கான தீர்வைத் தேடிக் கொண்டிருக்கின்ற ஒரு பொறியியலாளராக நீங்கள் இருக்கக்கூடும். உங்கள் ஆழ்மனத்திற்குத் தெரிந்ததெல்லாம் விடைகள் மட்டும்தான் என்பதை நினைவில் கொள்ளுங்கள்.

ஒரு பகல்நேர உத்தி

எண்ணற்றத் தொழிலதிபர்களும் அறிவியலாளர்களும் தொழில்முறையாளர்களும் இந்த அருமையான உத்தியைப் பயன்படுத்துகின்றனர். ஓர் அமைதியான அறைக்குச் சென்று, உங்களை ஆசுவாசப்படுத்திக் கொண்டு, ஆடாமல் அசையாமல்

உட்கார்ந்து கொள்ளுங்கள். பிறகு, உங்களுக்குள்ளிருந்து உங்களுடைய அனைத்து முக்கியமான ஆற்றல்களையும் இந்த ஒட்டுமொத்தப் பிரபஞ்சத்தையும் துல்லியமாகக் கட்டுப்படுத்தி இயக்கிக் கொண்டிருக்கின்ற முடிவில்லாப் பேரறிவையும் எல்லையற்ற ஞானத்தையும் பற்றி சிந்தியுங்கள். உங்கள் கண்களை மூடிக் கொண்டு, உங்களுக்குள் இருக்கும் முடிவில்லாப் பேரறிவு உங்கள் கோரிக்கைக்குச் செயல்விடை அளிக்கும் என்ற அறிதலோடு, நீங்கள் தேடிக் கொண்டிருக்கின்ற விடையின்மீது அல்லது தீர்வின்மீது உங்கள் கவனத்தை ஒருமுகப்படுத்துங்கள். உங்கள் கேள்விக்கான விடையைத் தவிர வேறு எதன்மீதும் உங்கள் கவனம் சிதறாதபடி பார்த்துக் கொள்ளுங்கள். ஒருசில நிமிடங்கள் இதே நிலையில் தொடருங்கள். உங்கள் மனம் அலைபாய்வதை நீங்கள் கண்டால், நீங்கள் தேடிக் கொண்டிருக்கும் விடையைப் பற்றி சிந்திப்பதற்கு அதை இழுத்து வாருங்கள். மூன்று அல்லது நான்கு நிமிடங்களில் விடை வராவிட்டால், அந்த அறையைவிட்டு வெளியேறி, உங்கள் வழக்கமான வேலையைத் தொடருங்கள். உங்கள் பிரச்சனையைப் பற்றிய எண்ணம் உங்கள் மனத்தில் தலைதூக்கினால், "நான் என் கோரிக்கையை என் ஆழ்மனத்திடம் ஒப்படைத்துவிட்டேன். முடிவில்லாப் பேரறிவு அதைப் பார்த்துக் கொள்ளும்," என்று உங்களுக்கு நீங்களே கூறிக் கொள்ளுங்கள்.

இந்த மனப்போக்கு இருந்தால், விடை தெளிவாக உங்கள் வெளிமனத்தில் தோன்றும். நீங்கள் வேறு ஏதேனும் வேலையில் மும்முரமாக இருக்கும்போது அது முளைக்கும். நீங்கள் எதிர்பாராத நேரத்தில், எதிர்பாராத விதத்தில் அது வரும் என்பது மட்டும் நிச்சயம்.

தொலையுணர்வும் படைப்பாற்றலும்

தங்களுடைய கண்டுபிடிப்புகள், இசைப் படைப்புகள், ஓவியப் படைப்புகள், கவிதைப் படைப்புகள், எழுத்துப் படைப்புகள் ஆகியவை தெய்வீக உத்வேத்தினாலும் தெய்வீக வழிகாட்டுதலாலும் தூண்டப்பட்டு வழிகாட்டப்பட்டவையே என்று பல பிரபலமான அறிவியலறிஞர்களும் இசைக் கலைஞர்களும், தத்துவவியலாளர்களும், தனித்துவமான ஓவியர்களும், கவிஞர்களும் கூறியுள்ளனர்.

உலகின் மிக அற்புதமான படைப்புகள் பலவும், நம்முடைய எண்ணற்ற அன்றாடப் பிரச்சனைகளுக்கான தீர்வுகளும், ஆழ்மனத்தின் சக்திகளைப் பற்றிய நம்முடைய அறிவாலும்,

நமக்கு அதன்மீது இருக்கின்ற உறுதியான நம்பிக்கையினாலுமே சாதிக்கப்பட்டுள்ளன.

தொலையுணர்வால் சாபத்தை நிர்மூலமாக்க முடியும்

லாஸ் வேகஸ் நகரில் ஒருநாள் நான் என்னுடைய பழைய நண்பர் ஒருவருடன் உணவருந்திக் கொண்டிருந்தபோது, அவர் ஒரு சுவாரசியமான விஷயத்தைப் பற்றி உரையாடத் தொடங்கினார். அமெரிக்காவில் இருபது வருடங்களுக்கு ஒருமுறை ஓர் அதிபர் இறந்து போய்க் கொண்டிருந்தது பற்றி அவர் பேசினார். இக்கணிப்பு அதிபர் கென்னடியின் கவனத்திற்குக் கொண்டுவரப்பட்டபோது, அது பொய் என்று தான் நிரூபித்துக் காட்டவிருந்ததாகக் கென்னடி குறிப்பிட்டதாகக் கூறப்படுகிறது.

1840ம் ஆண்டில் தேர்ந்தெடுக்கப்பட்ட அதிபர் ஹாரிசனில் தொடங்கி, அதன் பிறகு இருபது ஆண்டுகளுக்கு ஒருமுறை தேர்ந்தெடுக்கப்பட்ட ஒவ்வோர் அதிபரும் அகால மரணத்தை எதிர்கொண்டிருந்தது பற்றி என் நண்பர் குறிப்பிட்டார். அவர் கூறியது உண்மை. 1840 மற்றும் 1848ம் ஆண்டுகளில் தோல்வியை சந்தித்த முன்னாள் அதிபர் வான் பியூரன் தன் தோல்வியினால் கடுஞ்சினம் கொண்டு, இருபதாண்டுகளுக்கு ஒருமுறை ஓர் அதிபர் அகால மரணம் அடைவார் என்று ஒரு சாபமிட்டதாக என் நண்பர் விளக்கமளித்தார்.

என்னைப் பொருத்தவரை, இதற்கான விளக்கம் மிகவும் எளியது. அதிபர் வான் பியூரன் உண்மையிலேயே சாபமிட்டிருக்கக்கூடும். ஆனால் அதே சமயம், நாம் அனைவரும் சராசரிகள் விதியைக் கையாள்கிறோம், மட்டுப்படுத்தப்பட்ட சிந்தனையைக் கொண்டிருக்கிறோம். இந்த மட்டுப்படுத்தப்பட்ட சிந்தனை பெரும்பாலும் எதிர்மறையானதாக இருக்கிறது. துரதிர்ஷ்டம், குழப்பம், துயரம், துன்பம், பொறாமை, வெறுப்பு, பகைமை ஆகியவற்றையே அது நம்புகிறது. அதே சமயம், சமாதானம், இணக்கம், சரியான நடவடிக்கை போன்ற நேர்மறையான விஷயங்கள் குறித்தும் லட்சக்கணக்கான மக்கள் பிரார்த்தித்துக் கொண்டிருக்கின்றனர். ஆனால் இவர்கள் சிறுபான்மையினரே. நாம் இவ்வாறு பிரார்த்தனை செய்யாவிட்டால், எதிர்மறையான, மட்டுப்படுத்தப்பட்ட சிந்தனைக்கு நாம் பலியாகிவிடுவோம்.

அகால மரணமடைந்த அமெரிக்க அதிபர்களுக்கு நிகழ்ந்தது போன்ற பேரழிவுகள் நமக்கு ஏற்பட வேண்டியதில்லை. மாற்றப்பட முடியாத தலைவிதி என்ற ஒன்று கிடையாது. ஒரு மோசமான விஷயம் தனக்கு நிகழப் போவதாக மனத்தளவில் ஒருவன் சிந்தித்தால் தவிர, அவனுக்கு எந்த மோசமான சம்பவமும் நிகழாது. ஆழ்மனத்தில் ஆதிக்கம் செலுத்துகின்ற ஒரு பயம் இருந்தால் மட்டுமே அத்தகைய பேரழிவுகளைக் கவர்ந்திழுக்க முடியும். நம்முடைய தன்னுணர்வின் மூலமாக மட்டுமே எதுவொன்றும் நிகழ்கிறது. பிரக்ஞையோடும் ஆழ்மனரீதியாகவும் எது உண்மை என்று நாம் நம்புகிறோமோ, எது உண்மை என்று நாம் ஏற்றுக் கொள்கிறோமோ அதுதான் தன்னுணர்வு. நம் ஆழ்மனத்தில் என்ன இருக்கிறது என்று நமக்குத் தெரியாமல் இருக்கலாம், ஆனால் அறிவியற்பூர்வமான பிரார்த்தனையின் மூலம் அதை நம்மால் மாற்ற முடியும்.

கடவுளைப் பற்றிய பேருண்மைகளை மீண்டும் மீண்டும் சுயபிரகடனம் செய்வதன் மூலம் உங்கள் ஆழ்மனத்தில் ஆன்மீகரீதியான ஒரு பாதுகாப்பு அரணை நீங்கள் உருவாக்குகிறீர்கள். கோடிக்கணக்கான மக்களின் தவறான நம்பிக்கைகளையும் மூடநம்பிக்கைகளையும் இது நிர்மூலமாக்குகிறது. கொலை மற்றும் மரணம் குறித்த பயங்கள், தீய கணிப்புகள், மூடநம்பிக்கைகள் போன்றவற்றுக்கான ஒரே விடை உங்கள் ஆழ்மனத்தை நேர்மறையான எண்ணங்களால் நிரப்பி, அங்கிருந்து எதிர்மறைகளையும் பயங்களையும் விரட்டியடிப்பதுதான்.

பாதுக்காப்பிற்கான பிரார்த்தனை

தினமும் மூன்று அல்லது நான்கு முறை, ஓரிடத்தில் அமைதியாக உட்கார்ந்து, பின்வரும் பிரார்த்தனையை சுயபிரகடனம் செய்யுங்கள்:

“கடவுளின் நிரந்த அன்பு எனும் புனித வட்டம் என்னைச் சூழ்ந்துள்ளது. கடவுளின் முழுப் பாதுகாப்புக் கவசம் என்னைச் சூழ்ந்துள்ளது, என்னை ஆட்கொண்டுள்ளது. நான் ஓர் அற்புதமான வாழ்க்கையை வாழ்ந்து கொண்டிருக்கிறேன். கடவுளின் அன்பு என்னை கவனித்துக் கொள்கிறது. கடவுள் என்னுடைய பாதுகாப்பு அரணாக விளங்குகிறார்.”

இப்பிரார்த்தனையை நீங்கள் விசுவாசத்தோடும் நம்பிக்கையோடும் கூறி வந்தால், எந்தவொரு தீங்கும் உங்களை நெருங்காது. கடவுளின் நிரந்தர அன்பு எனும் புனித

வட்டத்திற்குள் நீங்கள் பாதுகாப்பாக இருப்பதை நீங்கள் காண்பீர்கள். யாராலும் வெற்றி கொள்ளப்பட முடியாத, யாராலும் தூண்டப்பட முடியாத, எந்தவொரு எதிர்மறையாலும் தாக்கப்பட முடியாத ஒருவராக நீங்கள் ஆவீர்கள்.

என்னுடைய இந்த விளக்கம் என் நண்பருக்குத் திருப்தியளித்தது. இருபதாண்டுகளுக்கு ஒரு முறை ஓர் அதிபர் கொல்லப்படுவார் என்று செய்திப் பத்திரிகைகளும் ஊடகங்களும் விமர்சகர்களும் வெளியிடும் செய்திகளையும் கதைகளையும் மக்கள் உண்மையென்று நம்பிவிடுகின்றனர், அதனால் பயம் கொள்கின்றனர் என்பதை என் நண்பர் உணர்ந்து கொண்டார். இத்தகைய பயமும் பொய்யான நம்பிக்கையும் ஒரு பயங்கரமான எதிர்மறை ஆற்றலாக மாறி மக்களின் மனங்களை ஆட்கொண்டுவிடுகிறது. மக்கள் எதை நம்புகின்றனரோ, அது அவர்களுடைய வாழ்வில் மெய்யாக்கப்படுகிறது.

நான் லாஸ் வேகஸ் நகரில் இருந்தபோது என்னை சந்தித்த ஓர் இளம்பெண், தன்னைத் திருமணம் செய்து கொள்ளும்படி ஓர் இளைஞன் தன்னைக் கட்டாயப்படுத்திக் கொண்டிருந்ததாக என்னிடம் கூறினாள். அவளால் ஒரு தீர்மானத்திற்கு வர முடியவில்லை. ஆனால் அவனைத் திருமணம் செய்து கொள்ள வேண்டாம் என்று அவளுடைய உள்ளுணர்வு கூறியது. உண்மையில், அவள் தன்னுடைய முன்னாள் கணவன்மீது ஆழ்ந்த கோபமும் பகையுணர்வும் கொண்டிருந்தாள். பகைமை, வெறுப்பு ஆகிய நெருப்புகள் அவளுடைய ஆழ்மனத்தில் புகைந்து கொண்டிருந்தன. தன்னைத் திருமணம் செய்து கொள்ள விரும்பிய இளைஞன் ஒரு குடிகாரன் என்றும், போதை மருந்துகளைத் திருட்டுத்தனமாக விற்பனை செய்பவன் என்றும் அவளே என்னிடம் கூறினாள்.

பகைமை, வெறுப்பு, கோபம் ஆகிய நச்சுக்களை அவள் தன் மனத்தில் விதைத்து வளர்த்து வந்திருந்ததுதான் இத்தகைய ஓர் இழிவான நபரை அவளிடம் கவர்ந்திழுத்திருந்தது என்று நான் அவளுக்கு விளக்கினேன். அந்தக் குடிகாரனுடனான உறவை முறித்துக் கொள்வதென்றும், தன் ஆழ்மனத்தில் ஆழமாகப் பதிந்திருந்த அனைத்து எதிர்மறைகளையும் களைவதென்றும் அவள் தீர்மானித்தாள். அதோடு, எதிர்மறையான, அழிவுப்பூர்வமான எண்ணங்களைத் தனக்குள் வளர்த்து வந்திருந்ததற்காகத் தன்னைத் தானே மன்னித்துக் கொள்ளப் போவதாகவும் அவள் தீர்மானித்தாள். தன் முன்னாள் கணவனுக்கு வாழ்வின் அனைத்து ஆசீர்வாதங்களும் கிடைக்க

வேண்டும் என்று அவள் அவனை மனதார வாழ்த்தி, அவனைத் தன் மனத்திலிருந்து விடுவித்தாள்.

தன் முன்னாள் கணவனைப் பற்றி நினைக்கும்போது தனக்குக் கோபமோ அல்லது கொந்தளிப்போ ஏற்படவில்லை என்றால், அப்போது தான் அவனை முழுமையாக மன்னித்துவிட்டோம், அவனைத் தன் மனத்திலிருந்து விடுவித்துவிட்டோம் என்பதை அவள் அறிவாள் என்று நான் அவளுக்கு விளக்கினேன். பகைமை மற்றும் கோபத்தின் வேர்கள் தெய்வீக அன்பால் பிடுங்கி எறியப்பட்டிருக்கும்.

இப்போது இப்பெண் சுதந்திரமாக இருக்கிறாள். நான் லாஸ் வேகஸ் நகரைவிட்டு வந்து ஒரு மாதத்திற்குப் பிறகு அவளிடமிருந்து எனக்கு ஒரு கடிதம் வந்தது. தான் ஒரு பேராசிரியரைத் திருமணம் செய்யவிருந்ததாக அவள் அதில் குறிப்பிட்டிருந்தாள்.

தொலையுணர்வு உங்கள் வாழ்வில் அற்புதங்களையும் அதிசயங்களையும் நிகழ்த்த அனுமதியுங்கள்.

சுருக்கமாக . . .

1. படைப்பாற்றல்மிக்க யோசனைகளையும் உத்வேகத்தையும் உங்கள் ஆழ்மனத்தால் உங்களுக்குக் கொடுக்க முடியும். உங்கள் ஆழ்மனம் பிரபஞ்ச மனத்தோடு பிணைக்கப்பட்டுள்ளது.
2. உங்கள் வெளிமனத்தை அமைதிப்படுத்தி, அதை ஆசுவாசப்படுத்தி, பிறகு உங்கள் கோரிக்கையை உங்கள் ஆழ்மனத்திடம் நம்பிக்கையோடு ஒப்படைக்கும்போது நீங்கள் உங்கள் ஆழ்மனத்தின் சக்திகளைப் பயன்படுத்துகிறீர்கள்.
3. நீங்கள் உங்கள் ஆழ்மனத்திடம் ஒரு கோரிக்கையை முன்வைக்கும்போது, அது உங்களுக்கான விடையைக் கொடுக்கும் என்ற உறுதியான நம்பிக்கையோடும் விசுவாசத்தோடும் அதை நீங்கள் செய்ய வேண்டும். அப்போது சரியான விடை உங்களை வந்தடையும். நீங்கள் ஏதோ ஒரு வேலையில் மும்முரமாக இருக்கும்போது, நீங்கள் மேற்கொள்ள வேண்டிய ஒரு முக்கியமான தீர்மானத்திற்கான பதில் திடீரென்று உங்கள் வெளிமனத்தில் பளிச்சிடும்.

4. கவிஞர்கள், அறிவியலறிஞர்கள், இசைக் கலைஞர்கள், ஓவியர்கள், தத்துவவியலாளர்கள் ஆகியோர் தங்கள் ஆழ்மனத்தின் சக்திகளைப் பயன்படுத்தி உத்வேகமும் புதிய யோசனைகளும் பெற்று முக்கியமான கண்டுபிடிப்புகளை நிகழ்த்தியுள்ளனர், அற்புதமான படைப்புகளைப் படைத்துள்ளனர்.

5. அனைத்து விதமான தீங்கிலிருந்தும் உங்களைப் பாதுகாத்துக் கொள்வதற்கான ஓர் அற்புதமான வழி, பின்வரும் பிரார்த்தனையை நம்பிக்கையோடு மேற்கொள்வதுதான்: "கடவுளின் நிரந்தர அன்பு எனும் புனித வட்டம் என்னைச் சூழ்ந்துள்ளது. கடவுளின் முழுப் பாதுகாப்புக் கவசம் என்னைச் சூழ்ந்துள்ளது, என்னை ஆட்கொண்டுள்ளது. நான் ஓர் அற்புதமான வாழ்க்கையை வாழ்ந்து கொண்டிருக்கிறேன். கடவுளின் அன்பு என்னை கவனித்துக் கொள்கிறது. கடவுள் என்னுடைய பாதுகாப்பு அரணாக விளங்குகிறார்."

18

தொலையுணர்வும் முடிவில்லாப் பேரறிவுடனான உங்கள் பிணைப்பும்

உங்கள் எண்ணம்தான் முடிவில்லாப் பேரறிவுடனான உங்கள் பிணைப்புச் சங்கிலியாக விளங்குகிறது. எண்ணங்கள்தான் உலகை ஆட்டுவிக்கின்றன என்று கூறப்படுகிறது. எண்ணங்கள்தான் பொருட்களாகப் பரிணமிக்கின்றன. நீங்கள் எதை உணர்கிறீர்களோ, அதையே நீங்கள் கவர்ந்திழுக்கிறீர்கள். நீங்கள் எதைக் கற்பனை செய்கிறீர்களோ, நீங்கள் அதுவாகவே ஆகிறீர்கள். "நாள் முழுவதும் மனிதன் என்ன சிந்தித்துக் கொண்டிருக்கிறானோ, அவன் அதுவாகவே ஆகிறான்," என்று எமர்சன் கூறியுள்ளார்.

ஆன்மாவே கடவுள். சிந்திப்பதற்கான ஆற்றல் ஆன்மாவிற்கு இருக்கிறது. அதனால்தான், மனவிதிகளையும் ஆன்மீக விதிகளையும் படிப்பவர்கள், "என் எண்ணங்கள் கடவுளின் எண்ணங்களாக இருக்கும்போது, கடவுளின் சக்தி என்னுடைய நல்ல எண்ணங்களுடன் இருக்கும்," என்று கூறுகின்றனர்.

உங்கள் எண்ணங்களை மதிக்கக் கற்றுக் கொள்ளுங்கள். வாழ்வில் உங்கள் மகிழ்ச்சி, வெற்றி, மனஅமைதி, சாதனைகள் ஆகியவை உங்களுடைய வழக்கமான சிந்தனையால்தான் தீர்மானிக்கப்படுகின்றன என்பதை நினைவில் கொள்ளுங்கள். உங்கள் எண்ணம் ஒரு மன அதிர்வு, அது ஓர் உறுதியான சக்தி. உங்கள் நடவடிக்கைகளும் அனுபவங்களும் உங்களுடைய வழக்கமான சிந்தனையின் விளைவுகளே. சமாதானம், சரியான நடவடிக்கை, அன்பு ஆகியவை குறித்த எண்ணங்களை உங்கள் மனத்தில் அரியணை ஏற்றுங்கள். உங்களுடைய புற நடவடிக்கைகள் உங்களுடைய உள்ளார்ந்த எண்ணங்களின் இயல்பை வெளிப்படுத்தும்.

உங்களுக்குள் ஓர் எண்ணம் முளைவிடும்போது, அதன் உள்ளார்ந்த சக்தியை நீங்கள் விடுவிக்கிறீர்கள். எது உண்மையென்று நீங்கள் நினைக்கிறீர்களோ, எது உண்மையென்று நீங்கள் உணர்கிறீர்களோ, அதை நீங்கள் உங்கள் வாழ்விற்குள் கொண்டுவருகிறீர்கள். உங்கள் எண்ணங்களும் உணர்வுகளும்தான் உங்கள் தலைவிதியைத் தீர்மானிக்கின்றன.

"என்னால் வேலை செய்யவோ அல்லது தூங்கவோ முடியாத அளவுக்கு நான் பெரும் கவலைக்கு உள்ளாகியிருக்கிறேன்."

சமீபத்தில் என்னை சந்திக்க வந்த ஓர் இளைஞர், "முன்பெல்லாம் நாள் முழுவதும் என்னால் வேலை செய்ய முடிந்தது. நான் மிகவும் மகிழ்ச்சியாக இருந்தேன். ஆனால் இப்போது எந்நேரமும் நான் கவலையில் மூழ்கியிருக்கிறேன். சில சமயங்களில், சாலையோரமாக என் காரை நிறுத்திவிட்டு, சிறிது நேரம் தரையில் படுத்துக் கிடந்துவிட்டு, பிறகு எனக்குத் தெம்பு வந்தவுடன் மீண்டும் என் பயணத்தைத் துவக்குகிறேன்," என்று என்னிடம் கூறினார்.

இந்த இளைஞருக்கு சுமார் இருபத்தெட்டு வயது இருக்கும். அவர் ஒரு விற்பனையாளராக இருந்தார். அவர் ஒரு மருத்துவரிடம் சென்று காண்பித்தபோது, உடல்ரீதியாக அவருக்கு எந்தப் பிரச்சனையும் இல்லை என்று அந்த மருத்துவர் கூறினார். இந்த இளைஞரின் மனத்தை அமைதிப்படுத்துவதற்காக மட்டும் சில மருந்துகளை அவர் எழுதிக் கொடுத்தார். ஆனால் இந்த மருந்துகளின் விளைவு குன்றியபோது, அந்த இளைஞர் மீண்டும் பதற்றம் கொண்டார், பலவீனமாக உணர்ந்தார்.

அவருடைய காதல் வாழ்க்கையைப் பற்றி நான் அவரிடம் கேட்டேன். தனக்கு நிச்சயிக்கப்பட்டிருந்த அழகான இளம்பெண், விற்பனை வேலை நிமித்தமாகத் தான் வெளியூர் சென்றபோதெல்லாம் இன்னொருவருடன் பழகிக் கொண்டிருந்ததாக அவர் கூறினார். இதுதான் அவருடைய கவலைக்கும் படபடப்பிற்கும் காரணம். அப்பெண்ணைத் தான் இழந்துவிடுவோமோ என்று அவர் பயந்தார். அவருடைய களைப்பும் மனச்சோர்வும் இப்பெண்ணைப் பற்றிய கவலையின் விளைவே.

மனஅழுத்தமும் இறுக்கமும் கவலையும் உடலைச் சோர்வடையச் செய்துவிடும், முற்றிலுமாகச் செயலிழக்கச்

செய்துவிடும் என்று மருத்துவர்கள் தெளிவாக நிரூபித்துள்ளதை நான் அவருக்குச் சுட்டிக்காட்டினேன். என்னுடைய பரிந்துரையின்படி, தன் வருங்கால மனைவியுடனான பிரச்சனையை அவர் நேருக்கு நேர் எதிர்கொண்டார். அவர்கள் இருவரும் ஒருவருக்கொருவர் மனம்விட்டுப் பேசித் தங்களுக்கு இடையேயான பிரச்சனையைத் தீர்த்துக் கொண்டனர். இந்த இளைஞர் வெளியூர் சென்றபோதெல்லாம் மிகவும் தனிமையாக உணர்ந்த அப்பெண், தன் உறவினர் ஒருவருடன் உள்ளூரில் சில திரைபடங்களுக்குச் சென்றிருந்தார், அவ்வளவுதான்.

குழப்பம் தீர்ந்தவுடன், இந்த இளைஞர் மீண்டும் வலுப் பெற்றார். அவருடைய தோற்றம் நூறு சதவீதம் மேம்பட்டது. ஒருசில வாரங்களில் அவர் அப்பெண்ணை மணமுடித்தார். தெய்வீக அன்பு அவர்களை ஒன்றிணைத்து வைத்தது.

தொலையுணர்வும் ஆஸ்துமா பிரச்சனையும்

பெண்கள் சங்கம் ஒன்றில் சமீபத்தில் நான் பேசினேன். அப்போது நடைபெற்றக் கேள்வி—பதில் நிகழ்ச்சியின்போது, டிரினிடேட் நகரைச் சேர்ந்த ஒரு பெண், தான் ஒரு வழிபாட்டுத் தலத்தைக் கடந்து சென்றபோதெல்லாம் தனக்கு ஆஸ்துமா பாதிப்பு ஏற்பட்டதற்கான காரணம் என்ன என்று என்னிடம் கேட்டார். அது ஒரு யூதக் கோவிலாக இருந்தாலும் சரி, அல்லது ஒரு கத்தோலிக்க தேவாலயமாக இருந்தாலும் சரி, தனக்கு அப்போது ஆஸ்துமா பிரச்சனை ஏற்பட்டதாக அவர் கூறினார். அவருடைய வாழ்வில் ஏற்பட்ட ஏதோ ஒரு மோசமான நிகழ்வு அவருடைய ஆழ்மனத்தில் இன்னும் பதிந்திருக்கக்கூடும் என்றும், ஒரு வ்ழிபாட்டுத் தலம் அவருக்கு அந்த மனக்காயத்தை நினைவுபடுத்தியிருக்கும் என்றும் நான் அவரிடம் கூறினேன்.

அப்பெண் சிறிது நேரம் யோசித்துவிட்டு, சில வருடங்களுக்கு முன்பு தானும் தன் குடும்பத்தினரும் ஒரு தேவாலயத்தில் காத்துக் கொண்டிருந்தபோது, தன்னுடைய வருங்காலக் கணவன் ஒரு விபத்தில் கொல்லப்பட்டிருந்த செய்தியை ஒருவர் தன்னிடம் தெரிவித்ததாகவும், அந்த நேரத்திலிருந்து தான் எப்போது ஒரு தேவாலயத்தைக் கடந்து சென்றாலும் தனக்கு ஆஸ்துமா பாதிப்பு ஏற்பட்டதாகவும், ஒருசில நிமிடங்களுக்குப் பிறகு தானாகவே அது சரியானதாகவும் அவர் கூறினார்.

இறந்துவிட்ட அந்நபரைக் கடவுளிடம் ஒப்படைத்துவிடுமாறு நான் அவருக்குப் பரிந்துரைத்தேன். அந்த விபத்திற்கும்

இப்பெண்ணுக்கும் எந்தத் தொடர்பும் இல்லை என்று கூறிய நான், இறந்துவிட்ட அந்நபரின் வாழ்க்கை இவருடைய கட்டுப்பாட்டில் இருக்கவில்லை என்பதையும், அவருடைய மரணத்திற்கு இவர் பொறுப்பல்ல என்பதையும் அவருக்கு உணர்த்தினேன். அதன்படி, ஒவ்வோர் இரவிலும் அப்பெண் இவ்வாறு சுயபிரகடனம் செய்தார்:

"என்னுடைய முன்னாள் காதலனைக் கடவுளிடம் முழுமையாக நான் ஒப்படைக்கிறேன். என் அன்புக்குரியவனைக் குறித்து அன்பையும் சமாதானத்தையும் மகிழ்ச்சியையும் நான் வெளிப்படுத்துகிறேன். அவன் கடவுளை நோக்கிப் பயணித்திருக்கிறான் என்பதை நான் அறிவேன். நான் அவனைப் பற்றி சிந்திக்கும்போதெல்லாம், 'நான் உன்னைக் கடவுளிடம் ஒப்படைத்துள்ளேன். கடவுள் உன்னுடன் இருக்கட்டும்!' என்று எனக்கு நானே கூறிக் கொள்வேன்."

மறுநாளே அருகிலிருக்கும் ஏதோ ஒரு தேவாலயத்திற்குச் செல்லுமாறு நான் அவருக்குப் பரிந்துரைத்தேன். அங்கு போகும்போது, "தெய்வீக அன்பு எனக்கு முன்னால் செல்கிறது. என் பாதை நேரானதாகவும் மகிழ்ச்சியும் பேரானந்தமும் நிரம்பியதாகவும் இருக்கும்படி அது பார்த்துக் கொள்கிறது. தெய்வீக ஒழுங்கின்படியும் தெய்வீக அன்புடனும் பிரார்த்திப்பதற்காக நான் இப்போது தேவாலயத்திற்குச் சென்று கொண்டிருக்கிறேன்," என்று இதயப்பூர்வமாகக் கூறிக் கொள்ளுமாறு நான் கூறினேன்.

அவர் இந்தப் பிரார்த்தனை உத்தியைப் பயன்படுத்தினார். பிறகு ஒரு தேவாலயத்திற்கும் சென்று வந்தார். மறுநாள் அவர் முற்றிலும் குணமடைந்தார். "எந்த விஷயத்தைச் செய்ய நீங்கள் பயப்படுகிறீர்களோ, அதை உடனடியாகச் செய்துவிடுங்கள். அப்போது உங்கள் பயத்திற்குச் சாவுமணி அடிக்கப்பட்டுவிடும்," என்று எமர்சன் கூறியுள்ளார். அப்பெண் துல்லியமாக இதைத்தான் செய்தார். அன்பு பயத்தை விரட்டியடித்துவிடும் என்பதை அவர் நிரூபித்தார்.

தொலையுணர்வும் பாரபட்சமற்ற சிந்தனையும்

உலகளாவிய கோட்பாடுகள் மற்றும் நிரந்தமான உண்மைகளின் கண்ணோட்டத்திலிருந்து நீங்கள் சிந்திக்கும்போது, நீங்கள் உண்மையிலேயே சிந்தித்துக் கொண்டிருக்கிறீர்கள் என்று அர்த்தம். இக்கோட்பாடுகளும் உண்மைகளும் ஒருபோதும் மாறுவதில்லை. அவை நேற்று எப்படி இருந்தனவோ, இன்றும் அப்படியேதான் இருக்கின்றன, என்றென்றைக்கும்

அப்படியேதான் இருக்கும். ஒரு கணிதவியலாளர், கணிதக் கோட்பாடுகளின் கண்ணோட்டத்திலிருந்துதான் சிந்திப்பாரே தவிர, மக்களுடைய அபிப்பிராயங்களின் அடிப்படையில் அல்ல. உள்ளூர் செய்தித்தாள்களில் இடம்பெறும் தலைப்புச் செய்திகள், வானொலிப் பிரச்சாரங்கள், பாரம்பரியம், சடங்கு சம்பிரதாயங்கள் ஆகியவற்றுக்கு நீங்கள் எதிர்வினையாற்றிக் கொண்டிருக்கிறீர்கள் எனும்போது, உண்மையில் நீங்கள் சிந்தித்துக் கொண்டிருக்கவில்லை என்று பொருள்.

உங்கள் எண்ணங்களில் ஏதேனும் பயமோ, கவலையோ, அல்லது பதற்றமோ இருந்தால், நீங்கள் உண்மையிலேயே சிந்தித்துக் கொண்டிருக்கவில்லை என்று அர்த்தம். உண்மையான சிந்தனையில் பயத்திற்கும் எதிர்மறைக்கும் இடமில்லை. புறக் காரணிகளை நீங்கள் காரணம் காட்டும்போதுதான் பய எண்ணங்கள் முளைக்கின்றன. புற விஷயங்கள் விளைவுகளே அன்றிக் காரணங்கள் அல்ல. உங்கள் எண்ணமும் உணர்வும்தான் காரணங்கள். ஒவ்வொரு புறச் சூழ்நிலையும் ஒவ்வொரு புறச் சூழலும் மாறுதலுக்கு உட்பட்டவை.

உங்கள் மனத்தில் ஏதேனும் எண்ணங்களோ அல்லது யோசனைகளோ முளைவிடும்போது, என்றும் மாறாத உண்மைகளின் கண்ணோட்டத்திலிருந்து அவற்றை ஆய்வு செய்யுங்கள். பிறகு, ஆன்மீகக் கோட்பாடுகளின் கண்ணோட்டத்திலிருந்து எது உண்மை என்று ஒரு முடிவுக்கு வாருங்கள்.

எடுத்துக்காட்டாக, இணக்கம் எனும் ஒரு கொள்கை இருக்கிறது. ஆனால் முரண்பாடு என்ற எந்தக் கொள்கையும் கிடையாது. உண்மை என்ற ஒரு கொள்கை இருக்கிறது. ஆனால் பிழை என்று எந்தக் கொள்கையும் கிடையாது. வாழ்க்கை எனும் ஒரு கொள்கை இருக்கிறது, மரணம் பற்றி எதுவும் கிடையாது. அன்பு எனும் ஒரு கொள்கை இருக்கிறது, பகைமைக்கென்று எதுவும் கிடையாது. மகிழ்ச்சி என்ற ஒரு கொள்கை இருக்கிறது, ஆனால் வருத்தத்திற்கென்று எதுவும் கிடையாது. அபரிமிதம் எனும் ஒரு கொள்கை இருக்கிறது, ஆனால் ஏழ்மைக்கென்று எதுவும் கிடையாது. ஆரோக்கியம் என்ற ஒரு கொள்கை இருக்கிறது, ஆனால் நோய்க்கென்று எதுவும் கிடையாது. அழகுக் கொள்கை என்ற ஒன்று இருக்கிறது, ஆனால் அவலட்சணத்திற்கென்று எதுவும் இல்லை. சரியான நடவடிக்கை என்ற ஒரு கொள்கை இருக்கிறது, ஆனால் தவறான நடவடிக்கைக்கென்று எதுவும் இல்லை. ஒளி என்ற ஒரு கொள்கை இருக்கிறது, ஆனால் இருட்டிற்கு எதுவும் கிடையாது.

நோய் என்ற ஒரு கொள்கை இருந்தால், யாரையும் குணப்படுத்த முடியாது. நோயுற்றிருப்பது இயற்கைக்குப் புறம்பானது. ஆரோக்கியமாக இருப்பதுதான் இயல்பானது. தேர்ந்தெடுப்பதற்கான சக்தி உங்களுக்கு இருப்பதால், பயம், கவலை, கோபம், பகைமை போன்ற மோசமான எண்ணங்களை உங்கள் ஆழ்மனத்தில் உங்களால் பதிய வைக்க முடியும். ஆனால் அதன் விளைவாக, முழுமை, இணக்கம், அன்பு ஆகிய கொள்கைகளை நீங்கள் மீறுகிறீர்கள். உங்களுடைய மோசமான எண்ணங்களால் ஏற்படக்கூடிய மோசமான விளைவுகளை நீங்கள் நிச்சயமாக எதிர்கொள்வீர்கள்.

உண்மையான, நேர்மையான, நியாயமான, தூய்மையான, அழகான, நல்ல எண்ணங்களை மட்டுமே எண்ணப் போவதாக இப்போதே தீர்மானித்துக் கொள்ளுங்கள்.

சராசரிகள் விதியிலிருந்து மீள்வதற்கான வழியைத் தொலையுணர்வு காட்டுகிறது

ஒருசில வாரங்களுக்கு முன்பு, ஒரு நிறுவனத்தில் பத்து வருடங்களாக வேலை பார்த்திருந்தும் பதவி உயர்வோ அல்லது சம்பள உயர்வோ பெற்றிராத ஒரு பட்டதாரி இளைஞரை நான் சந்தித்தேன். தன்னைவிடக் குறைவான அறிவும் குறைவான கல்வித் தகுதியும் கொண்ட பலர் தன் நிறுவனத்தில் தன் கண்முன்னே பதவி உயர்வும் சம்பள உயர்வும் பெற்று வெற்றி ஏணியில் படிப்படியாக ஏறி முன்னேறிக் கொண்டிருந்ததைத் தான் கண்டதாக அவர் கூறினார். இவர் சராசரிகள் விதிப்படி இயங்கிக் கொண்டும் உற்பத்தி செய்து கொண்டும் இருந்தார்.

சராசரிகள் விதி என்பது மனிதகுலத்தின் பெரும்பகுதியினரின் மனத்தைக் குறிக்கிறது. தோல்வி, பற்றாக்குறை, குறைபாடு, துரதிர்ஷ்டம் போன்றவற்றைப் பற்றியே பெரும்பாலான மக்கள் சிந்திக்கின்றனர், அவைதான் வாழ்வின் யதார்த்தங்கள் என்று அவர்கள் நம்புகின்றனர். இந்த ஒட்டுமொத்த மனம் பாரம்பரிய நம்பிக்கைகளால் பெரிதும் கட்டுப்படுத்தப்படுகிறது. எனவே, இது பெரும்பாலும் எதிர்மறையானதாகவே உள்ளது.

அந்த இளைஞர் தன்மீது கடுங்கோபம் கொண்டார். அவர் தனக்காக சிந்திக்கவில்லை என்றால், ஒட்டுமொத்த மனத்தின் போக்கிற்கு அவர் பலியாகிவிடுவார் என்று நான் அவரை எச்சரித்தேன். என்னுடைய பரிந்துரையின்படி, அவர் தன் வெளிமனத்தை ஆன்மீகரீதியாகத் தூண்டத் துவங்கினார்.

விரைவில், அது அவருடைய ஆழ்மனத்தை முடுக்கிவிட்டது. ஆன்மீகரீதியான சிந்தனைக்கும் சராசரியான சிந்தனைக்கும் இடையேயான பரந்த வேறுபாட்டை அவர் விரைவில் உணர்ந்து கொண்டார். பின்வரும் சுயபிரகடனத்தை தினமும் பல முறை அவர் கூறினார்:

“பதவி உயர்வு இப்போது என்னுடையதாகிவிட்டது. வெற்றி இப்போது என்னுடையதாகிவிட்டது. சரியான நடவடிக்கை இப்போது என்னுடையதாகிவிட்டது. செல்வம் இப்போது என்னுடையதாகிவிட்டது. ஒவ்வொரு நாளும் ஒவ்வோர் இரவும் ஆன்மீகரீதியாகவும் மனரீதியாகவும் பௌதீகரீதியாகவும் சமூகரீதியாகவும் பொருளாதாரரீதியாகவும் நான் தொடர்ந்து முன்னேறிக் கொண்டிருக்கிறேன், வளர்ச்சியடைந்து கொண்டிருக்கிறேன், செழிப்படைந்து கொண்டிருக்கிறேன். நான் எதைப் பற்றி சிந்திக்கிறேனோ அதுவாகவே ஆகிறேன் என்பதை நான் அறிவேன். நான் சுயபிரகடனம் செய்கின்ற இந்த உண்மைகளை நான் நம்புகிறேன். அவை என் ஆழ்மனத்திற்குள் பதிவாகின்றன. இந்த யோசனைகளை விசுவாசத்தோடும் நேர்மறையான எதிர்பார்ப்போடும் நாளும் பொழுதும் நான் பேணி வளர்க்கிறேன். என் பிரார்த்தனைக்கு விடையளிக்கப்பட்டுக் கொண்டிருப்பதற்காக நான் நன்றி கூறுகிறேன்.”

இந்த இளைஞர் தன் சிந்தனை வாழ்க்கையை ஒழுங்குபடுத்தினார். பயம், பற்றாக்குறை, சுயவிமர்சனம் ஆகியவை பற்றிய எண்ணங்கள் தன் மனத்தில் தலைதூக்கியபோதெல்லாம், அந்த எதிர்மறை எண்ணங்களை அவர் உடனே களைந்தெறிந்தார். ஒருசில நிமிடங்களில், அந்த எதிர்மறை எண்ணங்கள் தம் வேகத்தை இழந்தன. இப்போது மூன்று மாதங்களுக்குப் பிறகு, அவர் தன் நிறுவனத்தின் துணைத் தலைவராக இருக்கிறார். தான் தனக்குத் தானே பதவி உயர்வு கொடுத்திருந்ததையும், தன்னுடைய எண்ணங்கள்தான் தன் தலைவிதியைத் தீர்மானித்தன என்பதையும் அவர் உணர்ந்து கொண்டார்.

“நான் சிறையில் இருக்க வேண்டியவன்!”

ஒருநாள் மாலைப் பொழுதின்போது, சுமார் அறுபது வயது நிரம்பிய ஒருவர் என்னைப் பார்க்க வந்தார். தன் மனம் குற்றவுணர்வாலும் பின்வருத்தத்தாலும் திணறிக் கொண்டிருந்ததாக அவர் கூறினார். என்னைப் பார்ப்பதற்கு இரண்டு வாரங்களுக்கு முன்பு அவர் எனக்குத் தொலைபேசி அழைப்பு விடுத்திருந்தார். அப்போது, ஒரு தலைசிறந்த பொது

மருத்துவராக இருந்த என்னுடைய நண்பர் ஒருவரிடம் நான் அவரை அனுப்பி வைத்தேன். அவருடைய ரத்த அழுத்தம் அபாயகரமான அளவில் மிக அதிகமாக இருந்ததாகவும், அவர் மிகத் தீவிரமான மனநலப் பிரச்சனைக்கு ஆளாகக்கூடிய ஆபத்து இருந்ததாகவும் என் நண்பர் அவரிடம் கூறினார். அவர் கொடுத்த மருந்துகள் அந்நபரின் ரத்த அழுத்தத்தை ஓரளவு குறைத்தன. தூங்குவதற்கும் அவர் சில தூக்க மாத்திரைகளை உட்கொண்டார். "என் ஆன்மாவிற்கும் மருந்து தேவை. நான் செய்த காரியத்திற்கு நான் சிறையில் இருந்தாக வேண்டும்," என்று அந்நபர் என்னிடம் கூறினார்.

தன் மனத்தில் இருந்ததை வெளிப்படையாக ஒப்புக் கொள்வது அவருடைய காயத்தை ஆற்றும் என்று நான் அவருக்கு விளக்கினேன். அதையடுத்து, தான் செய்த பல குற்றங்களை அவர் வெளிப்படையாகக் கூறினார். குற்றவுணர்வு அவருடைய மனத்தை உள்ளிருந்து அரித்துக் கொண்டிருந்தது.

"இச்செயல்களை நீங்கள் மீண்டும் செய்வீர்களா?" என்று நான் அவரிடம் கேட்டேன். "நிச்சயமாகச் செய்ய மாட்டேன். நான் இப்போது ஒரு புதிய வாழ்க்கையை வாழ்ந்து கொண்டிருக்கிறேன். நான் திருமணமானவன். என்னுடைய பெண்கள் இருவரும் இப்போது மருத்துவக் கல்லூரியில் படித்துக் கொண்டிருக்கிறார்கள்," என்று அவர் பதிலளித்தார். உடல்ரீதியாகவும், உளரீதியாகவும், உணர்ச்சிரீதியாகவும், ஆன்மீகரீதியாகவும் அவர் இப்போது ஒரு வித்தியாசமான மனிதராக ஆகியிருந்தார் என்பதை நான் அவருடைய கவனத்திற்குக் கொண்டு வந்தேன். குற்றங்களைச் செய்த நபர் வேறு, இவர் வேறு என்று அவரிடம் விளக்கிய நான், தன்னைத் தானே கண்டித்துக் கொள்வதை அவர் நிறுத்த வேண்டும் என்று அவரிடம் உறுதியாகக் கூறினேன்.

உடல் மற்றும் மனத்தின் சுயபுதுப்பிப்புச் செயல்முறை

பதினோரு மாதங்களுக்கு ஒருமுறை நாம் ஒரு 'புதிய' உடலைப் பெறுகிறோம் என்று அறிவியலறிஞர்கள் கூறுகின்றனர். இந்நபர், வாழ்க்கை குறித்தத் தன்னுடைய மனரீதியான கண்ணோட்டத்தையும் உணர்ச்சிரீதியான கண்ணோட்டத்தையும் முற்றிலுமாக மாற்றியிருந்தார். ஆன்மீக உண்மைகள்மீது அவர் ஆர்வம் கொண்டார். அவர் ஒரு

கண்ணியமான வாழ்க்கையை வாழத் தொடங்கினார். எனவே, பல குற்றங்களைப் புரிந்த அந்த மனிதர் மறைந்துவிட்டார். இவர் முற்றிலும் புதியதொரு மனிதராகப் பிறப்பெடுத்திருந்தார்.

வாழ்க்கைக் கோட்பாடு யாரையும் ஒருபோதும் தண்டிப்பதில்லை, கண்டிப்பதில்லை. மனிதன்தான் தன்னுடைய மனவிதிகளைத் தவறான முறையில் பயன்படுத்தித் தன்னைத் தானே தண்டித்துக் கொள்கிறான், கண்டித்துக் கொள்கிறான். அவர் தன்னைத் தானே மன்னித்துக் கொள்ளும்போதும், சரியான சிந்தனை, சரியான செயல், சரியான உணர்வு ஆகியவற்றின் மூலம் தன் மனவிதிகளை முறையாகப் பயன்படுத்தும்போதும், அவரது புதிய எண்ணங்களின் இயல்புக்கு ஏற்றவாறு அவருடைய ஆழ்மனத்திலிருந்து தானாக ஒரு பதில் வரும். அப்போது கடந்தகாலம் முற்றிலுமாக மறக்கப்பட்டுவிடும். ஒரு புதிய துவக்கம்தான் ஒரு புதிய முடிவு. ஏனெனில், துவக்கமும் முடிவும் ஒன்றுதான். விசுவாசம், உறுதியான நம்பிக்கை, அன்பு, மற்றவர் குறித்து நல்லெண்ணம் ஆகியவற்றுடன் ஒரு புதிய வாழ்க்கையைத் துவக்குங்கள். அதன் முடிவு பெருமைமிக்கதாகவும் அற்புதமானதாகவும் இருக்கும் என்பதை அறியுங்கள். மேற்கூறப்பட்ட நபரின் குற்றவுணர்வும் சுயகண்டனமும் அவரை வாட்டி வதைத்தன. சுயமன்னிப்பு அவரை விடுவித்து குணப்படுத்தியது. என்றும் மாறாத பேருண்மைகளைப் பற்றிய ஒரு மணிநேர உரையாடல் அவருடைய ஒட்டுமொத்த வாழ்க்கையையும் மாற்றியது. இன்று அவர் ஆரோக்கியமாகவும் மகிழ்ச்சியாகவும் இருக்கிறார்.

சுருக்கமாக . . .

1. உங்கள் எண்ணம்தான் முடிவில்லாப் பேரறிவுடனான உங்கள் பிணைப்புச் சங்கிலி. எண்ணங்கள்தான் இவ்வுலகை ஆட்டுவிக்கின்றன. எண்ணங்கள்தான் பொருட்களாகப் பரிணமிக்கின்றன. உங்கள் எண்ணங்கள் படைப்பாற்றல் கொண்டவை. தம்மைத் தாமே இயக்கிக் கொள்ளும் ஆற்றல் உங்கள் எண்ணங்களுக்கு இருக்கிறது. எனவே அவற்றின்மீது ஓர் ஆரோக்கியமான மதிப்புக் கொண்டிருங்கள்.
2. மனஅழுத்தமும் இறுக்கமும் கவலையும் உடலைச் சோர்வடையச் செய்துவிடும், முற்றிலுமாகச்

செயலிழக்கச் செய்துவிடும். தன் வருங்கால மனைவியை வேறொருவரிடம் இழந்துவிடுவோமோ என்ற பயத்தில் தூங்க முடியாமல் தவித்த ஒருவர், அப்பெண்ணிடம் பேசிப் பிரச்சனையை சுமூகமாகத் தீர்த்துக் கொண்டு அவரைத் திருமணம் செய்து கொண்டார். அவர் இப்போது மீண்டும் உற்சாகமாகவும் மகிழ்ச்சியாகவும் இருக்கிறார். தெய்வீக அன்பு அவர்களை ஒன்றுசேர்த்தது.

3. உண்மையான சிந்தனை என்பது உலகளாவிய கோட்பாடுகள் மற்றும் நிரந்தமான உண்மைகளின் கண்ணோட்டத்திலிருந்து சிந்திப்பதாகும். இந்தக் கோட்பாடுகளும் உண்மைகளும் ஒருபோதும் மாறுவதில்லை. அவை நேற்று எப்படி இருந்தனவோ, இன்றும் அப்படித்தான் இருக்கின்றன, என்றென்றைக்கும் அப்படியேதான் இருக்கும். உங்கள் சிந்தனையில் பயமோ, கவலையோ, அல்லது சந்தேகமோ இருந்தால், நீங்கள் உண்மையிலேயே சிந்தித்துக் கொண்டிருக்கவில்லை என்று பொருள்.

4. அறிவியற்பூர்வமாக சிந்திக்கும் ஒருவர், தன்னைக் கட்டுப்படுத்துவதற்கும் தன்மீது ஆதிக்கம் செலுத்துவதற்குமான சக்தியை வெளியில் உள்ள ஒருவருக்கோ அல்லது ஒரு சூழலுக்கோ ஒருபோதும் கொடுப்பதில்லை. அவர் அந்த சக்தியையும் அர்ப்பணிப்பையும் தனக்குள் இருக்கும் சர்வவல்லமை வாய்ந்த கடவுளின் இருத்தலுக்கு மட்டுமே கொடுக்கிறார்.

5. இணக்கம், அன்பு, மகிழ்ச்சி, உண்மை, ஆரோக்கியம் ஆகிய கோட்பாடுகள் இருக்கின்றன. ஆனால் பகைமை, வருத்தம், பொய்மை, நோய் ஆகியவற்றைக் குறித்தக் கோட்பாடுகள் எதுவும் கிடையாது.

6. சராசரிகள் விதி என்பது இவ்வுலகிலுள்ள அனைத்து மக்களின் வழக்கமான சிந்தனையைக் குறிக்கிறது. இச்சிந்தனையின் பெரும்பகுதி எதிர்மறையானது. நோய், பேரழிவு, துரதிர்ஷ்டம், இன்னல்கள், மூடநம்பிக்கைகள் ஆகியவற்றையே பெரும்பாலான மக்கள் நம்புகின்றனர். சிலர் ஆக்கப்பூர்வமாக சிந்திக்கின்றனர் என்பது உண்மைதான். ஆனால் பெரும்பான்மை மக்களின் சிந்தனை எதிர்மறையானதாகத்தான் இருக்கிறது. உங்களுக்காக நீங்கள் சிந்திக்காவிட்டால், பொறாமையும்

பயமும் பகைமையும் மூடநம்பிக்கைகளும் கலந்த, ஒட்டுமொத்த மக்களின் மட்டுப்படுத்தப்பட்ட சிந்தனை உங்கள்மீது எதிர்மறைத் தாக்கம் விளைவித்து உங்களுக்காக சிந்திக்கத் தொடங்கிவிடும். இந்த மட்டுப்படுத்தப்பட்ட சிந்தனையைவிட்டு வெளியேறுங்கள். சராசரிகளிடமிருந்து விலகி நில்லுங்கள். உங்களுக்காக நீங்களே சிந்தியுங்கள்.

19

தொலையுணர்வு எவ்வாறு மனவிதியை முடுக்கிவிடுகிறது

சமீபத்தில், கடும் மனச்சோர்வுக்கு ஆளாகியிருந்த ஒரு பெண் என்னைப் பார்க்க வந்தார். அவருக்குத் திருமணமாகி ஐம்பது ஆண்டுகள் ஆகியிருந்தன. இப்போது அவருடைய கணவர் திடீரென்று அளவுக்கதிகமாகக் குடிக்கத் தொடங்கியிருந்தார். அவர் கிட்டத்தட்ட அப்பழக்கத்திற்கு அடிமையாகும் ஆபத்தான நிலையில் இருந்தார். தன் கணவருக்காக அப்பெண் பிரார்த்தனை செய்வது தவறு என்று அவருடைய ஆன்மீகத் தோழியரும் கூட்டாளிகளும் அவரிடம் கூறினர். குடிப்பழக்கத்தை நிறுத்துவதற்கு அவருடைய கணவர்தான் முதலில் சொந்தமாக முயற்சி எடுக்க வேண்டும் என்று அவர்கள் அதற்குக் காரணம் கற்பித்தனர்.

இதெல்லாம் அர்த்தமற்றது என்று நான் அவருக்கு விளக்கினேன். பிறகு, பிரார்த்தனைச் சிகிச்சையைப் பற்றி நான் அவருக்கு எடுத்துக்கூறினேன். பிரார்த்தனைச் சிகிச்சை என்பது மனரீதியாக அடுத்தவரைக் கட்டுப்படுத்துவதோ அல்லது அவர்மீது தாக்கம் விளைவிப்பதோ அல்ல என்று நான் அவருக்கு விளக்கினேன். “நீங்கள் ஒரு தெருவின் வழியாக நடந்து சென்று கொண்டிருக்கும்போது, உங்களுக்கு எதிரே வரும் ஒரு பெண் திடீரென்று மாரடைப்பால் நிலை தடுமாறிக் கீழே விழுந்துவிட்டால், ஒரு ஆம்புலன்ஸை வரவழைத்து அப்பெண்ணுக்குத் தேவையான உதவியை நீங்கள் செய்ய மாட்டீர்களா? உண்மையைக் கூறினால், நீங்கள் அவ்வாறு செய்யாமல் இருப்பதற்கு உங்களுக்கு எந்த உரிமையும் இல்லை. அச்சூழ்நிலைக்குப் பொருத்தமான நடவடிக்கையை மேற்கொள்ள வேண்டியது உங்கள் கடமை,” என்று நான் அவரிடம் கூறினேன்.

உடல்ரீதியான நோய்கள், மனரீதியான பிரச்சனைகள், ஏழ்மை, குடிப்பழக்கம், போதை மருந்துப் பழக்கம் போன்றவை நமக்குள் இருக்கும் தெய்வீகத்திற்கு எதிரானவை. ஏனெனில், அந்த தெய்வீகம் முழுமையானது, தூய்மையானது, கச்சிதமானது. ஒருவர் பிரச்சனைக்கு உள்ளாகியிருக்கும்போது, பிரார்த்தனைச் சிகிச்சையைப் பற்றி அவருக்குத் தெரிந்திருந்தாலும் சரி, இல்லாவிட்டாலும் சரி, தனக்காகப் பிரார்த்தனை செய்யுமாறு அவர் கேட்டுக் கொண்டாலும் சரி, இல்லாவிட்டாலும் சரி, அவருக்காக நீங்கள் பிரார்த்தனை செய்வதுதான் சரியான நடவடிக்கை, அதுதான் தெய்வீக ஒழுங்கு. நோய்வாய்ப்பட்டிருக்கும் உங்கள் தந்தையோ, தாயோ, அல்லது நண்பரோ தனக்காகப் பிரார்த்தனை செய்யுமாறு உங்களைக் கேட்டுக் கொள்ளவில்லை என்பதற்காக நீங்கள் அவர்களுக்காகப் பிரார்த்தனை செய்யாமல் இருப்பது வடிகட்டிய முட்டாள்தனமாகும்.

இன்னொருவருக்காக நீங்கள் பிரார்த்தனை செய்யும்போது, கடவுளுக்கு எது உண்மையோ, அது நீங்கள் பிரார்த்தனை செய்து கொண்டிருக்கும் நபருக்கும் உண்மைதான் என்று நீங்கள் வலியுறுத்துகிறீர்கள். அடுத்தவரிடம் இருக்கும் தெய்வீக இருத்தலை நீங்கள் அடையாளம் காண்கிறீர்கள். கடவுளின் பண்புநலன்களையும் அம்சங்களையும் உங்கள் எண்ணத்திலும் உங்கள் உணர்விலும் நீங்கள் மீண்டும் கட்டியெழுப்புகிறீர்கள். ஒரே ஒரு மனம் மட்டுமே இருப்பதால், இந்த ஆதிக்கமான பண்புநலன்கள் அவருடைய மனத்திலும் கட்டியெழுப்பப்படுகின்றன.

நீங்கள் நோய்வாய்ப்பட்டிருக்கும்போது எப்படிப் பிரார்த்தனை செய்ய வேண்டும்

உங்களுக்குள் இருக்கும் கடவுளிடம் உங்கள் கவனத்தைக் குவியுங்கள். அவருடைய இணக்கம், அமைதி, முழுமை, அழகு, எல்லையற்ற அன்பு, அளப்பரிய சக்தி ஆகியவற்றை உங்களுக்கு நீங்களே நினைவுபடுத்திக் கொள்ளுங்கள். கடவுள் உங்களை நேசிக்கிறார், அவர் உங்கள்மீது அக்கறை கொண்டிருக்கிறார் என்பதை அறியுங்கள். நீங்கள் இவ்வழியில் பிரார்த்தனை செய்யும்போது, உங்கள் பயம் மெல்ல மெல்ல மறைந்துவிடும்.

கடவுளையும் அவருடைய அன்பையும் நோக்கி உங்கள் மனத்தைத் திருப்புங்கள். ஒரே ஒரு குணமாக்கும் இருத்தலும்

சக்தியும்தான் இருக்கின்றன என்பதை உணருங்கள். கடவுளின் செயலை எதிர்த்து நிற்கக்கூடிய எந்த சக்தியும் இவ்வுலகில் இல்லை என்பதைப் புரிந்து கொள்ளுங்கள். குணமாக்கும் இருத்தலின் வலிமைமிக்க சக்தி உங்களின் ஊடாகப் பாய்ந்தோடி, உங்களை அணுவணுவாக முழுமையாக்குகிறது என்று அமைதியாகவும் அன்பாகவும் சுயபிரகடனம் செய்யுங்கள். கடவுளின் இணக்கமும் அழகும் வாழ்க்கையும், வலிமை, அமைதி, சக்தி, அழகு, முழுமை, சரியான நடவடிக்கை ஆகியவற்றின் வடிவில் உங்கள் உடலில் தம்மை வெளிப்படுத்துகின்றன என்பதை அறியுங்கள். இதை நீங்கள் உணர்ந்து கொண்டு பிரார்த்தனை செய்யும்போது, அடுத்தவருடைய உடலில் உள்ள நோய், கடவுளின் அன்பின் ஒளியில் கரைந்தோடிவிடும். அடுத்தவருக்காகப் பிரார்த்தனை செய்யும்போது, அவருடைய பெயரைக் குறிப்பிட்டுக் கடவுளிடம் முறையிடுங்கள்.

தீய ஆவிகளால் தான் ஆட்கொள்ளப்பட்டிருந்ததாக வலியுறுத்திய நபர்

பல வருடங்களாக, தீய ஆவிகளால் தாங்கள் ஆட்கொள்ளப்பட்டுள்ளதாகக் கூறிய எண்ணற்ற மனிதர்களை இங்கிலாந்து மற்றும் அயர்லாந்து மருத்துவமனைகளில் நான் சந்தித்து, அவர்களுக்கு ஆலோசனை வழங்கியுள்ளேன்.

சுமார் அறுபது வயது கொண்ட ஒருவர், இது தொடர்பாக சமீபத்தில் என்னை சந்தித்தார். அவருடைய கதை சுவாரசியமானது. தன்னைப் பல தீய ஆவிகள் ஆட்கொண்டிருந்ததாகவும், வினோதமான விஷயங்களைச் செய்ய அவை தம்மைத் தூண்டியதாகவும் அவர் கூறினார். மூன்று வருடங்களுக்கு முன்பு அவருக்கு மின்னதிர்ச்சிச் சிகிச்சை கொடுக்கப்பட்டிருந்தது. அதன் பிறகு சில மாதங்கள் அவர் நலமாக இருந்தார். பிறகு அந்த ஆவிகள் மீண்டும் தன்னை ஆட்கொண்டு தன்னை வதைத்ததாக அவர் கூறினார். அவை அவரைப் பழித்தன, தகாத வார்த்தைகளால் தாக்கின. இதன் காரணமாக அவர் குடிப்பழக்கத்திற்கு அடிமையானார். இந்த ஆவிகள் இரவில் தன்னை அடித்து உதைத்ததாகவும், தன்னை அவை வெறுத்ததாகத் தன்னிடம் கூறியதாகவும், அவை தன்னைத் தூங்க விடவில்லை என்றும் அவர் கூறினார்.

விரட்டியடிக்கப்பட வேண்டிய எந்த ஆவியும் அவரிடம் இருக்கவில்லை என்பதை நான் உணர்ந்தேன். இவையெல்லாம் அவருடைய ஆழ்மனம் அவரிடம் கூறிக் கொண்டிருந்த

விஷயங்கள்தான் என்பது வெளிப்படையாகத் தெரிந்தது. இவருடைய மனைவி இவரிடமிருந்து விலகி ஓடிச் சென்று, வேறொருவரைத் திருமணம் செய்து கொண்டிருந்தார். அதனால் இவர் தன் முன்னாள் மனைவியின்மீது கடுமையான பகையுணர்வும் கோபமும் கொண்டார். இவருடைய மனம் முழுக்கக் கோபமும் வெறுப்பும் நிரம்பி வழிந்தன. அவரது கொடூரமான, அழிவுப்பூர்வமான சிந்தனை அவரது ஆழ்மனத்தில் பதிந்து, 'தீய' உருவங்களை உருவாக்கத் துவங்கியது. இந்தப் பகையுணர்வின் விளைவால் அவர் குற்றவுணர்வு கொள்ளத் தொடங்கினார். அந்தக் குற்றவுணர்வோடு பயமும் சந்தேகமும் சேர்ந்து கொண்டன.

அவருடைய பயத்தைப் போக்குவதற்கு நான் அவருக்கு ஒரு பிரார்த்தனையை எழுதிக் கொடுத்தேன். நான்கு மாதங்களாக வாரத்திற்கு ஒரு முறை அவர் என்னைப் பார்க்க வந்தார். பிரார்த்தனைச் செயல்முறையின் வாயிலாகத் தன் முன்னாள் மனைவியை அவர் தன் மனத்திலிருந்து முற்றிலுமாக விடுவித்தார். வாழ்வின் அனைத்து ஆசீர்வாதங்களும் தன் மனைவிக்குக் கிடைக்க வேண்டும் என்று அவர் மனதாரப் பிரார்த்தித்தார்.

"நம்முடைய கனவுகளில் மக்கள் நம்மிடம் பேசுகின்றனர். நாம் ஆழ்ந்த உறக்கத்தில் இருக்கும்போது சில சமயங்களில் நாமும் பேசுகிறோம். பகைமை, கோபம், வெறுப்பு ஆகிய உணர்வுகளை நாம் நம் ஆழ்மனத்திற்குள் பதிய வைத்தால், அந்த உணர்வுகளைத் தன் சொந்த வழியில் நம் வாழ்வில் மெய்ப்படுத்துவதைத் தவிர நம் ஆழ்மனத்திற்கு வேறு எந்த வழியும் இல்லை," என்று நான் அவருக்கு விளக்கினேன்.

இறுதியில், ஒரு நாள் இரவில் நான் தியானம் செய்து கொண்டிருந்தபோது, "தீய ஆவிகள்மீது இந்நபர் கொண்டிருக்கின்ற கண்மூடித்தனமான நம்பிக்கையைக் கண்டு நான் முற்றிலும் சலிப்படைந்துவிட்டேன். அவர் வெறுமனே தனக்குத் தானே பேசிக் கொண்டிருக்கிறார் என்பது எனக்குத் தெரியும். இவ்வுலகில் ஒரே ஒரு கடவுள்தான் இருக்கிறார், ஒரே ஒரு தெய்வீக மனம்தான் இருக்கிறது. அந்நபருக்குத் தெரியாத விஷயங்கள் எனக்குத் தெரியும். கடவுளின் அன்பை அவர் இக்கணத்தில் தன் இதயத்தில் உணர்கிறார்," என்று எனக்கு நானே கூறிக் கொண்டேன்.

மறுநாள் அவர் என்னைப் பார்க்க வந்தபோது, "நேற்றிரவு ஒரு வினோதமான விஷயம் நடந்தது. ஏசுபிரான் என் முன்னால் தோன்றி, 'இந்தத் தீய ஆவிகள் உண்மையானவை

அல்ல. அவை உன் சொந்த மனத்தில் உள்ள விஷயங்கள்தான். நீ இப்போது விடுவிக்கப்பட்டுவிட்டாய். நீ சுதந்திரமானவன்,' என்று கூறினார்," என்று தெரிவித்தார். இந்நபர் முழுமையாக குணமடைந்தார்.

இங்கு பொய்யான நம்பிக்கைகள் அகற்றப்பட வேண்டியிருந்தது மனநலப் பிரச்சனை கொண்டிருந்த அந்த நபரின் மனத்திலிருந்து மட்டுமல்ல. என் மனத்திலிருந்தும் அவை அகற்றப்பட வேண்டியிருந்தன. நானும் குணமாக்கப்பட வேண்டியிருந்தது. மற்றவர்களுக்காகப் பிரார்த்தனை செய்கின்ற நபருக்குத் தெரிந்திருக்கிறதோ இல்லையோ, அனைத்துப் பிரார்த்தனைச் சிகிச்சைகளிலும் இது உண்மை என்று நான் நம்புகிறேன்.

இந்த அபத்தமான, பொய்யான தீய சக்திகளைப் பற்றி நான் என் மனத்தில் ஒரு தெளிவான, திட்டவட்டமான முடிவுக்கு வந்தபோது, என்னுடைய நம்பிக்கை உடனடியாக அந்நபருக்குத் தெரிவிக்கப்பட்டது. ஒரே ஒரு மனம் மட்டுமே இருப்பதால், முழுமையும் அமைதியும் அவருடைய மனத்தில் மீண்டும் கட்டியெழுப்பப்பட்டன.

ஒரு பெண்ணின் தொலையுணர்வு அனுபவம் அவருடைய செல்வத்தை வெளிப்படுத்திய கதை

வில்ஷயர் எபெல் அரங்கில் ஒவ்வொரு ஞாயிற்றுக்கிழமையன்றும் நடைபெற்ற என்னுடைய சொற்பொழிவுகளில் கலந்து கொண்ட ஓர் இளம்பெண், ஒருசில நாட்களுக்கு முன்பு, சுமார் ஒரு வாரகாலம் தினமும் இரவில் தான் ஒரு விலாவாரியான கனவை அனுபவித்திருந்ததாகவும், அக்கனவில் தான் ஒரு கடப்பாறையைக் கொண்டு தன் வீட்டின் பின்புறத்தில் நிலத்தைத் தோண்டிக் கொண்டிருந்ததாகவும் என்னிடம் கூறினார். அக்கனவை அவர் அனுபவித்த ஒவ்வொரு முறையும் அவர் பெரும் உற்சாகத்தை உணர்ந்தார். இதைப் பற்றிய என்னுடைய அபிப்பிராயத்தை அவர் தெரிந்து கொள்ள விரும்பினார்.

கனவுகள் எப்போதுமே தனித்துவமானவை என்று கூறிய நான், தனக்குள் ஒளிந்திருந்த ஏதோ ஒரு புதையலை, அதாவது, ஒரு திறமையை அவர் தோண்டி எடுக்க வேண்டும் என்பது அவருடைய கனவின் பொருளாக இருக்கலாம் என்று கூறினேன். அவருக்கு அப்படிப்பட்ட உணர்வு எதுவும் ஏற்படவில்லை

என்றால், அவர் தன் சகோதரனையோ அல்லது தந்தையையோ அழைத்துத் தன் வீட்டின் பின்புற நிலத்தைத் தோண்டிப் பார்க்க வேண்டும் என்று நான் அவருக்குப் பரிந்துரைத்தேன். அவர் தன் தந்தையிடம் இது பற்றிக் கூறியபோது அவர் அதற்கு அரைகுறை மனத்தோடு சம்மதித்தார். ஆனால் அவர்கள் தங்கள் நிலத்தைத் தோண்டியபோது, 1898ம் ஆண்டைச் சேர்ந்த தங்க நாணயங்கள் அடங்கிய ஒரு மண் கலயத்தை அவர்கள் கண்டெடுத்தனர்.

அந்த நாணயங்கள் பல்லாயிரக்கணக்கான டாலர்கள் மதிப்புக் கொண்டவையாக இருந்தன. அந்தப் பணத்தைக் கொண்டு அவர் தன் கல்லூரிப் படிப்பை முடித்தார், தான் எப்போதும் விரும்பி வந்திருந்த ரோல்ஸ் ராய்ஸ் கார் ஒன்றை வாங்கினார். அவர் அப்பணத்தைக் கொண்டு தன் குடும்பத்தினரின் தேவைகளையும் நிறைவேற்றினார். செழிப்புக் குறித்தும், தன்னுடைய பட்டப்படிப்பை முடிப்பதற்கான ஒரு வழி வேண்டியும் இவர் எப்போதும் பிரார்த்தனை செய்து வந்திருந்தார். அவருடைய ஆழ்மனம் கனவுகள் வாயிலாக அவருக்குச் செயல்விடை அளித்தது.

தொலையுணர்வு ஒரு பெண்ணின் விரக்தியைப் போக்கிய கதை

இரண்டு இளம் மகன்களுக்குத் தாயான ஒரு கைம்பெண், தன்னோடும் தன் மகன்களோடும் இணக்கமாக இருக்கக்கூடிய ஒருவர் தனக்கு வாழ்க்கைத்துணைவராக வர வேண்டும் என்றும், அந்நபர் தன் மகன்களுக்கு ஓர் அற்புதமான தந்தையாக இருக்க வேண்டும் என்றும் பிரார்த்தனை செய்து வந்தார். அவருக்கு அடிக்கடிக் கனவுகள் ஏற்பட்டன. கிட்டத்தட்ட ஒவ்வொரு கனவிலும், அப்பெண் தன் பேருந்தைத் தவறவிட்டார், தினமும் தன் அலுவலகத்திற்குத் தாமதமாகச் சென்றார். அவருடைய அலுவலகத்தில் இருந்த யாரையேனும் அவர் விரும்பினாரா என்று நான் அவரிடம் கேட்டேன். தன்னுடைய நிறுவனத்தின் உதவித் தலைவர் பல முறை தன்னை வெளியே அழைத்துச் செல்ல விரும்பியிருந்ததாகவும், ஆனால் இது சரியான காரியமல்ல என்றும், இது தன்னுடைய நிறுவனத்தினருக்குப் பிடிக்காமல் போகக்கூடும் என்றும் தான் நினைத்ததால் அவருடைய அழைப்பை ஏற்கத் தான் எப்போதும் மறுத்து வந்திருந்ததாகவும் இப்பெண் கூறினார்.

அவருடைய பிரார்த்தனைக்கு விடையளிக்கப்பட்டிருந்தது, ஆனால் திருமணத்திற்கான ஓர் அற்புதமான வாய்ப்பை அவர் தவறவிட்டுக் கொண்டிருந்தார் என்பதை நான் அவருக்கு விளக்கினேன். அவருக்குக் கிடைத்திருந்த இந்த நல்ல வாய்ப்பைப் பயன்படுத்திக் கொள்ளுமாறு அவருடைய ஆழ்மனம் அவரைத் தூண்டிக் கொண்டிருந்தது. அடுத்த நாள் அவர் தன் அலுவலகத்திற்குச் சென்றபோது, அந்த உதவித் தலைவரை சந்தித்து, ஒருசில நாட்களுக்கு முன் அவர் தனக்கு விடுத்த அழைப்பை அப்போது ஏற்றுக் கொள்ளத் தன் சூழ்நிலை தன்னை அனுமதிக்கவில்லை என்றும், இப்போது அவருடன் வெளியே போகத் தனக்கு சம்மதம் என்றும் அவரிடம் கூறினார். ஒருசில வாரங்களில் அவர்கள் இருவரும் மகிழ்ச்சியாகத் திருமணம் செய்து கொண்டனர். அந்நபர் இப்பெண்ணுக்கும் அவருடைய மகன்களுக்கும் சரியானவராகவும் பொருத்தமானவராகவும் இருந்தார்.

தன் பிரார்த்தனைக்குத் தனக்குக் கொடுக்கப்பட்ட விடையை இப்பெண் தொடர்ந்து நிராகரித்து வந்திருந்தார். எனவே, ஒரு கனவின் வாயிலாக அவரிடம் பேசுவதைத் தவிர அவருடைய ஆழ்மனத்திற்கு வேறு வழி எதுவும் இருக்கவில்லை.

ஈர்ப்பு விதி உங்களுக்காக வேலை செய்ய அனுமதியுங்கள்

உங்கள் எண்ணங்கள் ஈர்ப்பு சக்தி கொண்டவை. "நம் எண்ணங்கள்தான் நம் வாழ்க்கையை உருவாக்குகின்றன," என்று மாபெரும் ரோமாபுரி மன்னரும் தத்துவவியலாளருமான மார்க்கஸ் அரீலியஸ் கூறியுள்ளார். உங்களுடைய ஆதிக்க எண்ணம் மற்ற அனைத்து எண்ணங்களையும் அடக்கியாள்கிறது. "தங்கள் மனப்போக்குகளை மாற்றிக் கொள்வதன் மூலம் மனிதர்களால் தங்கள் வாழ்க்கையை மாற்றிக் கொள்ள முடியும் என்பது என்னுடைய தலைமுறையின் மாபெரும் கண்டுபிடிப்பு," என்று 'அமெரிக்க உளவியலின் தந்தை' என்று அழைக்கப்படுகின்ற வில்லியம் ஜேம்ஸ் கூறியுள்ளார்.

நான் இன்று ஓர் அழகான, வசீகரமான, உற்சாகமான, நல்ல கல்வித் தகுதி கொண்ட பெண்ணிடம் பேசிக் கொண்டிருந்தபோது, அவர் தன்னுடைய அழிவுப்பூர்வமான, பகைமை நிறைந்த எண்ணங்களால் தன் வாழ்க்கைப் பாழாக்கிக் கொண்டிருந்தார் என்பதை நான் கண்டறிந்தேன். காலமாகிவிட்டத் தன் தந்தையைப் பற்றி அவர் கடுமையாகப்

பேசத் தொடங்கினார். அதோடு, தன் தாயின்மீது அவர் கடும் பகையுணர்வு கொண்டிருந்தார். தன்னுடைய ஏளனப் பேச்சு மற்றும் துடுக்குத்தனத்தால் ஒரே வருடத்தில் மூன்று வேலைகளை அவர் இழந்திருந்தார். அவர் உணர்ச்சிரீதியாகத் தனக்குத் தானே நஞ்சைக் கலந்து கொண்டிருந்தார். உடல்ரீதியாகவும் அவர் பிரச்சனைக்கு உள்ளாகியிருந்தார். வயிற்றுப் புண் மற்றும் வயிறு தொடர்பான வேறு பல பிரச்சனைகளுக்காக அவர் தொடர்ந்து சிகிச்சை பெற்று வந்தார்.

ஒட்டுமொத்த உலகமும் அவருக்காகத் திறந்திருந்ததாக நான் அப்பெண்ணுக்கு விளக்கினேன். அவர் இன்றிலிருந்தே தன்னை மேம்படுத்திக் கொள்ளத் தொடங்கலாம் என்று கூறிய நான், அவர் அவ்வாறு செய்தால், அவருடைய உடலும், சூழ்நிலைகளும், சமூக வாழ்க்கையும், பொருளாதார வாழ்க்கையும் அதிசயமான முறையில் கரைந்து, அவருடைய புதிய சிந்தைனைக்கு ஏற்றபடி உருமாறிவிடும் என்று விளக்கினேன்.

தன் எண்ணங்களை மாற்றிக் கொள்ளவும், தொடர்ந்து அவற்றைத் தக்க வைத்துக் கொள்ளவும் அவர் ஒப்புக் கொண்டார். தன் மனத்தில் ஓர் எதிர்மறை எண்ணம் முளைத்தபோதெல்லாம், உடனடியாக அதைக் களைந்துவிட்டு, அதற்கு பதிலாக அன்பான எண்ணங்களை அவர் சிந்திக்கத் தொடங்கினார். எதிர்மறை எண்ணங்களை முறையாகக் களைவதன் மூலம், தன் வாழ்க்கையைப் பாழாக்கிக் கொண்டிருந்த அழிவுப்பூர்வமான சிந்தனைப் போக்கைத் தன்னால் வெற்றிகரமாக உடைத்தெறிய முடியும் என்பதை அவர் புரிந்து கொண்டார்.

ஓர் ஆற்றல்மிக்க சுயபிரகடனம்

பின்வரும் சுயபிரகடனத்தை நான் அவருக்கு எழுதிக் கொடுத்துவிட்டு, அடிக்கடி அதைப் பயன்படுத்துமாறு அவரிடம் கூறினேன்:

“கடவுளின் பரிசுகள் இப்போது என்னுடையவையாகிவிட்டன. நான் கடவுளின் இருத்தலில் வாழ்கிறேன். அவரிடமிருந்து அனைத்து ஆசீர்வாதங்களும் என்னை நோக்கிப் பாய்ந்தோடி வருகின்றன. இன்றைய நாளின் ஒவ்வொரு கணத்தையும் கடவுளைப் பெருமைப்படுத்துவதற்கு நான் பயன்படுத்துகிறேன். கடவுளின் இணக்கமும் அமைதியும் அபரிமிதமும் இப்போது என்னுடையவையாகிவிட்டன. என்னிடமிருந்து வெளிப்படும் தெய்வீக அன்பு என்னைத் தொடர்பு கொள்கின்ற எல்லோரையும் ஆசீர்வதிக்கிறது. இங்கு இருக்கும் அனைவரும் கடவுளின் அன்பை உணர்ந்து கொள்கின்றனர். கடவுளின் அன்பு அவர்களை குணமாக்குகிறது.

"கடவுள் என்னுள் இருப்பதால், எந்தத் தீய சக்தியைப் பற்றியும் எனக்கு பயமில்லை. கடவுளின் அன்பையும் சக்தியையும் உள்ளடக்கிய புனித வட்டம் என்னைச் சூழ்ந்துள்ளது. கடவுளின் அன்பும் அவருடைய நிரந்தரமான கண்காணிப்பும் என்னை வழிநடத்துகின்றன, குணமாக்குகின்றன, என்னையும் என் குடும்பத்தினரையும் பாதுகாக்கின்றன என்று நான் உறுதியாகவும் நேர்மறையாகவும் நம்புகிறேன். அது உண்மை என்பதை நான் அறிவேன்.

"நான் எல்லோரையும் மன்னிக்கிறேன். கடவுளின் அன்பையும் அமைதியையும் நல்லெண்ணத்தையும் எல்லா மனிதர்களிடத்திலும் நான் வெளிப்படுத்துகிறேன். கடவுளின் அமைதி என்னுள் முழுமையாகக் குடிகொண்டுள்ளது. இந்த அமைதியில், கடவுளின் இருத்தலின் வலிமையையும் வழிகாட்டுதலையும் அன்பையும் நான் உணர்கிறேன். எல்லா வழிகளிலும் தெய்வீகமான முறையில் நான் வழிநடத்தப்படுகிறேன். கடவுளின் அன்பும் ஒளியும் உண்மையும் அழகும் என் ஊடாகப் பாய்கின்றன. அவருடைய அமைதியெனும் நதி இப்போது என் ஊடாகப் பாய்ந்தோடிக் கொண்டிருக்கிறது. என்னுடைய பிரச்சனைகள் அனைத்தும் கடவுளின் மனத்தில் கரைக்கப்படுகின்றன என்பதை நான் அறிவேன். கடவுளின் வழிகள்தான் என்னுடைய வழிகள். என்னுடைய பிரார்த்தனைகளுக்கு விடையளிக்கப்படும் என்று நான் உறுதியாக நம்புகிறேன். அந்த விடைகளுக்காக நான் மகிழ்ச்சியோடு நன்றி கூறுகிறேன்."

இந்த உண்மைகளை மீண்டும் மீண்டும் கூறுவதன் மூலமும், அவற்றின் யதார்த்தத்தை உணர்ந்து கொள்வதன் மூலமும் இந்த உண்மைகள் அவருடைய ஆழ்மனத்தில் பதிவாகும் என்றும், அவர் இனிமையாகவும் அமைதியோடும் நடந்து கொள்வதற்கான வழிகளை அது அவருக்கு ஏற்படுத்திக் கொடுக்கும் என்றும் அவருக்கு நான் எடுத்துரைத்தேன். அக்கணத்திலிருந்து அவருடைய வாழ்க்கைப் பயணம் மேல்நோக்கியும் முன்னோக்கியும் கடவுளை நோக்கியும் அமையும் என்று நான் உறுதியாக நம்பினேன்.

சுருக்கமாக . . .

1. ஒரு குடிகாரருக்காகவோ அல்லது புற்றுநோய் அல்லது வேறு ஏதோ நோயால் பாதிக்கப்பட்டுள்ள ஒருவருக்காகவோ நீங்கள் பிரார்த்தனை செய்யக்கூடாது என்ற எண்ணம் முட்டாள்தனமானது. பிரார்த்தனைச் சிகிச்சை என்பது மனரீதியாக அடுத்தவரைக் கட்டுப்படுத்துவதோ அல்லது அவரை உங்களுடைய

தாக்கத்திற்கு உட்படுத்துவதோ அல்ல. கடவுளின் விஷயத்தில் எது உண்மையோ, இன்னொருவரின் விஷயத்திலும் அதுதான் உண்மை என்று நம்புவதுதான் பிரார்த்தனை. ஒவ்வொருவருக்குள்ளும் தெய்வீக இயல்பு இருக்கிறது. தெய்வீக விருப்பம்தான் அனைத்து மக்களிடத்திலும் வெளிப்படுத்தப்படுகிறது.

2. நோயுற்றிருக்கும் ஒருவருக்காகப் பிரார்த்தனை செய்யும்போது, வலிகள், வேதனைகள், அல்லது நோயின் அறிகுறிகளின்மீது ஒருபோதும் கவனம் செலுத்தாதீர்கள். கடவுளின் சக்தி அந்நபரின் ஊடாகப் பாய்ந்து அவரை முழுமையானவராகவும் கச்சிதமானவராகவும் ஆக்கிக் கொண்டிருக்கிறது என்று அமைதியாக சுயபிரகடனம் செய்யுங்கள்.

3. பகைமை, பொறாமை, வெறுப்பு, குற்றவுணர்வு, சுயகண்டனம் ஆகியவைதான் மனிதனை ஆட்கொள்கின்ற தீய சக்திகளாகும். இந்தத் தீய சக்திகள் நம்முடைய மனத்தைத் தம் கட்டுப்பாட்டிற்குள் கொண்டு வரும்போது, காரண காரியங்களைப் பகுத்தறியும் சக்தியை நாம் இழந்துவிடுகிறோம். நம்முடைய சொந்த அழிவுப்பூர்வமான சிந்தனைக்கு நாம் பலியாகிவிடுகிறோம்.

4. உங்களைத் திணறடித்துக் கொண்டிருக்கின்ற பிரச்சனைகளுக்கான விடைகள் பல சமயங்களில் உங்கள் கனவுகளில் உங்களுக்கு வெளிப்படுத்தப்படும். "நம் எண்ணங்கள்தான் நம் வாழ்க்கையை உருவாக்குகின்றன," என்று மார்க்கஸ் அரீலியஸ் கூறியுள்ளார். உங்களுடைய ஆதிக்க எண்ணம் மற்ற அனைத்து எண்ணங்களையும் அடக்கியாள்கிறது. "தங்கள் மனப்போக்குகளை மாற்றிக் கொள்வதன் மூலம் மனிதர்களால் தங்கள் வாழ்க்கையை மாற்றிக் கொள்ள முடியும் என்பது என்னுடைய தலைமுறையின் மாபெரும் கண்டுபிடிப்பு," என்று வில்லியம் ஜேம்ஸ் கூறியுள்ளார்.

20

தொலையுணர்வு எவ்வாறு உங்கள் மனத்தின் சக்திகளைக் கூர்தீட்டுகிறது

உங்கள் ஆழ்மனம்தான் உங்கள் உடலை உருவாக்குகிறது, அதை மறுசீரமைக்கிறது. சுவாசம், செரிமானம், ரத்த ஓட்டம், கழிவு நீக்கம் மற்றும் பல முக்கியமான தன்னிச்சையான செயல்பாடுகளை அதுதான் கட்டுப்படுத்தி இயக்குகிறது. உங்கள் ஆழ்மனம் ஓர் அற்புதமான வேதியியலாளரும்கூட. அது நீங்கள் உட்கொள்கின்ற உணவை உங்கள் திசுக்கள், தசைகள், எலும்புகள், ரத்தம், தலைமுடி ஆகியவற்றுக்குள் அனுப்பி வைத்து, புதிய உயிரணுக்களைத் தொடர்ந்து உருவாக்கிக் கொண்டிருக்கிறது.

உங்கள் ஆழ்மனம் உங்கள் நினைவுகளின் சேமிப்புக் கிடங்கும்கூட. உங்கள் வெளிமனம் எவற்றையெல்லாம் உண்மை என்று நம்பி ஏற்றுக் கொள்கிறதோ, அவற்றை உங்கள் ஆழ்மனம் உங்கள் வாழ்வில் உங்கள் அனுபவங்களாக ஆக்கிக் கொடுக்கும். உங்கள் ஆழ்மனம் தூண்டுதலுக்கு உட்பட்டது என்பதால், அது பழக்கங்களின் உறைவிடமாகவும் இருக்கிறது.

மனவசியப் பரிசோதனைகளில், உங்கள் ஆழ்மனம் தனக்குக் கொடுக்கப்படும் அனைத்துத் தூண்டுதல்களையும் ஏற்றுக் கொள்கிறது. எனவே, அனைத்துத் தூண்டுதல்களும் ஆக்கப்பூர்வமான இயல்பு கொண்டவையாகவும் உயிரோட்டம் அளிப்பவையாகவும் இருக்க வேண்டும்.

உங்கள் ஆழ்மனம் அடையாளக் குறியீடுகளின் வடிவில் பேசுகிறது. இது உங்கள் கனவுகளில் வெளிப்படுத்தப்படுகிறது. உங்களுக்குள் அடக்கி வைக்கப்பட்டுள்ள அல்லது உங்களுடைய நிறைவேறியிருக்காத விருப்பங்கள் உங்கள் கனவுகளில் மிகைப்படுத்தப்படுகின்றன. அடுத்தவரைப்போல

நடந்து கொள்வதில் உங்கள் ஆழ்மனம் திறமைசாலி. தன்னிடம் விரிவாக வலியுறுத்தப்படுகின்ற எதுவொன்றைப்போலவும் அது நடந்து கொள்ளும். மனரீதியான அனுபவங்கள் அனைத்தின் இருப்பிடமாக இருக்கின்ற உங்கள் ஆழ்மனம் உள்ளுணர்வுரீதியாகப் பார்க்கிறது. அதற்குக் காலமோ அல்லது வெளியோ கிடையாது. உங்கள் ஆழ்மனத்திற்குள்தான் கடவுளின் இருத்தல் அல்லது முடிவில்லாப் பேரறிவு இருக்கிறது என்பதை நீங்கள் நினைவில் கொள்ள வேண்டும். முடிவில்லா ஞானம், எல்லையற்ற அன்பு, மற்றும் கடவுளின் பண்புநலன்கள் அனைத்தும் உங்கள் ஆழ்மனத்திற்குள் இருக்கின்றன.

ஐம்புலன்களின் வாயிலாகவே உங்கள் வெளிமனம் புறவுலகைப் பார்க்கிறது, அதைப் புரிந்து கொள்கிறது. தூண்டல், அனுமானம், ஒப்புமை, பகுப்பு ஆகியவற்றைக் கொண்டு அது காரண காரியங்களை ஆய்வு செய்கிறது. நீங்கள் உங்கள் வெளிமனத்தைக் கொண்டு தேர்ந்தெடுக்கிறீர்கள், திட்டமிடுகிறீர்கள், முயற்சிக்கிறீர்கள். உங்கள் வெளிமனம் உங்கள் விருப்பத்தின் இருப்பிடமாக விளங்குகிறது.

நீங்கள் உங்கள் வெளிமனத்தைக் கொண்டு ஒருமித்தக் கவனம் செலுத்துகிறீர்கள். இந்த ஒருமித்தக் கவனத்தின் வாயிலாக நீங்கள் உங்கள் ஆழ்மனத்தில் பதிவுகளை ஏற்படுத்துகிறீர்கள். நீங்கள் உங்கள் வெளிமனத்தைக் கொண்டு கற்பனை செய்வதாலும் மனக்காட்சிப்படைப்பில் ஈடுபடுவதாலும், நீங்கள் யாராக ஆக விரும்புகிறீர்கள், எதைச் செய்ய விரும்புகிறீர்கள், எதைக் கைவசப்படுத்த விரும்புகிறீர்கள் என்று தெளிவாக உங்கள் மனத்தில் காட்சிப்படுத்துவதன் மூலம் உங்கள் ஆழ்மனத்தில் ஆற்றல்மிக்கப் பதிவுகளை உங்களால் ஏற்படுத்த முடியும். ஆக்கப்பூர்வமான சிந்தனை, ஆக்கப்பூர்வமான பேச்சு, ஆக்கப்பூர்வமான கற்பனை ஆகியவற்றின்மீது தனக்கு இருக்கும் கட்டுப்பாட்டின் சக்தியைக் கொண்டு வெற்றியையும் செழிப்பையும் உங்கள் மனத்தால் ஆணையிட்டு அழைக்க முடியும். அபரிமிதம், வெற்றி ஆகிய யோசனைகளால் உங்கள் ஆழ்மனத்தை உங்களால் நிரப்ப முடியும்.

மனத்தின் சக்திகளைத் தூண்டுவதில் நெருக்கடிகள் ஆற்றல்மிக்கவையாக இருக்கின்றன

நெருக்கடியான சமயங்களில் உங்கள் வெளிமனம் உங்கள் ஆழ்மனத்தின் தூண்டுதலுக்கு அதிக ஏற்புத்தன்மை கொண்டதாக

ஆகிறது. அப்போது உங்கள் ஆழ்மனத்தின் ஞானமும் பேரறிவும் எல்லாவற்றையும் தம் கட்டுப்பாட்டிற்குள் கொண்டுவருகின்றன. தொலையுணர்வுச் செயல்முறையில் உங்கள் வெளிமனம் உங்கள் ஆழ்மனத்தின் தூண்டுதலை ஏற்றுக் கொள்ளும் பாத்திரத்தை வகிக்கிறது. எல்லாம் அறிந்த, எல்லாவற்றையும் பார்க்கின்ற உங்கள் ஆழ்மனத்தின் ஞானத்தையும் பேரறிவையும் தொடர்பு கொள்வதன் மூலம் உங்கள் வெளிமனம் உத்வேகம் பெறக்கூடும், ஒளியூட்டப்படக்கூடும்.

தொலையுணர்வும் உட்குரல்களும்

கடந்த வருடம் ஒரு கப்பலில் நான் ஒரு கருத்தரங்கை நடத்திக் கொண்டிருந்தபோது, அக்கப்பலின் அதிகாரிகளில் ஒருவருடன் சேர்ந்து நான் உணவருந்தினேன். அப்போது, கப்பலுக்கு ஏதேனும் பிரச்சனை ஏற்பட்டால் தன் உட்குரல் தன்னிடம் அமைதியாகப் பேசும் என்றும், பிரச்சனை துல்லியமாக எந்த இடத்தில் இருக்கிறது என்பதை அது தனக்குக் காட்டும் என்றும், அது குறித்து என்ன செய்யப்பட வேண்டும் என்பதையும் அது தனக்குக் கூறும் என்றும் அவர் என்னிடம் கூறினார். பல முறை இவ்வாறு நிகழ்ந்திருந்ததாக அவர் குறிப்பிட்டார். தன் குழுவில் மற்ற எவருக்கும் இல்லாத ஒரு தனித்துவமான திறன் தனக்கு இருந்ததை அவர் உணர்ந்தார். பெரும்பாலான சமயங்களில், இந்த உட்குரல் ஓர் எச்சரிக்கையின் வடிவில் வந்தது.

ஒருமுறை, இத்தாலி நாட்டின் கடற்கரையிலிருந்து சிறிது தொலைவில் அவருடைய கப்பல் சென்று கொண்டிருந்தபோது, அவர் தன் அறையில் ஓய்வெடுத்துக் கொண்டிருந்தார். அப்போது, அவருடைய குழுவைச் சேர்ந்த ஒருவன் (பெயரும் கொடுக்கப்பட்டது) அவரைச் சுட்டுக் கொல்வதற்காக அவருடைய அறையை நோக்கி வந்து கொண்டிருந்ததாக அவருடைய உட்குரல் அவரிடம் கூறியது. அவரைக் கொல்லவிருந்தவன் பித்துப் பிடித்தவன்போல நடந்து கொண்டிருந்தான். “என் உட்குரலுக்குச் செவிசாய்த்து நான் என்னுடைய அறைக் கதவைப் பூட்டிவிட்டு, என்னுடைய கப்பற்தலைவனைத் தொலைபேசியில் அழைத்து, விஷயத்தை அவரிடம் கூறினேன். அவர் சிலருடன் சேர்ந்து அந்த நபரைப் பிடித்து ஓர் அறையில் பூட்டி வைத்தார். எங்கள் கப்பல் துறைமுகத்தைத் தொட்டதும், அந்நபர் ஒரு பைத்தியக்கார விடுதியில் சேர்க்கப்பட்டார்,” என்று அந்த அதிகாரி கூறினார்.

அவருடைய உட்குரல் கூறியது நூறு சதவீதம் சரியாக இருந்தது. ஏனெனில், அந்நபரின் கையில் ஒரு துப்பாக்கி இருந்தது. பின்னர் நடத்தப்பட்ட விசாரணையில், இந்த அதிகாரியைக் கொல்வதற்காகத்தான் அக்கப்பலில் தான் இருந்ததாக அவன் ஒப்புக் கொண்டான்.

இந்த எச்சரிக்கைகள் இரவு நேரத்தில் கனவுகளிலும் வரலாம்.

அந்த அதிகாரியின் உட்குரல் உண்மையானது. ஏனெனில், தன் உட்குரல் தன்னை எல்லா வழிகளிலும் பாதுகாக்கும், குணமாக்கும், ஆசீர்வதிக்கும் என்று சுயபிரகடனம் செய்து தன் ஆழ்மனத்தைப் பயிற்றுவிப்பதை அவர் ஒரு வழக்கமாக ஆக்கியிருந்தார். தனக்குத் தேவையான அனைத்து எச்சரிக்கைகளும் தூண்டுதல்களும் உள்ளார்ந்த அறிவுறுத்தல்களும் தன் ஆழ்மனத்திற்குள் இருக்கும் முடிவில்லா இருத்தலிடமிருந்து தனக்கு வரும் என்று அவர் மீண்டும் மீண்டும் தனக்குத் தானே வலியுறுத்தி வந்திருந்தார்.

“அவர்கள் எனக்கு எதிராகச் செய்வினை செய்து கொண்டிருக்கின்றனர்”

செய்வினை, கண்கட்டி வித்தை, சாத்தான் வழிபாடு போன்றவை வெகுகாலத்திற்கு முன்பிலிருந்தே கற்றுக் கொடுக்கப்பட்டும் கடைபிடிக்கப்பட்டும் வந்துள்ளன. உண்மையில், கண்கட்டி வித்தை என்பது முழுமையான அறியாமையை அடிப்படையாகக் கொண்டது. அதாவது, அடுத்தவர் குறித்து எதிர்மறையாக சிந்திப்பது, அவருக்குத் தீங்கு நேர வேண்டும் என்று விரும்புவது என்பது அதற்குப் பொருள். இன்னொருவருக்கு என்ன நிகழ வேண்டும் என்று நீங்கள் விரும்புகிறீர்களோ, அதை உங்களுக்கும் நீங்கள் விரும்புகிறீர்கள்.

என்னிடம் பேசிய பெண்மணி ஒருவர், தன் அலுவலகத்தில் மூன்று பெண்கள் சேர்ந்து தனக்கு எதிராகச் செய்வினை செய்து கொண்டிருந்ததாகத் தன் சக ஊழியர்களில் ஒருவர் தன்னிடம் தனிப்பட்ட முறையில் கூறியதாகவும், இச்செய்தி தன்னைப் பெரிதும் அச்சுறுத்தியதாகவும் என்னிடம் கூறினார். அப்பெண்களின் செயல்கள் எதுவும் பலிக்காது என்று அவருக்கு விளக்கிய நான், பின்வரும் சுயபிரகடனத்தை மீண்டும் மீண்டும் கூறுமாறு அவருக்குப் பரிந்துரைத்தேன்:

“கடவுளின் ஆசீர்வாதத்தால் நான் உயிரோடு இருக்கிறேன். கடவுள்தான் வாழ்க்கை. அந்த வாழ்க்கை இப்போது என் வசமாகியுள்ளது. கடவுளின் அன்பு என் ஆன்மாவை நிரப்புகிறது. அவருடைய அன்பு என்னைச் சூழ்ந்துள்ளது, என்னை

முழுவதுமாக ஆட்கொண்டுள்ளது. நான் ஓர் அற்புதமான வாழ்க்கையை வாழ்ந்து கொண்டிருக்கிறேன். கடவுள் என்னை எல்லா நேரங்களிலும் பாதுகாத்துக் கொண்டிருக்கிறார்."

மேற்கூறப்பட்ட சுயபிரகடனத்தை மனப்பாடம் செய்து, தினமும் அதை அடிக்கடிக் கூறி வருமாறு நான் அவரிடம் கூறினேன். ஏனெனில், இந்த உண்மைகளை மனத்தில் மீண்டும் மீண்டும் வலியுறுத்தும்போது, அது பயத்தை விரட்டியடித்துவிடும். செய்வினை அல்லது கண்கட்டி வித்தை குறித்த எண்ணங்கள் மனத்தில் தோன்றும்போதெல்லாம், "கடவுள் என்னை நேசிக்கிறார், அவர் என்மீது அக்கறை கொண்டிருக்கிறார்," என்று அவர் சிந்திக்க வேண்டும் என்று நான் அவருக்குப் பரிந்துரைத்தேன். கடவுள் பிரிக்கப்பட முடியாதவர் என்பதை நான் அவருக்குச் சுட்டிக்காட்டினேன். கடவுளின் ஒரு பகுதியால் இன்னொரு பகுதியின்மீது பகைமை பாராட்ட முடியாது. இதுதான் நிரந்தரமான உண்மை. இந்த எளிய உலகளாவிய உண்மையானது, செய்வினை, கண்கட்டி வித்தை, தீய செய்கைகள் ஆகியவற்றை எப்போதும் ஒன்றுமில்லாமல் செய்துவிடுகிறது.

இப்பெண் அந்த உண்மையைப் புரிந்து கொண்டு, என்னுடைய அறிவுறுத்தல்களை விசுவாசத்தோடு பின்பற்றி நடந்தபோது, ஒரு வினோதமான விஷயம் நிகழ்ந்தது. இவருக்கு எதிராகச் செய்வினை செய்ததாக நம்பப்பட்டப் பெண்கள் மூவரும் தங்கள் அலுவலகத்திற்கு வந்து கொண்டிருந்தபோது ஒரு விபத்தில் சிக்கி இறந்துவிட்டனர். இப்பெண்ணுக்குத் தீங்கு நினைத்த அவர்களை அதே தீங்கு திருப்பித் தாக்கியது. அவர்களுடைய எதிர்மறையான தீய சிந்தனை பன்மடங்கு பூதாகரமாகி அவர்களிடமே திரும்பியது. உண்மையில், அவர்கள் தங்களைத் தாங்களே அழித்துக் கொண்டனர்.

தங்கள் மனத்தின் சக்திகளைக் கொண்டு மற்றவர்களுக்குத் தீங்கு செய்ய முயற்சிக்கின்ற மக்கள் இவ்வுலகின் பல பகுதிகளில் இருக்கின்றனர். ஆனால் கடவுளுடன் தன்னை இசைவுபடுத்திக் கொண்டுள்ள ஒருவரை எந்தவிதமான தீங்கும் தாக்குவதில்லை. செய்வினை, கண்கட்டி வித்தை போன்றவற்றை மேற்கொள்கின்ற நபர்களுக்கு உண்மையில் எந்த சக்தியும் கிடையாது. அவர்கள் தூண்டுதலைப் பயன்படுத்திக் கொண்டிருக்கின்றனர். தூண்டுதல் சக்திவாய்ந்த ஒன்றுதான், ஆனால் சர்வவல்லமை படைத்த உண்மையான சக்தி அது அல்ல. கடவுள்தான் உண்மையான சக்தி.

செய்வினை, கண்கட்டி வித்தை, சாத்தான் வழிபாடு என்று எந்தப் பெயரில் அழைக்கப்பட்டாலும் சரி, இவ்விஷயங்கள் வெறும் எதிர்மறைத் தூண்டுதல்களே. மற்றவர்களுடைய தூண்டுதல்களுக்கு சக்தியைக் கொடுக்காதீர்கள். கடவுளின் இருத்தலுக்கும் சக்திக்கும் மட்டுமே உங்கள் அர்ப்பணிப்பைக் கொடுங்கள். அப்போது நீங்கள் ஓர் அற்புதமான வாழ்க்கையை வாழ்வீர்கள்.

சுருக்கமாக . . .

1. உங்கள் ஆழ்மனம்தான் உங்கள் உடலை உருவாக்குகிறது, அதை மறுசீரமைக்கிறது. நினைவுகள் மற்றும் பழக்கங்களின் வசிப்பிடம் அதுதான். உண்மையான விஷயங்களை உங்கள் ஆழ்மனத்தில் பதிய வையுங்கள். அப்போது அவற்றின் இயல்புக்கு ஏற்றவாறு உங்கள் ஆழ்மனம் செயல்விடை அளிக்கும். உங்கள் ஆழ்மனத்திற்குள் அளப்பரிய ஞானமும் முடிவில்லாப் பேரறிவும் குடிகொண்டுள்ளன. வேறு வார்த்தைகளில் கூறினால், உங்கள் ஆழ்மனத்திற்குள் கடவுளின் அனைத்துப் பண்புநலன்களும் சக்தியும் குடிகொண்டுள்ளன.

2. உங்கள் வெளிமனம் காரண காரியங்களை ஆய்வு செய்யும் ஒன்று. உங்கள் வெளிமனத்தைக் கொண்டுதான் நீங்கள் தேர்ந்தெடுக்கிறீர்கள், திட்டமிடுகிறீர்கள், ஆய்வு செய்கிறீர்கள், சீர்தூக்கிப் பார்க்கிறீர்கள். உங்கள் வெளிமனம் உங்கள் ஆழ்மனத்தைக் கட்டுப்படுத்துகிறது. எது உண்மை என்று நம்பி உங்கள் வெளிமனம் ஏற்றுக் கொள்கிறதோ, அதை உங்கள் ஆழ்மனம் உங்கள் வாழ்க்கை அனுபவமாக ஆக்கிக் கொடுக்கும்.

3. ஆபத்துக் குறித்த எச்சரிக்கைகளைப் பலர் தங்கள் உட்குரல்கள் வாயிலாகச் செவிமடுத்திருக்கின்றனர். அந்த ஆபத்துக்களிலிருந்து அவர்கள் தங்களை எப்படிப் பாதுகாத்துக் கொள்ள வேண்டும் என்பது பற்றிய அறிவுறுத்தல்களையும் அந்த உட்குரல்கள் அவர்களுக்குக் கூறுகின்றன. சில சமயங்களில் இந்த எச்சரிக்கைகள் இரவுநேரக் கனவுகளில் வரும்.

இறுதியாக

உங்களுக்குள் இருக்கும் முடிவில்லா இருத்தலையும் சக்தியையும் தொடர்பு கொள்ளுங்கள். அவற்றோடு உங்களை இசைவுபடுத்திக் கொள்ளுங்கள். கடவுள் உங்களின் ஊடாக சிந்திக்கிறார், பேசுகிறார், செயல்படுகிறார், எழுதுகிறார் என்பதை உணர்ந்து கொள்ளுங்கள். கடவுள் உங்களை நேசிக்கிறார், உங்கள்மீது அக்கறை கொண்டுள்ளார் என்பதை அறியுங்கள். கடவுளின் அமைதி உங்கள் மனத்தையும் இதயத்தையும் நிரப்புகிறது. கடவுளின் அன்பும் ஒளியும் உங்களைச் சூழ்ந்துள்ளன. அவருடைய இருத்தலில் நீங்கள் பாதுகாப்பாக இருக்கிறீர்கள்.

நாகலட்சுமி சண்முகம்

மொழிபெயர்ப்பாளர்

நாகலட்சுமி மிகச் சிறந்த ஊக்குவிப்புப் பேச்சாளர். மக்களிடம் பரிபூரண மாற்றம் கொண்டுவரும் கருத்தரங்குகளை அவர் நடத்தி வருகிறார். அவர் முழுநேரப் பேச்சாளராக ஆவதற்கு முன்பு, பத்து வருடங்கள் கணினித் துறையில் தலைமைப் பொறுப்பு உட்படப் பல பதவிகளை வகித்தார்.

தமிழ் நாடகத் துறையின் முன்னோடி மேதைகளான டி.கே.எஸ் சகோதரர்களில் ஒருவரான திரு.முத்துசாமி அவர்களின் பேத்தியான நாகலட்சுமியிடம் இருக்கும் இயல்பான தமிழ் ஆர்வம், தமிழ் மொழிபெயர்ப்புத் துறைக்கு அவரை இழுத்து வந்துள்ளது.

அவருடைய மொழிபெயர்ப்பு நூல்களில், ரோன்டா பைர்ன், டாக்டர் ஜோசப் மர்ஃபி, ஜான் மேக்ஸ்வெல், டாக்டர் ஸ்பென்சர் ஜான்சன், நார்மன் வின்சென்ட் பீல், ஜான் கிரே, கேரி சேப்மேன், ஜாக் கேன்ஃபீல்டு, மார்க் விக்டர் ஹான்சன், பிரையன் டிரேசி, ஸ்டீபன் ஆர். கவி, ராபர்ட் கியோஸாகி, டேல் கார்னகி போன்ற, சர்வதேச அளவில் கொண்டாடப்படுகின்ற தலைசிறந்த நூலாசிரியர்களின் நூல்களும் அடங்கும்.

இவருடைய மொழிபெயர்ப்புகளுக்குக் கிடைத்த அங்கீகாரங்களில், 2014 பிப்ரவரியில் திருப்பூர் தமிழ்ச் சங்கம் அளித்த 'தமிழ் மொழிபெயர்ப்புத் துறைக்கான சிறப்பு விருதும்,' அவர் மொழிபெயர்த்த 'இறுதிச் சொற்பொழிவு' நூலுக்கு 2014 ஆகஸ்டில் வழங்கப்பட்ட 'நல்லி திசை எட்டும் மொழியாக்க விருதும்' அடங்கும்.

நாகலட்சுமி தன் கணவருடனும் தன் குழந்தைகள் இருவருடனும் தற்போது மும்பையில் வசித்து வருகிறார்.

ஜோசப் மர்ஃபி

(1898 - 1981)

ஆழ்மன சக்தியைப் பிரபலமாக்கியவர்

அயர்லாந்தில் பிறந்த இவர், பின்னர் அமெரிக்காவில் குடியேறினார். அங்கு உளவியலில் அவர் முனைவர் பட்டம் பெற்றார். அவர் தன் வாழ்வின் பெரும்பகுதியைக் கிழக்கத்திய மதங்களைப் படிப்பதில் செலவிட்டார். பல வருடங்கள் இந்தியாவில் தங்கியிருந்து ஆராய்ச்சியிலும் அவர் ஈடுபட்டார். உலக மதங்களைப் பல வருடங்கள் ஆய்வு செய்த பிறகு, நம் எல்லோருக்குப் பின்னாலும் ஒரு மாபெரும் சக்தி உள்ளது என்பது அவருக்கு உறுதியானது. அந்த சக்தி நம்முள் உறைந்திருக்கிறது. நம் ஆழ்மனத்தின் அளவிடற்கரிய சக்திதான் அது.

19ம் நூற்றாண்டின் இறுதியில் அமெரிக்காவில் தோன்றிய 'புதிய சிந்தனைக் கொள்கை' ஜோசப் மர்ஃபியின் சிந்தனையில் பெரும் தாக்கத்தை ஏற்படுத்தியது. 'கடவுள் அல்லது முடிவில்லாப் பேரறிவு எல்லாவற்றுக்கும் மேலானது; அது எல்லா இடங்களிலும் வியாபித்துள்ளது; அது என்றென்றும் நிலைத்திருக்கக்கூடியது; நம் ஒவ்வொருவரின் உள்ளேயும் தெய்வீகம் குடிகொண்டுள்ளது; நாம் அனைவருமே ஆன்மாக்கள்; சக மனிதனை நிபந்தனையின்றி நேசிப்பதுதான் மிக உயர்வான ஆன்மீகக் கொள்கை; எல்லா நோய்களும் மனத்தில்தான் தோன்றுகின்றன; சரியான சிந்தனைக்கு எல்லா நோய்களையும் குணப்படுத்தும் சக்தி உண்டு,' போன்ற சித்தாந்தங்களை உள்ளடக்கியதுதான் புதிய சிந்தனைக் கொள்கை.

ஜோசப் மர்ஃபியிடம் அவருடைய வாழ்க்கையைப் பற்றி விவரிக்கும்படி கேட்கப்பட்டபோதெல்லாம், தன் வாழ்க்கைக் குறிப்பு என்று தனியாக எதையும் தான் குறிப்பிடத் தேவையில்லை என்றும், தன் வாழ்க்கை தன் புத்தகங்களில் புதைந்து கிடக்கிறது என்றும் அவர் பதிலளித்து வந்தார். 'அமேஸிங் லாஸ் ஆஃப் காஸ்மிக் மைன்ட்,' 'த மிரக்கிள் ஆஃப் மைன்ட் டைனமிக்ஸ்,' 'த காஸ்மிக் பவர் வித்தின் யூ' உட்பட, முப்பதுக்கும் மேற்பட்ட மிகச் சிறந்த ஊக்குவிப்பு நூல்களை அவர் எழுதியுள்ளார். அவருடைய 'ஆழ்மனத்தின் அற்புத சக்தி' நூல்தான் அவர் எழுதிய நூல்களிலேயே மிகப் பிரபலமானதாகத் திகழ்கிறது.